ಜೋಸೆಫ್ ನ್ಯೂಯೆನ್ ಓರ್ವ ಆಧ್ಯಾತ್ಮಿಕ ಚಿಂತಕರಾಗಿದ್ದು, ಅವರ ಗುರಿ ನಿಮ್ಮ ದಿವ್ಯ ಅನುಭೂತಿಯನ್ನು ಜಾಗೃತಗೊಳಿಸಿ, ನಿಮ್ಮ ಮನಸ್ಸಿನ ಅನಂತ ಸಾಮರ್ಥ್ಯವನ್ನು ಅನ್‌ಲಾಕ್ ಮಾಡುತ್ತ, ನಿಮ್ಮನ್ನು ಮಾನಸಿಕ ಪೀಡೆಯಿಂದ ಮುಕ್ತಗೊಳಿಸಿ ಸಂತುಷ್ಟಿಯಿಂದ ಬದುಕನ್ನು ಜೀವಿಸುವಂತೆ ಮಾಡುವುದಾಗಿದೆ. ಅವರು ತಮ್ಮ ಅಧಿಕಾಂಶ ಸಮಯವನ್ನು ಲೇಖನ, ತರಬೇತಿ, ಶಿಕ್ಷಣ ಮತ್ತು ಸಂವಾದಗಳ ಮಾಧ್ಯಮಗಳಲ್ಲಿ, ಶಾಶ್ವತ ಜ್ಞಾನವನ್ನು ಸಂಪಾದಿಸುವ ನಿಟ್ಟಿನಲ್ಲಿ ಕಳೆಯುತ್ತಾರೆ. ತನ್ಮೂಲಕ ಜನರಿಗೆ ತಮ್ಮೊಳಗಿನ ದಿವ್ಯತೆಯನ್ನು ಶೋಧಿಸುವುದರಲ್ಲಿ ಸಹಾಯ ಒದಗಿಸುತ್ತಾರೆ. ಜನರು ತಮ್ಮ ಜೀವನ ಪೂರ್ತಿ ಯಾವ ಉತ್ತರದ ಅನ್ವೇಷಣೆಯಲ್ಲಿ ತೊಡಗಿರುತ್ತಾರೋ ಅವೇ ಉತ್ತರಗಳು ತಮ್ಮಲ್ಲೇ ಅಡಗಿವೆ ಎಂಬುದನ್ನು ಸಾಧಿಸಿ ತೋರುತ್ತಾರೆ.

ನೀವು ಯೋಚಿಸಿದ್ದನ್ನೆಲ್ಲ ನಂಬಬೇಕಿಲ್ಲ

ಅದೇಕೋ ನಿಮ್ಮ ಯೋಚನೆ ನಿಮ್ಮ ದುಃಖಕ್ಕೂ
ಅದರ ನಿವಾರಣೆಗೂ ಕಾರಣವಾಗಿದೆ

ಜೋಸೆಫ್ ನ್ಯೂಯೆನ್

ಕನ್ನಡಕ್ಕೆ: ಡಾ। ಶಿವಾನಂದ ಬೇಕಲ್

MANJUL

ಮಂಜುಳ ಪಬ್ಲಿಷಿಂಗ್ ಹೌಸ್

First published in India by

MANJUL

Manjul Publishing House

Corporate and Editorial Office

• 2nd Floor, Usha Preet Complex, 42 Malviya Nagar, Bhopal 462 003 – India

Sales and Marketing Office

• C-16, Sector 3, Noida, Uttar Pradesh, 201301 – India

Website: www.manjulindia.com

Distribution Centres

Ahmedabad, Bengaluru, Kochi, Kolkata, Chennai,
Hyderabad, Mumbai, New Delhi, Pune

This edition first published in 2024
Second impression 2026

ISBN 978-93-5543-214-8

Translation by Dr. Shivanand Bekal

Printed and bound in India by Repro India Limited

ಕೆನ್ನಾಳಿಗೆ,

ಬೇಷರತ್ ಪ್ರೇಮ ಹೇಗಿರುತ್ತದೆ ಮತ್ತು ಪ್ರಪಂಚವನ್ನು
ಹೇಗೆ ಅದರಿಂದ ಬದಲಿಸಬಹುದು ಎಂಬುದನ್ನು ಕಲಿಸಿದ
ಪೃಥ್ವಿಯ ಮೇಲಿನ ದೇವದೂತಳಿವಳು.

ಅನುಕ್ರಮಣಿಕೆ

ಆಭಾರ ಮನ್ನಣೆ

ಸಿಡ್ನಿ ಬ್ಯಾಂಕ್ಸ್, ನಿಮಗೆ ಧನ್ಯವಾದಗಳು ಯಾಕೆಂದರೆ ನೀವು ಈ ಸಿದ್ಧಾಂತವನ್ನು ಶೋಧಿಸಿದಿರಿ ಮತ್ತು ಪ್ರಪಂಚಕ್ಕೆ ತಿಳಿಸಿದಿರಿ. ನಿಮ್ಮ ಕಾರಣದಿಂದಾಗಿಯೇ ನನ್ನೊಳಗಿನ ಸತ್ಯವನ್ನು ಶೋಧಿಸಲು ಸಾಧ್ಯವಾಯಿತು ಮತ್ತು ಇದೀಗ ನನಗೆ ಪ್ರಪಂಚಕ್ಕೆ ತಿಳಿಸುವ ಸೌಭಾಗ್ಯ ದೊರಕಿತು.

ನನ್ನ ಬೋಧಕರು ಮತ್ತು ಮಾರ್ಗದರ್ಶಕರಿಗೆ, ಜೋ ಬೈಲೀ ಮತ್ತು ಮೈಕೆಲ್ ನೀಲ್, ಇವರೇ ನನ್ನ ಬದುಕನ್ನು ಎಂದೆಂದಿಗೂ ಬದಲಿಸಿದ ಮೂರು ಸಿದ್ಧಾಂತಗಳನ್ನು ನನ್ನೊಂದಿಗೆ ಹಂಚಿಕೊಂಡರು. ನಿಮ್ಮ ಉದಾರತೆ ಮತ್ತು ಹೃದಯಂಗಮ ಸೇವೆಗಾಗಿ ನಿಮ್ಮನ್ನು ಸದಾ ಉಪಕಾರ ಸ್ಮರಣೆಯೊಂದಿಗೆ ನೆನೆದುಕೊಳ್ಳುವೆ. ನೀವು ಪರರಿಗಾಗಿ ಸಲ್ಲಿಸುವ ಸೇವೆಗಾಗಿ ಚಿರಋಣಿಯಾಗಿದ್ದೇನೆ.

ನನ್ನ ಆತ್ಮೀಯ ಸ್ನೇಹಿತರಿಗೆ ಮತ್ತು ಪರಿವಾರಕ್ಕೆ (ತಾಯಿ, ಡ್ಯಾಡ್, ಆ್ಯಂಟನಿ, ಜೇಮ್ಸ್, ಕ್ರಿಸ್ಟಿಯನ್, ಬ್ರಿಯಾನ್ ಮತ್ತು ಇನ್ನೂ ಅನೇಕರಿಗೆ) ಧನ್ಯವಾದಗಳು, ನನ್ನಲ್ಲಿನ ದೈವಿಕತೆಯನ್ನು ಅನ್ವೇಷಿಸಲು ಮತ್ತು ಈ ಪುಸ್ತಕವನ್ನು ಬರೆಯುವುದಕ್ಕೆ ಪ್ರೇರೇಪಿಸಿದ್ದಕ್ಕಾಗಿ. ಇವರಿಲ್ಲದೆ ಈ ಪುಸ್ತಕ ಅಸ್ತಿತ್ವಕ್ಕೆ ಬರುತ್ತಿರಲಿಲ್ಲ. ನಿಮಗೆ ತಿಳಿದಿರಲಿ, ನಿಮ್ಮಿಂದಾಗಿಯೇ, ನನ್ನ ಮೇಲಿನ ನಿಮ್ಮ ಪ್ರೇರಣೆಯಿಂದಾಗಿಯೇ ಈ ಪುಸ್ತಕ ಬಂತು ಮತ್ತು ಮುಂದಕ್ಕೆ ಅನಂತವಾಗಿ ಇನ್ನೂ ಹುಟ್ಟಿರದ ಪೀಳಿಗೆಯ ಪರಿವರ್ತನೆಗೆ ಈ ಪುಸ್ತಕ ಮಾರ್ಗದರ್ಶಿಯಾದೀತು.

ಕೆನ್ನಾ, ನೀನು ಅತ್ಯಂತ ಪ್ರೀತಿಪಾತ್ರಳು, ನಾನೆಂದೂ ಅನುಭವಿಸದ ಬೇಷರತ್ ಪ್ರೀತಿ ಏನೆಂಬುದನ್ನು ನನಗೆ ಕಲಿಸಿಕೊಟ್ಟ ನೀನೊಬ್ಬಳು ಉಕ್ಕೇಳುವ ಆತ್ಮ, ಇದೋ ನನ್ನ ಅನನ್ಯ ಧನ್ಯವಾದಗಳು. ನಿನ್ನ ಸುಂದರ ಉಪಸ್ಥಿತಿಯಿಂದ ನಾನು ಸದಾ ಕಾಲ ದೀನನಾಗಿದ್ದೇನೆ ಮತ್ತು ನನಗೂ,

ನೀನು ಭೇಟಿಯಾದ ಪ್ರತಿಯೊಬ್ಬರಿಗೂ, ನೀನು ಪೊರೆದ ಅನಂತವಾದ ಪ್ರೀತಿಗಾಗಿ ನಿನಗೆಷ್ಟು ಕೃತಜ್ಞತೆ ಹೇಳಿದರೂ ಕಡಿಮೆಯೇ.

ಪ್ರಸ್ತಾವನೆ

ಈ ಪುಸ್ತಕದಿಂದ ನಿಮಗೇನು ಸಿಗುತ್ತದೆ ಮತ್ತು ಇದನ್ನು ಓದಿದಾಗ ಹೇಗೆ ನಿಮಗೆ ಬಹಳಷ್ಟು ಲಾಭವಾಗಬಹುದು

ಜೀವನದಲ್ಲಿ ನೀವೇನು ಹುಡುಕುತ್ತಿದ್ದೀರೋ, ಅದು ನಿಮಗೆ ಈ ಪುಸ್ತಕದಲ್ಲಿ ದೊರೆಯುತ್ತದೆ. ಬದುಕಿನಲ್ಲಿ ನಿಮಗೆ ಏನೇ ಪ್ರಶ್ನೆಗಳಿರಲಿ ಅವುಗಳಿಗೆಲ್ಲ ಉತ್ತರ ಇಲ್ಲಿದೆ. ನಾನಿಲ್ಲಿ ಅದನ್ನು ಅತಿಶಯೋಕ್ತಿಯಿಂದೇನೂ ಹೇಳುತ್ತಿಲ್ಲ. ಆದರೆ ನಾನೇಕೆ ಇಷ್ಟೊಂದು ವಿಶ್ವಾಸದಿಂದ ಹೇಳುತ್ತಿದ್ದೇನೆ ಎಂದು ನಿಮಗೆ ಬೇಗನೆ ಮನವರಿಕೆಯಾಗುತ್ತದೆ.

ನಾನು ನನ್ನ ಆತ್ಮದ ಆಳದಿಂದ ನಿಮಗೆ ಹೇಳುತ್ತಿದ್ದೇನೆ. ನೀವು ಈ ಪುಸ್ತಕವನ್ನು ಓದಿದ ಬಳಿಕ ಮೊದಲಿನ ವ್ಯಕ್ತಿಯಾಗಿರುವುದಿಲ್ಲ. ವಿಕಸನದ ಪ್ರಕ್ರಿಯೆ ಬದುಕಿನ ಅವಿಭಾಜ್ಯ ಅಂಗವಾಗಿರುತ್ತದೆ, ಹಾಗಾಗಿ ಈ ಪುಸ್ತಕವನ್ನು ಓದಿದ ಬಳಿಕ ನೀವು ಬದಲಾಗದೆ ಇರುವುದಕ್ಕೆ ಆಗುವುದಿಲ್ಲ.

"ಯಾವ ವಿಷಯದ ಬಗೆಗೆ ನಮಗೆ ಅರಿವಿರುವುದಿಲ್ಲವೋ, ಅದನ್ನು ಬದಲಿಸುವುದಾಗುವುದಿಲ್ಲ, ಮತ್ತು ಒಮ್ಮೆ ನಮಗೆ ಅರಿವಾಯಿತೆಂದರೆ ನಾವು ಅದನ್ನು ಬದಲಿಸದೆ ಇರಲಾಗುವುದಿಲ್ಲ."

–ಶೆರಿಲ್ ಸ್ಯಾನ್‌ಬರ್ಗ್

ನೀವು ಏನನ್ನೇ ಬಯಸಿದರೂ, ನೀವು ಎಲ್ಲಿಯೇ ವಾಸ್ತವ್ಯದಲ್ಲಿರಲಿ, ನಿಮ್ಮ ಗಮ್ಯಸ್ಥಾನ ಯಾವುದೇ ಇರಲಿ, ನೀವು ಏನನ್ನೇ ಮಾಡಿರಲಿ, ಅಥವಾ ಮಾಡದೇ ಇದ್ದಿರಲಿ, ನಿಮ್ಮಲ್ಲಿ ಐಶ್ವರ್ಯ ಇರಲಿ, ಇಲ್ಲದಿರಲಿ, ನೀವು ಭಾಗ್ಯವಂತರಿರಲಿ ಅಥವಾ ಇಲ್ಲದಿರಲಿ, ನೀವು ಬದುಕಿನಾದ್ಯಂತ ಶಾಂತಿ,

ಬೇಷರತ್ ಪ್ರೇಮ, ಪೂರ್ತಿ ಸಂತುಷ್ಟಿ ಮತ್ತು ಅಪಾರವಾದ ಆನಂದವನ್ನು ಪಡೆಯಬಲ್ಲಿರಿ. ಇದು ಸದಾಕಾಲ ಸತ್ಯವಾಗಿದೆ ಮತ್ತು ಇದರಲ್ಲಿ ಯಾವುದೇ ಅನುಮಾನಕ್ಕೆ ಆಸ್ಪದವೇ ಇಲ್ಲವೆಂದು ನಾನು ಧೈರ್ಯವಾಗಿ ಹೇಳುತ್ತೇನೆ. ಪ್ರೇಮಕ್ಕೆ ಯಾವುದೇ ಸೀಮೆಗಳಿರುವುದಿಲ್ಲ. ನೀವೇನು ಉತ್ತರವನ್ನು ಹುಡುಕುತ್ತಿದ್ದೀರೋ, ಅದನ್ನು ಪಡೆಯುವುದಕ್ಕೆ ಒಂದು ತೆರೆದ ಮನಸ್ಸು ಮತ್ತು ಇಚ್ಛೆಯುಳ್ಳ ಹೃದಯ ಬೇಕಾಗುತ್ತದೆ.

ಹೌದು, ಈ ಪುಸ್ತಕದ ವಸ್ತುವನ್ನು ಅರ್ಜಿಸುವುದರಿಂದ ಬಹಳಷ್ಟು ವ್ಯಾವಹಾರಿಕ ಪರಿಣಾಮಗಳು ಒದಗುತ್ತವೆ. ನನ್ನ ಅನೇಕ ಕೋಚಿಂಗ್ ಗ್ರಾಹಕರಿಗೆ ಅದು ಲಭಿಸಿದೆ. ಅವರ ಆದಾಯ ಎರಡರಿಂದ ಐದು ಪಟ್ಟು ಹೆಚ್ಚಾಗಿದೆ. ಅವರು ತಮ್ಮ ಉದ್ಯೋಗದಲ್ಲಿ ಬಹಳ ವೇಗವಾಗಿ ಪ್ರಗತಿಯನ್ನು ಹೊಂದಿದ್ದಾರೆ. ಅವರ ಸಂಬಂಧಗಳು ಆಳವಾಗಿ ಬೆಸೆದುಕೊಂಡು ಸೌಹಾರ್ದಯುತವಾಗಿ ಪ್ರಗತಿಪಥದಲ್ಲಿ ಮುಂದೆ ಸಾಗಿದೆ. ಅವರನ್ನು ನಿರಂತರ ಕಾಡುತ್ತಿದ್ದ ಹೊಡೆತಗಳಿಂದ ಮುಕ್ತರಾಗಿದ್ದಾರೆ. ಅವರನ್ನು ವಿನಾಶದತ್ತ ಒಯ್ಯುತ್ತಿದ್ದ ಅಭ್ಯಾಸಗಳು ತನ್ನಿಂದ ತಾನೇ ಮಾಯವಾಗಿಬಿಟ್ಟಿವೆ. ಅಷ್ಟೇ ಅಲ್ಲ ಅವರ ಆರೋಗ್ಯ, ಚೈತನ್ಯ ಮತ್ತು ಸ್ಫೂರ್ತಿದಾಯಕ ಚಟುವಟಿಕೆಗಳಲ್ಲಿ ಅಪಾರ ವೃದ್ಧಿಯಾಗಿದೆ. ಯಾರು ಈ ಪುಸ್ತಕದೊಳಗಿನ ಸಿದ್ಧಾಂತಗಳನ್ನು ಮನನ ಮಾಡುತ್ತಾರೋ, ಅವರ ಬದುಕಿನಲ್ಲಿ ಇದ್ದಕ್ಕಿದ್ದಂತೆ ಪವಾಡಗಳು ಘಟಿಸುತ್ತವೆ. ಇದೊಂದು ವಿಶಾಲ ಅನುಗ್ರಹ ಭಂಡಾರದ ಒಂದು ಹೊಳಹು ಮಾತ್ರವೆಂದು ಹೇಳಬಹುದು. ಈ ಪುಸ್ತಕದ ವಿಷಯಗಳನ್ನು ಅನುಸರಿಸಿದವರ ಬದುಕಿನಲ್ಲಿ ಎಷ್ಟೊಂದು ಪವಾಡಸದೃಶ ಪರಿಣಾಮಗಳು ಸಂಭವಿಸಿವೆ ಅಂದರೆ, ಅವನ್ನು ನಾನು ದಾಖಲಿಸುತ್ತ ಹೋದರೆ ಪುಸ್ತಕದ ಅರ್ಧಾಂಶ ಅಂತಹ ಪವಾಡದ ಕಥೆಗಳಿಂದಲೇ ತುಂಬಿಹೋಗುತ್ತದೆ. ಅದು ಪ್ರತಿದಿನವೂ ಸಂಭವಿಸುತ್ತವೆ.

ನಾನು ಅಂತಹ 'ಬಾಹ್ಯ' ಪರಿಣಾಮಗಳ ಉಲ್ಲೇಖ ಯಾಕಾಗಿ ಮಾಡಲು ಬಯಸುವುದಿಲ್ಲವೆಂದರೆ, ಅದು ಈ ಪುಸ್ತಕದ ಉದ್ಧೇಶವೇ ಅಲ್ಲ. ಈ ಭೌತಿಕ ಪರಿಣಾಮ ಒಳಗಿನಿಂದ ಹೊರಗಿನ ಅರಿವಿನತ್ತ ಸಾಗುವ ಸಹ–ಉತ್ಪಾದನೆ ಎನ್ನಬಹುದು. ನಿಜ ಹೇಳಬೇಕೆಂದರೆ, ನಾವು ಸಂಪತ್ತು ಮುಂತಾದ ಬಾಹ್ಯದ ಪರಿಣಾಮಗಳನ್ನು ಯಾಕಾಗಿ ಬಯಸುತ್ತೇವೆ ಎಂದರೆ, ನಾವು ನಮ್ಮೊಳಗೆ ಪ್ರೇಮ, ಖುಷಿ, ಶಾಂತಿ ಮತ್ತು ಸಂತುಷ್ಟಿಯಂಥ ಭಾವನೆಗಳನ್ನು ಅನುಭವಿಸಲು ಬಯಸುವುದರಿಂದ. ಭಾವನೆಗಳನ್ನೇ ನಿಜಕ್ಕೂ ನಾವು ನಮ್ಮ ಬದುಕಿನಲ್ಲಿ ಬಯಸುವಂಥದ್ದು. ವಾಸ್ತವದಲ್ಲಿ

ನಾವು ಭೌತಿಕವಾದ ವಿಷಯಗಳನ್ನು ಬಯಸುವುದಿಲ್ಲ, ಆದರೆ ಅಂತಹ ಭೌತಿಕ ವಿಷಯಗಳು ಪ್ರಾಪ್ತವಾದ ಬಳಿಕವೇ ನಮ್ಮಲ್ಲಿ ಅಂತಹ ಭಾವನೆಗಳು ಸ್ಫುರಿಸುತ್ತವೆ. ಭಾವನೆಗಳಲ್ಲೇ ರಹಸ್ಯಗಳು ಅಡಗಿರುತ್ತವೆ.

ಅಂತಹ ಸತ್ಯಗಳು ಹೇಗೆ ಬೆಳಕಿಗೆ ಬರುತ್ತವೆಂದು ಈ ಪುಸ್ತಕ ಮಾರ್ಗದರ್ಶನ ನೀಡುತ್ತದೆ. ಅದನ್ನು ನೀವು ನಿಮ್ಮ ಹೃದಯದಾಳದಲ್ಲಿ ಮೊದಲೇ ಸಂರಕ್ಷಿಸಿ ಬಂದಿರುತ್ತೀರಿ ಮತ್ತು ನೀವು ನಿಮ್ಮ ಜೀವನಾದ್ಯಂತ ಶೋಧಿಸುತ್ತ ಬಂದ ಆ ಸತ್ಯದ ದರ್ಶನ ನಿಮಗಾಗುತ್ತದೆ.

ಹಾಗಿದ್ದರೆ ಬನ್ನಿ ಈ ಪುಸ್ತಕವನ್ನು ಓದುವ ಮುನ್ನ ಸ್ವಲ್ಪ ಮಾರ್ಗದರ್ಶನ ನೀಡುವೆ.

ಜ್ಞಾನ ಸಂಪಾದನೆಗಿರುವ ಪುಸ್ತಕ ಇದಲ್ಲ. ಇದು ಅಂತ:ರ್ದೃಷ್ಟಿಯ ಅರಿವನ್ನು ಪಡೆಯುವುದಕ್ಕಿದೆ. ಅಂತಃರ್ದೃಷ್ಟಿ (ಬುದ್ಧಿಮತ್ತೆ) ಕೇವಲ ಒಳಗಿನಿಂದ ಲಭಿಸುತ್ತದೆ, ಹಾಗಾಗಿ ಅದನ್ನು ಅಂತಃರ್ದೃಷ್ಟಿ ಎಂದು ಕರೆಯಲಾಗಿದೆ (ಒಳಗಿನ ಕಡೆಗೆ). ನೀವು ಬದುಕಿನಲ್ಲಿ ಯಾವುದರ ಶೋಧನೆಯಲ್ಲಿ ನಿರತರಾಗಿದ್ದಿರೋ, ಅದನ್ನು ಪಡೆಯಲು ನೀವು ನಿಮ್ಮ ಒಳಗೆ ನೋಡಬೇಕಿದೆ ಮತ್ತು ಸದಾ ಅಂತರ್ಗತವಾಗಿರುವ ಅದಕ್ಕೋಸ್ಕರ ತಕ್ಕ ಬುದ್ಧಿಮತ್ತೆಯನ್ನು ನೀವು ಹೊಂದಬೇಕಿದೆ. ಪೂರ್ತಿ ಉತ್ತರ ನಿಮ್ಮ ಆತ್ಮದ ಆಳದಲ್ಲಿ ಹುದುಗಿರುತ್ತವೆ. ಈ ಪುಸ್ತಕ ಸರಿಯಾದ ಸ್ಥಾನದಲ್ಲಿ ಅದನ್ನು ನೀವು ಪತ್ತೆಹಚ್ಚುವುದಕ್ಕೆ ಸಹಾಯ ಒದಗಿಸುತ್ತದೆ. ಯಾವ ವ್ಯಕ್ತಿ ಅದೇನು ಶೋಧನೆಯಲ್ಲಿ ನಿರತನಾಗಿದ್ದನೋ ಅದು ಆತನಿಗೆ ಬಾಹ್ಯದಲ್ಲಿ ದೊರೆಯುತ್ತದೆ ಎಂದು ಮನಗಾಣುವವನ ಕುರಿತು ನಾನು ಪ್ರಶಂಸಿಸುತ್ತೇನೆ. ಆತನ ಯೋಚನೆ ತಪ್ಪಾಗಿದ್ದರೂ, ಒಳ್ಳೆಯ ಅಂಶವೆಂದರೆ ಅದು ಆತನ ಮನಸ್ಸಿನಲ್ಲಿ ಇನ್ನೂ ಆಶಾದಾಯಕವಾಗಿಯೇ ಉಳಿದಿರುವಂಥದ್ದು. ಆಶಾವಾದದ ಹೊರತು ನಾವೇನೂ ಇಲ್ಲವೇ ಇಲ್ಲ. ಹಾಗಾಗಿ ನೀವಿಲ್ಲಿ ಅದೇನನ್ನು ಓದುತ್ತಿದ್ದೀರೋ, ಅದು ನಿಮ್ಮ ಆರೋಗ್ಯ, ಸಾಹಸ ಮತ್ತು ಶಕ್ತಿಯ ಪ್ರತೀಕವಾಗಿರುತ್ತದೆ. ನೀವು ಅದೇನನ್ನು ಶೋಧಿಸುತ್ತಿದ್ದೀರೋ, ಅದು ನಿಮಗೆ ಲಭಿಸುತ್ತದೆ ಎನ್ನುವ ನೂರು ಪ್ರತಿಶತ ಭರವಸೆ ನನಗಿದೆ, ಆದರೆ ನೀವು ನಿಮ್ಮ ಹೃದಯದ ಮಾರ್ಗದಿಂದ ಆಶಾದಾಯಕವಾಗಿ ಸಾಗಬೇಕಿದೆ.

ಸತ್ಯದ ಸಂಕೇತವಿರುವ ಇದೊಂದೇ ಏಕಮಾತ್ರ ಪುಸ್ತಕ ಅಲ್ಲವೆಂದು ನಾನು ಸ್ಪಷ್ಟಪಡಿಸಲು ಬಯಸುತ್ತೇನೆ. ಸತ್ಯ ಪ್ರತಿಯೊಂದು ವಿಷಯದಲ್ಲಿ

ಮತ್ತು ಪ್ರತಿಯೊಬ್ಬ ವ್ಯಕ್ತಿಯಲ್ಲಿ ಅಂತರ್ಗತವಾಗಿರುತ್ತದೆ. ನೀವು ಆಕಾರ (ಭೌತಿಕ)ವನ್ನು ಮೀರಿ ಸತ್ಯ (ಆಧ್ಯಾತ್ಮಿಕ)ದ ಅನುಭವವನ್ನು ಹೊಂದಬೇಕಾಗುತ್ತದೆ. ಈ ಪುಸ್ತಕದಲ್ಲಿ ನೀಡಲಾದ ಶಬ್ದ ಸತ್ಯವಲ್ಲ. ಅದು ಸತ್ಯದ ಕಡೆಗೆ ಸಂಕೇತವನ್ನು ನೀಡುತ್ತದೆಯಷ್ಟೇ. ಶಬ್ದವನ್ನೇ ಮೀರಿ ನೀವು ಸತ್ಯವನ್ನು ನೋಡಬೇಕು. ಬೌದ್ಧಿಕತೆಯಿಂದ ಸತ್ಯವನ್ನು ಹೇಳಲಾಗುವುದಿಲ್ಲ; ಅದನ್ನು ಅನುಭವಿಸಲಷ್ಟೇ ಸಾಧ್ಯ. ಸತ್ಯದ ಭಾವನೆ ಅಂತರಂಗದಲ್ಲಿ ನಿಹಿತವಾಗಿದೆ, ಆದ್ದರಿಂದ ಅದನ್ನು ಶಬ್ದಗಳಲ್ಲಿ ವರ್ಣಿಸಲು ಅಸಾಧ್ಯ.

ನೀವು ಸತ್ಯವನ್ನು ಪಡೆಯಲು ಅಪೇಕ್ಷಿಸಿದರೆ, ಶಬ್ದಗಳನ್ನು ಮೀರಿ ಸಾಗಬೇಕು ಮತ್ತು ಭಾವನೆಗಳನ್ನು ಪತ್ತೆಹಚ್ಚಬೇಕು.

ಯಾರು ಸತ್ಯವನ್ನು ಶೋಧಿಸಲು ಶಕ್ತರಾದರೋ, ಅವರಲ್ಲಿ ಭಾವನೆಗಳ ವರ್ಣನೆ ಪೂರ್ಣ ಶಾಂತಿ, ಬೇಷರತ್ ಪ್ರೇಮ ಮತ್ತು ಅಪಾರ ಖುಷಿಯ ರೂಪದಲ್ಲಿ ಪ್ರಕಟವಾಗಿರುತ್ತದೆ. ಜನರು ಹೇಳುವುದಿದೆ, ಇದು ಅತ್ಯಂತ ಪರಿಚಿತ ಅಪರಿಚಿತ ಭಾವನೆಯಾಗಿದೆ ಅಂತ. ನೀವು ಕಟ್ಟಕಡೆಗೆ ನಿಮ್ಮ ಮನೆಯನ್ನು ತಲುಪಿದ ಅನುಭವ ನಿಮಗಾಗುತ್ತದೆ. ಹಾಗೊಂದು ನಿಮಗೆ ಅನುಭವವಾಗುತ್ತಿದ್ದಂತೆ ನಿಮ್ಮೆದುರಿನ ಎಲ್ಲಾ ವಸ್ತುಗಳು ಬೆಳಗುವಂತೆ ನಿಮಗೆ ತೋರುತ್ತದೆ. ನಿಮ್ಮ ಆತ್ಮದ ಆಳದಲ್ಲಿ ನೀವು ಈಗಾಗಲೆ ತಿಳಿದಿರುವ ವಿಷಯಗಳನ್ನು ನಾನಿಲ್ಲಿ ಪ್ರಸ್ತಾಪಿಸಲು ಬಯಸುವುದಿಲ್ಲ. ಅದರಿಂದಾಗಿ ಸತ್ಯದ ಅನುಭವ ನಿಮಗಾದಾಗ, ಅದೊಂದು ಪರಿಚಿತ ಅಪರಿಚಿತ ಭಾವನೆಯಾಗಿರುತ್ತದೆ.

ಅದರ ಅನುಮಾನವನ್ನು ತಿಳಿಯುವುದಕ್ಕೆ ನೀವು ನಿಮ್ಮ ಬುದ್ಧಿಯನ್ನು ಉಪಯೋಗಿಸಬೇಡಿ–ಹಾಗೆ ನಿಮಗೆ ಮಾಡಲಾಗುವುದಿಲ್ಲ. ನೀವು ಅದನ್ನು ಕಳೆದುಕೊಳ್ಳುವ ಸಂಭವವಿರುತ್ತದೆ. ಒಂದೆರಡು ವಾಕ್ಯಗಳನ್ನು ನೆನಪಿಸಿಕೊಳ್ಳುವುದರಿಂದ ಸತ್ಯ ಹೊರಬೀಳಲಾರದು. ಯಾವುದೇ ಮಗು ಕೂಡಾ ಅದನ್ನು ಮಾಡಲು ಸಾಧ್ಯ ಆದರೆ ಅದನ್ನು ಅರ್ಥ ಮಾಡಿಕೊಳ್ಳಲು ಆಗುವುದಿಲ್ಲ. ಸತ್ಯ ಭಾವನೆಯ ರೂಪದಲ್ಲಿ ಬರುತ್ತದೆ. ನೀವು ಶೋಧಿಸಲು ತೊಡಗಿರುವ ಸತ್ಯ ಮತ್ತು ಬುದ್ಧಿ ಅದರಿಂದಲೇ ಆವಿರ್ಭವಿಸುವಂಥದ್ದು, ಅದರಿಂದಲೇ ನೀವು ಮುಕ್ತರೂ ಆಗುತ್ತೀರಿ. ಅಂತಿಮವಾಗಿ ನಾವು ಅದರ ಅನ್ವೇಷಣೆಯಲ್ಲೇ ತೊಡಗಿದ್ದೇವೆ, ಅಲ್ಲವೇ?

ಈ ಪುಸ್ತಕದಲ್ಲಿ ನಾನೇನು ಪ್ರಕಟಿಸುತ್ತೇನೋ, ಅದು ಸರಳವಾಗಿರುತ್ತದೆ. ಅದು ಬಹಳ ಸರಳವಾಗಿಯೇ ತೋರಿದರೂ, ನಿಮ್ಮ ಮಸ್ತಿಷ್ಕ (ಅಹಂ)

ಅದರ ಜೊತೆಗೆ ಕಾದಾಡುತ್ತ ಅದನ್ನು ಇನ್ನಷ್ಟು ಜಟಿಲವಾಗಿಸಲು ಯತ್ನಿಸಬಹುದು. ಹಾಗೆ ಯೋಚಿಸಿದರೆ ಅದು ಅಷ್ಟೊಂದು ಸರಳವಾಗದು. ಹಾಗೊಮ್ಮೆ ಆದರೆ, ನೆನಪಿಡಿ ಸತ್ಯ ಯಾವಾಗಲೂ ಸರಳವೇ ಆಗಿರುತ್ತದೆ. ಯಾವುದೇ ಜಟಿಲ ವಿಷಯವನ್ನು ಚಿಕ್ಕ ಅಂಶಗಳನ್ನಾಗಿ ಒಡೆಯಲು ಸಾಧ್ಯ. ಸತ್ಯವನ್ನು ಎಂದಿಗೂ ಬಹಳ ಚಿಕ್ಕ ಅಂಶಗಳನ್ನಾಗಿ ಒಡೆಯಲು ಆಗುವುದಿಲ್ಲ, ಹಾಗಾಗಿಯೇ ಅದರಲ್ಲಿ ಸತ್ಯ ಹೊಮ್ಮುತ್ತದೆ. ಆದ್ದರಿಂದಲೇ ಸತ್ಯ ಯಾವತ್ತೂ ಸರಳವಾಗಿರುತ್ತದೆ. ನೀವು ಸತ್ಯವನ್ನು ಶೋಧಿಸಲು ಹೊರಟರೆ, ಸರಳತೆಯ ಶೋಧವನ್ನು ನಡೆಸಿ.

ಸತ್ಯದ ಅನ್ವೇಷಣೆಯಲ್ಲಿರುವವರು ಶುದ್ಧ ಸಂಕಲ್ಪವಿರುವ ಹೃದಯ ಮತ್ತು ತೆರೆದ ಮನಸ್ಸಿನಿಂದ ಈ ಪುಸ್ತಕವನ್ನು ಓದಬೇಕು ಮತ್ತು ಅದರಿಂದ ನೀವು ಅನ್ವೇಷಣೆಯಲ್ಲಿ ತೊಡಗಿ ಪಡೆಯಲು ಬಯಸುವ ಪ್ರತಿಯೊಂದು ವಿಷಯವೂ ನಿಮಗೆ ಪ್ರಾಪ್ತವಾಗುತ್ತವೆ.

ನೀವು ಇದನ್ನು ಓದುತ್ತಿರುವುದಕ್ಕಾಗಿ ಮತ್ತು ನಿಮ್ಮ ಸಮಯ ಹಾಗೂ ಗಮನವನ್ನು ನನಗೆ ನೀಡುತ್ತಿರುವುದರಿಂದ ನಿಮಗೆ ನನ್ನ ಕೃತಜ್ಞತೆಗಳನ್ನು ಅರ್ಪಿಸಲು ಬಯಸುತ್ತೇನೆ. ಇವು ಜೀವಮಾನದ ಅತ್ಯಂತ ಶಕ್ತಿಯುತವಾದ ಮೌಲ್ಯಗಳಾಗಿದ್ದು, ಇದನ್ನು ನೀವು ಯಾರಿಗೂ ನೀಡಲು ಸಾಧ್ಯವಾಗುತ್ತದೆ. ಅಂತಹ ಕೊಡುಗೆಗೆ ಕಾರಣವಾಗುವ ನಿಮಗೆ ಧನ್ಯವಾದಗಳು. ಇದನ್ನು ನೀವು ಸ್ವತಃ ನಿಮಗೂ ನೀಡಲು ಸಾಧ್ಯ. ನಿಮ್ಮಲ್ಲಿರುವ ದೈವತ್ವವನ್ನು ಎಂದಿಗೂ ಮರೆಯದಿರಿ, ಯಾಕೆಂದರೆ ನಮ್ಮಲ್ಲಿರುವ ದೈವತ್ವದಿಂದಾಗಿಯೇ ನಾವು ಮಾನವರಾಗಿದ್ದೇವೆ.

ಪ್ರೀತಿ ಮತ್ತು ಜ್ಯೋತಿಯ ಜೊತೆಗೆ

ಜೋಸೆಫ್

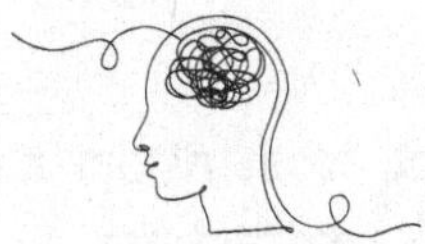

1

ಕಷ್ಟಗಳ ಮೂಲ ಕಾರಣವನ್ನು ಶೋಧಿಸುವ ಪಯಣ

“

ಜನರಿಗೆ ತಮ್ಮ ಸಂಕಟಗಳಿಂದ ಹೊರಬರಲು
ಕಷ್ಟವಾಗುತ್ತದೆ.
ಅಜ್ಞಾತ ಭಯಗಳಿಗಿಂತ ಅವರು ತಮಗೆ ಚಿರಪರಿಚಿತ
ಸಂಕಟಗಳನ್ನು ಹೆಚ್ಚು ಇಷ್ಟಪಡುತ್ತಾರೆ.

”

ಟಿಕ್ ನ್ಯಟ್‌ಹನ್

ಸಂಕಷ್ಟಗಳ ವಿಷಯವಾಗಿ ಮಾತಾಡುವ ಸಮಯ ಒಂದು ಮಹತ್ವಪೂರ್ಣ ವ್ಯತ್ಯಾಸವನ್ನು ಗುರುತಿಸುವುದು ಅಗತ್ಯ. ನಾನೀ ಪುಸ್ತಕದಲ್ಲಿ ಸಂಕಷ್ಟಗಳ ಕುರಿತಂತೆ ಉಲ್ಲೇಖಿಸುವಾಗ, ಅದು ಮನೋವೈಜ್ಞಾನಿಕ ಮತ್ತು ಭಾವನಾತ್ಮಕ ಸಂಕಷ್ಟದ ಕುರಿತಾಗಿರುತ್ತದೆ. ನಿಮ್ಮ ಬದುಕಿನಲ್ಲಿ ಏನೇ ಸಂಭವಿಸಲಿ, ಒಂದು ರೀತಿಯಿಂದ ನೀವು ಮನೋವೈಜ್ಞಾನಿಕ ಮತ್ತು ಭಾವನಾತ್ಮಕ ಸಂಕಷ್ಟಗಳನ್ನು ಅನುಭವಿಸುವ ಪ್ರಮೇಯವಿರುವುದಿಲ್ಲ.

ಅಂತಹ ಕಷ್ಟಗಳು ಕೇವಲ ನಮ್ಮ ಮನಸ್ಸಿನಲ್ಲಿರುತ್ತದೆ ಅಥವಾ ನಾವು ಹಾಗೊಂದು ನಾಟಕವಾಡುತ್ತೇವೆ ಎಂದು ನಾನು ಹೇಳುವುದಿಲ್ಲ. ಜನರಲ್ಲಿ ಪ್ರತಿದಿನ ಬಹಳ ಕೆಟ್ಟ ರೀತಿಯ ಮತ್ತು ದೌರ್ಭಾಗ್ಯದಿಂದ ಕೂಡಿದ ಘಟನೆಗಳು ನಡೆಯುತ್ತಲೇ ಇರುತ್ತವೆ. ಆ ಮೂಲಕ ನಮ್ಮಲ್ಲಿ ಬಹಳಷ್ಟು ನೋವಿನ ಅನುಭವ ವ್ಯಕ್ತವಾಗುತ್ತದೆ ಎಂದು ನಾನು ಹೇಳುತ್ತೇನೆ. ಆದರೆ ಸಂಕಷ್ಟಗಳು ನಿಜಕ್ಕೂ ಕಾಲ್ಪನಿಕವಿರುತ್ತವೆ. ಬೇರೆ ಶಬ್ದಗಳಲ್ಲಿ ಹೇಳುವುದಾದರೆ, ನೋವಿನಿಂದ ಪಾರಾಗುವುದು ಸಾಧ್ಯವಾಗದು ಆದರೆ ಕಷ್ಟಗಳಿಂದ ಪಾರಾಗಲು ಸಾಧ್ಯವಾಗುತ್ತದೆ. ನಮ್ಮ ಬದುಕಿನಲ್ಲಿ ಸಂಭವಿಸುತ್ತಿರುವ ಘಟನೆಗಳನ್ನು ಮತ್ತು ಪರಿಸ್ಥಿತಿಗಳನ್ನು ನಾವು ಹೇಗೆ ನಿಭಾಯಿಸಿ ಪ್ರತಿಕ್ರಿಯಿಸುತ್ತೇವೆ, ಅದು ನಮ್ಮ ಮೇಲೆಯೇ ಅವಲಂಬಿಸಿರುತ್ತದೆ. ಅದರಿಂದಲೇ ನಾವು ಕಷ್ಟವನ್ನು ಸಹಿಸುತ್ತೇವೆಯೋ ಇಲ್ಲವೋ ಎಂಬುದು ನಿರ್ಧರಿಸಲ್ಪಡುತ್ತದೆ.

ಬುದ್ಧ ಹೇಳಿದ, ನಾವು ಬದುಕಿನಲ್ಲಿ ಎಂದಾದರೂ ನಕಾರಾತ್ಮಕ ಘಟನೆಯ ಅನುಭವವನ್ನು ಹೊಂದುವಾಗ, ಎರಡು ಬಾಣಗಳು ನಮ್ಮತ್ತ ಸಾಗಿ ಬರುತ್ತವೆಯಂತೆ. ಶರೀರದಲ್ಲಿ ಬಾಣ ತಾಗುವುದರಿಂದ ನೋವುಂಟಾಗುತ್ತದೆ. ಎರಡನೇದ್ದು ಭಾವನಾತ್ಮಕವಾದ ಬಾಣ ತಗಲುವುದರಿಂದ ಇನ್ನಷ್ಟು ಹೆಚ್ಚು ನೋವು ಉಂಟಾಗುತ್ತದೆ.

ಬುದ್ಧ ಅದನ್ನು ಹೀಗೆ ಸ್ಪಷ್ಟಪಡಿಸಿದ್ದ, "ಬದುಕಿನಲ್ಲಿ ನಾವು ಮೊದಲ ಬಾಣವನ್ನು ಯಾವತ್ತೂ ನಿಯಂತ್ರಿಸಲು ಆಗುವುದಿಲ್ಲ, ಆದರೆ ಎರಡನೆ ಬಾಣ ಮೊದಲ ಬಾಣದ ಕುರಿತಾದ ನಮ್ಮ ಪ್ರತಿಕ್ರಿಯೆಯಾಗಿರುತ್ತದೆ, ಎಂದರೆ ಅದು ಕಾಲ್ಪನಿಕವಿರುತ್ತದೆ."

ಬುದ್ಧನ ಈ ವ್ಯಾಖ್ಯಾನವನ್ನು ನಾನು ಮೊದಲ ಸಲ ಕೇಳಿದಾಗ, ನನಗೆ ಸರಿಯೆನಿಸಿತು, ಆ ಮಾತುಗಳು ನನಗೆ ಅರ್ಥವೂ ಆದವು, ಆದರೆ ನನ್ನ ಬದುಕಿನಲ್ಲಿ ಅದನ್ನು ಹೇಗೆ ಅಳವಡಿಸಿಕೊಳ್ಳಬಹುದೆಂದು ನನಗೆ ತಿಳಿಯಲಿಲ್ಲ. ಯಾರಿಗೇ ಆಗಲಿ, ಕಷ್ಟವನ್ನು ಎದುರಿಸುವ ಅಥವಾ ಎದುರಿಸದೆ ಇರುವುದರೊಳಗೆ ಸ್ಪಷ್ಟ ಆಯ್ಕೆಯನ್ನು ಮಾಡಲು ಹೇಳಿದರೆ, ಯಾರೂ ಕೂಡಾ ಬುದ್ಧಿ ಸ್ಥಿಮಿತದಲ್ಲಿರುವ ವ್ಯಕ್ತಿ, ಕಷ್ಟವನ್ನು ಎದುರಿಸುವ ಕಲ್ಪನೆಯನ್ನು ಆಯ್ಕೆ ಮಾಡುತ್ತಾನೆ ಎಂದು ನನಗನಿಸುತ್ತದೆ.

ನಾನು ಕಷ್ಟವನ್ನು ಎದುರಿಸದಿರುವ ಆಯ್ಕೆಯನ್ನು ಹೇಗೆ ಮಾಡಲು ಸಾಧ್ಯ? ಅದು ಅಷ್ಟೊಂದು ಸುಲಭದ ವಿಧಾನವಾಗಿದ್ದರೆ ಯಾವನೇ ಕಷ್ಟವನ್ನು ಯಾತಕ್ಕಾಗಿ ಎದುರಿಸಲು ಬಯಸುತ್ತಾನೆ? ಹಲವು ವರ್ಷಗಳ ಬಳಿಕ ಕಷ್ಟಗಳು ಎಲ್ಲಿಂದ ಬರುತ್ತವೆ ಎಂದು ನನಗೆ ವೇದ್ಯವಾಯಿತು. ಅದರಿಂದ ಅಂತಹ ಕಷ್ಟಗಳನ್ನು ಅದರ ಮೂಲದಿಂದಲೇ ಕಿತ್ತೆಸೆಯಲು ಸಾಧ್ಯವಾಯಿತು.

ಆತ್ಮ-ಸುಧಾರಣೆಯ ನನ್ನ ಯಾತ್ರೆಯಲ್ಲಿ ಬಹಳಷ್ಟು ವಿವೇಚನೆ, ಅಧ್ಯಯನ ಮತ್ತು ಪ್ರಣಾಲಿಗಳನ್ನು ಅನುಸರಿಸುವತ್ತ ನನ್ನ ಸಂಪರ್ಕಕ್ಕೆ ಬಂದ ವಿಚಾರಗಳಿಂದ ಜನರ ಸಮಸ್ಯೆಗಳನ್ನು ಪರಿಹರಿಸಲು ನನಗೆ ಸಾಧ್ಯವಾಗುತ್ತಿತ್ತು. ನಾನು ಸಾವಿರಾರು ಅಲ್ಲ ಲಕ್ಷಗಟ್ಟಲೆ ಪುಸ್ತಕಗಳನ್ನು ಓದಿದೆ, ಮನೋವಿಜ್ಞಾನದ ಅಧ್ಯಯನ ಮಾಡಿದೆ, ಥೆರಾಪಿಸ್ಟ್‌ಗಳ ಬಳಿಗೆ ಹೋದೆ, ಅನೇಕ ವೈಚಾರಿಕ ನಾಯಕರುಗಳ ವ್ಯಾಖ್ಯಾನಗಳನ್ನು ಆಲಿಸಿದೆ, ನನ್ನ ಅಭ್ಯಾಸಗಳನ್ನು ಬದಲಿಸಲು ಪ್ರಯತ್ನಿಸಿದೆ, ಮುಂಜಾನೆ 4 ಗಂಟೆಗೆ ಎದ್ದೆ, ನನ್ನ ಆಹಾರವನ್ನು ಬದಲಿಸಿದೆ, ಹೆಚ್ಚೆಚ್ಚು ಶ್ರದ್ಧೆ ಮತ್ತು ನಿಯಮಗಳನ್ನು ಅನುಸರಿಸತೊಡಗಿದೆ, ಸುಪ್ತಪ್ರಜ್ಞಾ ಮನಸ್ಸಿನ ಜೊತೆಗೆ ಶಾಡೋ ವರ್ಕ್ ಮಾಡಿದೆ, ವ್ಯಕ್ತಿತ್ವಗಳ ವಿವಿಧ ಪ್ರಕಾರಗಳನ್ನು ಅಧ್ಯಯನ ಮಾಡಿದೆ, ಪ್ರತಿದಿನ ಧ್ಯಾನ ಮಾಡಿದೆ, ಆಧ್ಯಾತ್ಮಿಕ ಸಂಕಿರಣಗಳಲ್ಲಿ ಭಾಗವಹಿಸಿದೆ, ಆಧ್ಯಾತ್ಮಿಕ ಗುರುಗಳನ್ನು ಅನುಸರಿಸಿದೆ ಮತ್ತು ಬಹಳಷ್ಟು ಪ್ರಾಚೀನವೆನಿಸುವ ಧರ್ಮಗಳ ಬಗೆಗೆ ಶೋಧನೆ ನಡೆಸಿದೆ.

ನೀವು ಯಾವುದೇ ವಿಷಯದ ಬಗ್ಗೆ ಪ್ರಸ್ತಾಪ ಮಾಡಿ, ಅವನ್ನೆಲ್ಲ ನಾನು ಕೂಲಂಕಷವಾಗಿ ಅಧ್ಯಯನ ಮಾಡಿದ್ದೇ ಆಗಿರುತ್ತದೆ. ನಾನು ಉತ್ತರವನ್ನು ಅನ್ವೇಷಿಸುವುದಕ್ಕೆ ಬಹಳಷ್ಟು ಉತ್ಕಟವಾಗಿ ಯತ್ನಿಸಿದ್ದಿದೆ ಮತ್ತು ಅಂತಹ ಕಾರ್ಯಾಚರಣೆಯಲ್ಲಿ ನಾನು ಸ್ವತಃ ನನ್ನ ಜೀವನದಲ್ಲಿ ಕಷ್ಟಗಳನ್ನು ಹೇಗೆ ನಿಭಾಯಿಸುವುದು, ಅಂತೆಯೇ ಅನ್ಯರಿಗೆ ಹೇಗೆ ಸಹಾಯ

ಮಾಡಲು ಸಾಧ್ಯ ಎಂಬುದನ್ನು ನಿರೀಕ್ಷಿಸುತ್ತಿದ್ದೆ. ಆದರೆ ಅನ್ಯರ ಸಹಾಯದಲ್ಲಿ ನನಗೆ ಸ್ವಲ್ಪ ಮಟ್ಟಿಗೆ ಸುಧಾರಣೆ ತರಲು ಸಾಧ್ಯವಾದರೂ, ನನ್ನ ಕಷ್ಟಗಳು ದೂರವಾಗಲಿಲ್ಲ. ಅದೇ ವೇಳೆ ನಾನು ಪ್ರತಿನಿತ್ಯ ನನ್ನ ಬದುಕಿನಲ್ಲಿ ಬಹಳಷ್ಟು ಆತಂಕದಿಂದ, ಭಯಭೀತನಾಗಿ, ಅಸಂತುಷ್ಟಿ, ಒತ್ತಡ, ಅಡೆತಡೆ, ನಿರಾಶೆ, ಕುಸಿತವನ್ನು ಅನುಭವಿಸಬೇಕಾಯಿತು. ಇಷ್ಟೆಲ್ಲ ಮಾಡಿದ ಮೇಲೂ ನನಗೆ ನಿಜವಾದ ಸತ್ಯದ ದರ್ಶನವಾಗದೆ, ಪ್ರಾಮಾಣಿಕವಾಗಿ ಹೇಳುವುದಿದ್ದರೆ, ನನ್ನ ಅಭಿಯಾನದಲ್ಲಿ ಮೊದಲಿಗಿಂತಲೂ ಹೆಚ್ಚು ಜಂಜಾಟವನ್ನು, ಶೂನ್ಯತೆಯನ್ನು ಅನುಭವಿಸಬೇಕಾಯಿತು.

ನಾನು ಉದ್ಧೇಶರಹಿತ, ನಿರಾಶೆಯ ಮತ್ತು ದಿಕ್ಕುದೆಸೆಯಿಲ್ಲದೆ ಸಾಗಿದೆ. ಈಗೇನು ಮಾಡಬೇಕೆಂದೇ ನನಗೆ ತಿಳಿಯದಾಯಿತು. ಎಲ್ಲಿಂದ ನನಗೆ ಸಾಂತ್ವನ ಸಿಗಬಹುದು, ಯಾರಲ್ಲಿ ಹೇಳಿಕೊಳ್ಳಲಿ ಎಂದು ತಿಳಿಯದಾಯಿತು. ಬಹಳಷ್ಟು ಅಂಧಕಾರದ ಮಜಲನ್ನು ದಾಟಿದ ಮೇಲಷ್ಟೇ ನನಗೆ ಅದೇನೋ ಆಶಾಕಿರಣವೊಂದರ ದರ್ಶನವಾಯಿತು.

ವರ್ಷಾನುಗಟ್ಟಲೆ ಅನ್ವೇಷಣೆಯ ಬಳಿಕ ಆಕಸ್ಮಿಕವಾಗಿ ನನಗೊಬ್ಬ ಮೊದಲ ಬಾರಿಗೆ ಮಾರ್ಗದರ್ಶಕರೊಬ್ಬರು ಸಿಕ್ಕರು ಮತ್ತು ನಾನು ತರಬೇತುದಾರನಾಗಲು ನನಗೆ ಕಲಿಸಿದರು. ನನ್ನ ಸಂಕಷ್ಟಗಳನ್ನು ಹೇಗೆ ನಿಭಾಯಿಸಬಹುದೆಂದು ಅವರು ನನಗೆ ತಿಳಿಸಿದರು.

ಉತ್ತರವೆಂದರೆ ಇಷ್ಟೇ, ನಮ್ಮ ಸಂಕಷ್ಟಗಳು ಹೇಗೆ ಕೆಲಸ ಮಾಡುತ್ತವೆ ಮತ್ತು ಮನುಷ್ಯ ಅದನ್ನು ಹೇಗೆ ಅನುಭವಿಸುತ್ತಾನೆ ಎಂಬುದಾಗಿತ್ತು.

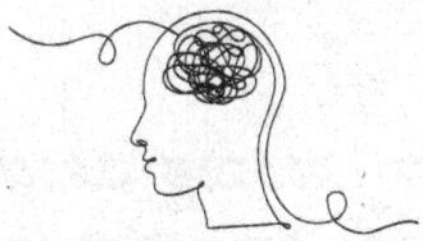

2

ಎಲ್ಲಾ ಕಷ್ಟಗಳ ಮೂಲ ಕಾರಣ

“

ಯಾರು ತನ್ನ ಸುತ್ತಮತ್ತ ನೋಡುತ್ತಾನೋ,
ಅವನೇ ತಿಳುವಳಿಕೆಯುಳ್ಳವ;
ಯಾರು ತನ್ನ ಒಳಗಡೆ ನೋಡುತ್ತಾನೋ, ಅವನೇ
ಜ್ಞಾನಿಯಾಗಿರುತ್ತಾನೆ.

”

ಮೈತ್ರೋನಾ ಡೆಲಿವೆಯೋ

ನಾವು ವಾಸ್ತವದವರಲ್ಲ, ಯೋಚನೆಗಳ ನಡುವೆ ಬದುಕನ್ನು ಸಾಗಿಸುತ್ತೇವೆ. ಸಿಡ್ನಿ ಬ್ಯಾಂಕ್ ಹೇಳಿದ್ದರು, "ಯೋಚನೆಗಳು ವಾಸ್ತವವಾಗಿರುವುದಿಲ್ಲ, ಆದರೆ ಯೋಚನೆಗಳ ಮೂಲಕವೇ ನಮ್ಮ ವಾಸ್ತವಿಕತೆ ನಿರ್ಮಾಣವಾಗುತ್ತದೆ."

ನಮ್ಮಲ್ಲಿ ಪ್ರತಿಯೊಬ್ಬರೂ ತಮ್ಮ ತಮ್ಮ ಅನುಭೂತಿಗಳಿಂದ ಪ್ರಪಂಚದಲ್ಲಿ ಜೀವಿಸುತ್ತೇವೆ, ಅದು ನಮ್ಮ ಪಕ್ಕದಲ್ಲಿರುವವನಿಗಿಂತ ಬಹಳಷ್ಟು ಭಿನ್ನವಾಗಿರುತ್ತದೆ. ಈವೊಂದು ಉದಾಹರಣೆಯನ್ನು ನೋಡಿ. ನೀವೊಂದು ಕಾಫಿ ಶಾಪ್‌ನಲ್ಲಿ ಕುಳಿತ್ತಿದ್ದೀರಿ ಎಂದು ಭಾವಿಸಿ. ನಿಮ್ಮಲ್ಲಿ ನಾಲ್ಕೂ ದಿಸೆಗಳಿಂದ ಸಾಕಷ್ಟು ಅಸ್ತಿತ್ವವಾದೀ ಸಂಕಟಗಳು ಇರುತ್ತವೆ ಎಂದಿಟ್ಟುಕೊಳ್ಳಿ, ಅದರಿಂದ ನಿಮ್ಮಲ್ಲಿ ಆತಂಕವಿರುತ್ತದೆ, ಅದರಿಂದ ಜೀವನದಲ್ಲಿ ನೀವೇನು ಮಾಡಬೇಕೆಂದು ತಿಳಿಯುವುದಿಲ್ಲ, ಪ್ರತಿಯೊಬ್ಬರಿಗೂ ನಿಮ್ಮ ಈ ಆತಂಕ ಗೊತ್ತಿದೆ ಎನ್ನುವಂತಿರುತ್ತದೆ. ಇನ್ನೊಂದೆಡೆ, ನಿಮ್ಮ ಪಕ್ಕದಲ್ಲಿ ಕುಳಿತಿರುವ ವ್ಯಕ್ತಿ ಕಾಫಿಯ ಸ್ವಾದವನ್ನು ಮೆಲ್ಲುತ್ತ ಆನಂದ ಮತ್ತು ಖುಷಿಯಿಂದ ಅದನ್ನು ಕುಡಿಯುತ್ತಿರಬಹುದು. ನೀವಿಬ್ಬರೂ ಒಂದೇ ಕಾಫಿ ಶಾಪ್‌ನಲ್ಲಿ ಇದ್ದೀರಿ, ನಿಮ್ಮಿಬ್ಬರಿಗೂ ಒಂದೇ ಬಗೆಯ ಪರಿಮಳ ಸೂಸುತ್ತಿದೆ, ನಿಮ್ಮಿಬ್ಬರ ಸುತ್ತ ಎಲ್ಲ ಅಪರಿಚಿತರಿದ್ದಾರೆ, ಆದರೆ ನಿಮ್ಮಿಬ್ಬರಿಗೂ ಪ್ರಪಂಚ ಭಿನ್ನವಾಗಿ ಗೋಚರಿಸುತ್ತದೆ. ನಮ್ಮಲ್ಲಿ ಅನೇಕ ಸಮಾನವಾದ ಘಟನೆಗಳು ಜರಗುತ್ತವೆ ಅಥವಾ ಒಂದು ಅವಧಿಯಲ್ಲಿ ಒಂದೇ ಜಾಗದಲ್ಲಿರುತ್ತೇವೆ, ಆದರೆ ನಮಗೆ ಪ್ರಪಂಚದ ಭಿನ್ನ ಅನುಭವಗಳಾಗುತ್ತವೆ.

ಇಲ್ಲೊಂದು ಇನ್ನೊಂದು ಉದಾಹರಣೆ, ನಾವು ವಾಸ್ತವದಲ್ಲಿಲ್ಲ ಬದಲಾಗಿ ಯೋಚನೆಗಳಲ್ಲೇ ಮುಳುಗಿರುತ್ತೇವೆ ಅಂತ. ಹಣದ ಕುರಿತಂತೆ ನೀವು 100 ಜನರನ್ನು ಅವರ ಅಭಿಪ್ರಾಯವನ್ನು ಕೇಳಿ. ನಿಮಗೆ ಎಲ್ಲರಿಂದಲೂ ವಿಧ ವಿಧವಾದ ಉತ್ತರಗಳು ಬರುತ್ತವೆ.

ಹಣ ತಾಂತ್ರಿಕ ದೃಷ್ಟಿಯಿಂದ ಎಲ್ಲವೂ ಒಂದೇ, ಆದರೆ ಅದರ ಅರ್ಥ ಪ್ರತಿಯೊಬ್ಬರಿಗೂ ಭಿನ್ನವಾಗಿರುತ್ತದೆ. ಹಣದ ಅರ್ಥ, ಸಮಯ, ಸ್ವಾತಂತ್ರ್ಯ, ಅವಕಾಶ, ಸುರಕ್ಷತೆ ಅಥವಾ ಮಾನಸಿಕ ಶಾಂತಿಯಾಗಬಹುದು ಅಥವಾ ಅದರರ್ಥ ಕೆಟ್ಟದ್ದು, ಲೋಭ ಮತ್ತು ಅಪರಾಧದ ಕಾರಣವಾಗಿರಬಹುದು.

ಇದರಲ್ಲಿ ನಿಜಕ್ಕೂ ಯಾವುದು ಸರಿ ಎಂದು ನಾನು ಪರಿಗಣಿಸುವುದಿಲ್ಲ (ಸಂಕೇತ: ಯಾವುದು ಸರಿ ಅಥವಾ ಅಲ್ಲ ಎನ್ನುವುದು ಉತ್ತರವಲ್ಲ, ಈ ಕುರಿತಂತೆ ನಾನು ಇನ್ನೊಂದು ಪ್ರತ್ಯೇಕ ಅಧ್ಯಾಯದಲ್ಲಿ ಮಾತಾಡುತ್ತೇನೆ).

ಈ ವಿಷಯದಲ್ಲಿ ಇನ್ನೊಂದು ಉದಾಹರಣೆಯನ್ನು ನೋಡಿ : ನೀವು 100 ಜನರ ಪ್ರತ್ಯೇಕ ಸರ್ವೆ ಮಾಡಿ ಮತ್ತು ನಮ್ಮ ಪ್ರಸ್ತುತ ರಾಷ್ಟ್ರಪತಿಯವರ ಕುರಿತು ಅವರ ಅಭಿಪ್ರಾಯವನ್ನು ಕೇಳಿ, ನಿಮಗೆ ಎಷ್ಟೊಂದು ಭಿನ್ನವಾದ ಅಭಿಪ್ರಾಯಗಳು ಸಿಗುತ್ತವೆ ಎಂದು ಗೊತ್ತೇ?

ಒಬ್ಬನೇ ವ್ಯಕ್ತಿಯ ಬಗ್ಗೆಯೇ ನಾವು ಮಾತಾಡುತ್ತಿದ್ದರೂ ನಮಗೆ ವಿಭಿನ್ನ ಅಭಿಪ್ರಾಯಗಳು ಸಿಗುತ್ತವೆ, ಯಾಕೆಂದರೆ ಬಹುತೇಕ ಜನರು ತಮ್ಮದೇ ಯೋಚನೆಗಳಲ್ಲಿ ಮತ್ತು ಪ್ರಪಂಚದ ಅನುಭೂತಿಗಳೊಂದಿಗೆ ಜೀವಿಸುತ್ತಾರೆ. ನಾವು ಯಾವುದೇ ಘಟನೆಯನ್ನು ಅರ್ಥವಿಸುವಾಗ (ಅಥವಾ ಯೋಚಿಸುವಾಗ), ಅದರ ಬಗೆಗೆ ನಾವೇನು ಭಾವಿಸುತ್ತೇವೆ ಎಂಬುದು ಅಲ್ಲೇ ನಿರ್ಧಾರವಾಗುತ್ತದೆ. ಅಂತಹ ಅರ್ಥ ಅಥವಾ ಯೋಚನೆ ಒಂದು ಫಿಲ್ಟರ್ ಆಗಿರುತ್ತದೆ, ಅದರಿಂದಲೇ ನಾವು ವಿಶ್ವವನ್ನು ನೋಡುತ್ತೇವೆ, ಹಾಗಾಗಿ ನಾವು ವಾಸ್ತವವನ್ನಲ್ಲ, ವಾಸ್ತವಿಕತೆಯ ಅನುಭೂತಿಯಲ್ಲಿ ಜೀವಿಸುತ್ತಿರುತ್ತೇವೆ. ವಾಸ್ತವವೆಂದರೆ ಕೇವಲ ಒಂದು ಘಟನೆ ನಡೆಯಿತು, ಅದಕ್ಕೇನೂ ಅರ್ಥವಿರಲಿಲ್ಲ, ಯೋಚನೆಗಳಿರಲಿಲ್ಲ ಅಥವಾ ವ್ಯಾಖ್ಯೆಗಳೂ ಇದ್ದಿರಲಿಲ್ಲ.

ನಾವು ಘಟನೆಗೆ ಯಾವುದೇ ಅರ್ಥ ಅಥವಾ ಯೋಚನೆಯನ್ನು ನೀಡುತ್ತೇವೆ ಎಂದಾದರೆ, ಅದು ನಮ್ಮ ಮೇಲೆ ನಿರ್ಧರಿತವಾಗುತ್ತದೆ ಮತ್ತು ಅದೇ ರೀತಿಯಲ್ಲಿ ನಮ್ಮಲ್ಲಿನ ಅನುಭೂತಿ ಉತ್ಪನ್ನವಾಗುತ್ತದೆ. ಅದೇ ರೀತಿಯಲ್ಲಿ ಜೀವನದಲ್ಲಿನ ನಮ್ಮ ಅನುಭವ ಒಳಗಿನಿಂದ ಹೊರಗೆ ಪ್ರವಹಿಸುತ್ತದೆ.

ನಮ್ಮ ಬದುಕಿನಲ್ಲಿ ನಡೆಯುವ ಘಟನೆಗಳಲ್ಲ, ಬದಲಾಗಿ ಅದರ ಬಗೆಗೆ ನಮ್ಮ ವ್ಯಾಖ್ಯೆಗಳೇನಿರುತ್ತವೆ ಅದಕ್ಕನುಗುಣವಾಗಿ ಅದು ಒಳ್ಳೆಯದೋ ಕೆಟ್ಟದ್ದೋ ಎಂಬುದಾಗಿ ಅನುಭವಕ್ಕೆ ಬರುತ್ತವೆ. ಹಾಗಾಗಿಯೇ ಶ್ರೀಮಂತ ದೇಶಗಳ ಜನರಿಗಿಂತ ಬಡ ದೇಶದ ಜನರು ಹೆಚ್ಚು ಸುಖಿಗಳಂತೆ ತೋರುತ್ತಾರೆ ಮತ್ತು ಶ್ರೀಮಂತ ದೇಶದ ಜನರು ಬಡ ದೇಶದ ಜನರಿಗಿಂತ ಹೆಚ್ಚು ದುಃಖಿಗಳಂತಿರುತ್ತಾರೆ.

ನಮ್ಮ ಭಾವನೆಗಳು ಬಾಹ್ಯ ಘಟನೆಗಳಿಂದ ಉತ್ಪನ್ನವಾಗುವುದಿಲ್ಲ.

ಅದು ಆ ಘಟನೆಗಳ ಬಗೆಗಿನ ನಮ್ಮ ಯೋಚನೆಗಳಿಂದ ಉತ್ಪನ್ನವಾಗುತ್ತವೆ. ಹಾಗಾಗಿ ನಾವೇನು ಯೋಚಿಸುತ್ತೇವೋ ಆ ಪ್ರಕಾರವಾಗಿಯೇ ನಾವು ಅನುಭವವನ್ನು ಹೊಂದುತ್ತೇವೆ.

ನೀವು ನಿಮ್ಮ ನೌಕರಿಯನ್ನು ಹೇಸುತ್ತಿದ್ದೀರಿ ಎಂದು ಬಗೆಯುವ. ಅದರಿಂದ ನಿಮಗೆ ಭಾರೀ ಆತಂಕ, ಚಿಂತೆ ಮತ್ತು ಕುಸಿತ ಅನುಭವಕ್ಕೆ ಬರುತ್ತವೆ. ನಿಮಗೆ ನಿಮ್ಮ ಆಫೀಸಿರುವ ಕಟ್ಟಡದೊಳಗೆ ಕಾಲನ್ನಿರಿಸುವಾಗಲೇ ಬೇಸರ ಉತ್ಪನ್ನವಾಗುತ್ತದೆ. ನಿಮ್ಮ ಉದ್ಯೋಗದ ಕುರಿತು ಯೋಚಿಸುವಾಗಲೇ ನಿಮ್ಮಲ್ಲಿ ಚಿಂತೆ ಆವರಿಸಿಕೊಳ್ಳುತ್ತದೆ. ನೀವು ನಿಮ್ಮ ಉದ್ಯೋಗದ ಬಗ್ಗೆ ಯೋಚಿಸುತ್ತಲೇ ನಿಮ್ಮ ಪರಿವಾರದ ಜೊತೆಗೆ ಸೋಫಾದಲ್ಲಿ ಕುಳಿತು ಟಿವಿ ನೋಡುತ್ತಿದ್ದೀರಿ ಎನ್ನೋಣ, ನೀವು ನಿಮ್ಮ ಉದ್ಯೋಗದ ಕುರಿತೇ ಯೋಚಿಸುತ್ತಿರುವುದರಿಂದ ನಿಮಗೆ ಸಿಟ್ಟು ಬರುತ್ತದೆ. ಎಲ್ಲರೂ ಸಂತಸದಿಂದ ಟಿವಿ ನೋಡುತ್ತಿದ್ದಾರೆ, ಆದರೆ ನೀವು ಹಾಗಿರುವುದಿಲ್ಲ.

ಈ ಸಮಯದಲ್ಲಿ ನಿಮ್ಮ ಪರಿವಾರದ ಪ್ರತಿಯೊಬ್ಬ ವ್ಯಕ್ತಿಯ ಜೀವನಾನುಭವ ಭಿನ್ನ, ಆದರೆ ಘಟನೆ ಸಮಾನವಾಗಿರುತ್ತದೆ.

ನಿಮಗೆ ಕೇವಲ ನಿಮ್ಮ ಉದ್ಯೋಗದ ಯೋಚನೆಯಷ್ಟೇ ನಿಮ್ಮನ್ನು ವಾಸ್ತವಿಕತೆಯಿಂದ ಬೇರೆಯೇ ಅನುಭೂತಿಗೆ ಒಯ್ಯುತ್ತದೆ, ನೀವು ಈ ಸಮಯದಲ್ಲಿ ಆಫೀಸಿನಲ್ಲಿ ಇದ್ದಿರದಿದ್ದರೂ ಕೂಡಾ ಹಾಗನಿಸುತ್ತದೆ.

ಬಾಹ್ಯ ಘಟನೆಗಳು ನಮ್ಮ ಒಳಗಿನ ಭಾವನೆಗಳನ್ನು ಉತ್ಪನ್ನ ಮಾಡುತ್ತಿದ್ದರೆ, ನೀವು ನಿಮ್ಮ ಮನೆಯ ಲಿವಿಂಗ್ ರೂಮ್‌ನಲ್ಲಿ ಪರಿವಾರದ ಇತರ ಸದಸ್ಯರ ಜೊತೆಗೆ ಆರಾಮದಿಂದ ಟಿವಿಯನ್ನು ನೋಡಬಹುದಾಗಿತ್ತು- ಆದರೆ ಹಾಗಾಗಲಿಲ್ಲ.

ನಿಮ್ಮ ಬಾಹ್ಯ ಘಟನೆಯ ಪ್ರಯುಕ್ತ, ಎಂದರೆ ನಿಮ್ಮ ಉದ್ಯೋಗದ ನಿಮಿತ್ತ ನೀವು ಆತಂಕಿತ ಹಾಗೂ ಚಿಂತಾಮಗ್ನರಾಗಿ ಅನುಭವಿಸುತ್ತಿದ್ದಿರಿ ಎಂದು ಹೇಳಬಹುದು. ಈ ವಿಷಯದಲ್ಲಿ ನಾನೊಂದು ಪ್ರಶ್ನೆಯನ್ನು ಕೇಳಲು ಬಯಸುತ್ತೇನೆ, ಆ ಆಫೀಸಿನ ಪ್ರತಿಯೋರ್ವ ವ್ಯಕ್ತಿ ಆ ಉದ್ಯೋಗದ ಬಗ್ಗೆ ಅದೇ ರೀತಿಯಲ್ಲಿ ಅನುಭವಿಸು-ತ್ತಿದ್ದಾರೆಯೇ?

ಇಬ್ಬರು ಬೇರೆ ಬೇರೆ ವ್ಯಕ್ತಿಗಳ ಉದ್ಯೋಗಗಳು ಬೇರೆಯೇ ಆಗಿರುವುದರಿಂದ ಆ ಕುರಿತಂತೆ ಅವರ ಅನುಭವ ಪೂರ್ತಿಯಾಗಿ ಬೇರೆಯೇ ರೀತಿಯಲ್ಲಿರುತ್ತದೆ. ಒಬ್ಬ ವ್ಯಕ್ತಿಗೆ ತನ್ನ ಉದ್ಯೋಗದ ಬಗೆಗೆ ಅದ್ಭುತ ಅನುಭವ ಮತ್ತು ತನ್ನ ಕನಸಿನ ವೃತ್ತಿಯಾಗಿರುತ್ತದೆ, ಅದೇ ವೇಳೆ

ಇನ್ನೊಬ್ಬ ವ್ಯಕ್ತಿಗೆ ಅದು ತೀರಾ ಕೆಟ್ಟ ಮತ್ತು ನರಕ ಸದೃಶ ಅನುಭವವನ್ನು ನೀಡಬಹುದಾಗಿದೆ. ಉಭಯ ವ್ಯಕ್ತಿಗಳಲ್ಲಿ ಒಂದೇ ಸಮಾನವಾದ ಅಂಶವೆಂದರೆ ಈರ್ವರೂ ತಮ್ಮ ಉದ್ಯೋಗದ ಬಗೆಗೇ ಯೋಚಿಸುತ್ತಾರೆ, ಅದರಿಂದ ಅವರು ಕೊನೆಯಲ್ಲಿ ಏನನ್ನು ಅನುಭವಿಸುತ್ತಾರೆ ಎಂಬುದು ನಿರ್ಧಾರವಾಗುತ್ತದೆ.

ತನ್ನ ಉದ್ಯೋಗದ ಬಗ್ಗೆ ಹೇಸುವ ಬಗೆಗಿನ ಮೂಲ ಕಾರಣದ ಕುರಿತು ತಿಳಿಯಲು ಯತ್ನಿಸೋಣ. ನೆನಪಿಸಿಕೊಳ್ಳಿ, ಆ ಕುರಿತು ಯೋಚಿಸುವ ವೇಳೆ ನೀವು ಎಷ್ಟೊಂದು ಹೆಚ್ಚು ಆತಂಕ, ಚಿಂತೆ ಮತ್ತು ಕುಸಿದ ಅನುಭವವನ್ನು ಪಡೆಯುತ್ತೀರಿ?

ಕೆಳಗೆ ಕೊಟ್ಟಿರುವ ಪ್ರಶ್ನೆಗಳನ್ನು ನೋಡಿ ತಕ್ಷಣ ಯೋಚನೆಯ ಪ್ರಯೋಗವನ್ನು ನೋಡೋಣ:

ನೀವು ನಿಮ್ಮ ಉದ್ಯೋಗದ ಬಗ್ಗೆ ಹೇಸುತ್ತೀರಿ, ಇಲ್ಲವಾಗಿದ್ದರೆ ನೀವು ಹೇಗಿರುತ್ತಿದ್ದಿರಿ?

ಒಂದು ನಿಮಿಷದ ಕಾಲ ಇದಕ್ಕೆ ಉತ್ತರಕ್ಕಾಗಿ ಕಾಯಿರಿ ಮತ್ತು ಉತ್ತರ ಸಿಗದಿದ್ದರೆ ಮುಂದಕ್ಕೆ ಸಾಗುವುದು ಬೇಡ.

ನೀವು ಆ ಕುರಿತಂತೆ ಹೆಚ್ಚೇನೂ ಯೋಚಿಸದೇ ಇದ್ದರೆ ಮತ್ತು ಉತ್ತರ ಒಳಗಿನಿಂದ ಬಾರದೆ ಹೋದರೆ, ಸಂಭಾವ್ಯ ವಿಷಯವೆಂದರೆ ನೀವು ಈ ಯೋಚನೆ ಇಲ್ಲದೇ ಹೋಗಿದ್ದರೆ, ಇನ್ನಷ್ಟು ಖುಷಿ, ಶಾಂತಿಯಿಂದ, ಸ್ವತಂತ್ರವಾಗಿ ಮತ್ತು ಹಾಯಾಗಿರಲು ಸಾಧ್ಯವಾಗುತ್ತಿತ್ತು. ಯಾವುದೇ ಮುಖ್ಯ ಘಟನೆಯ ಬಗೆಗೆ ನಾವು ಸಾಮಾನ್ಯವಾಗಿ ಏನನ್ನು ಯೋಚಿಸುತ್ತೇವೆಯೋ ಅದರ ಹೊರತು ನಮ್ಮ ಅನುಭವ ಪೂರ್ತಿಯಾಗಿ ಬದಲಾಗಿ ಹೋಗುತ್ತಿತ್ತು. ಆದ್ದರಿಂದ ನಾವು ವಾಸ್ತವಿಕವಲ್ಲ, ವಿಚಾರದ ವಿಶ್ವದಲ್ಲಿ ಜೀವಿಸುತ್ತಿದ್ದೇವೆ, ಎಂದರೆ ನಮ್ಮ ಸ್ವಂತ ಯೋಚನೆಯ ವಾಸ್ತವಿಕತೆಯೇ ನಮ್ಮ ಅನುಭೂತಿಯನ್ನು ಸಿದ್ಧಪಡಿಸುತ್ತದೆ– ಒಳಗಿನಿಂದ ಹೊರಗಿನ ಕಡೆಗೆ. ಈ ವಿಷಯವನ್ನು ನಿಮಗೆ ಮನವರಿಕೆಯಾದರೆ, ನೀವು ನಮ್ಮ ಪೂರ್ತಿ ಮಾನವೀಯ ಮನೋವೈಜ್ಞಾನಿಕ ಕಷ್ಟಗಳ ಕಾರಣವನ್ನು ಪತ್ತೆ ಹಚ್ಚುತ್ತೀರಿ...

ಯೋಚಿಸುವುದೇ ನಮ್ಮ ಕಷ್ಟಗಳ ಮೂಲ ಕಾರಣವಾಗಿರುತ್ತದೆ.

ಮೊತ್ತಮೊದಲು ನೀವು ಈ ಪುಸ್ತಕವನ್ನು ಕೋಣೆಯ ಮೂಲೆಗೆ ಎಸೆದುಬಿಡಿ ಮತ್ತು ಇದನ್ನು ಉರಿಸಿಬಿಡಿ, ಇವೆಲ್ಲ ನಮ್ಮ ಮನಸ್ಸಿನಲ್ಲಿದೆ ಎಂದು ನಾನು ಹೇಳಲಾರೆ ಹಾಗೂ ಇದು ವಾಸ್ತವವಲ್ಲ ಎನ್ನಲಾರೆ.

ನಾವೇನು ಯೋಚಿಸುತ್ತೇವೆಯೋ, ಅವನ್ನು ಅವಶ್ಯವಾಗಿ ನಾವು ಅನುಭವಿಸುತ್ತೇವೆ. ನಮ್ಮ ವಾಸ್ತವಿಕತೆಯ ಅನುಭೂತಿ ಬಹಳಷ್ಟು ವಾಸ್ತವವಾಗಿದೆ. ಅದನ್ನು ಎಂದಿಗೂ ಅಲ್ಲಗಳೆಯಲಾಗುವುದಿಲ್ಲ. ನಮ್ಮ ಯೋಚನೆಗಳು ವಾಸ್ತವವೆಂದು ಕಾಣಬಹುದು, ಎಲ್ಲಿಯವರೆಗೆ ಎಂದರೆ ನಮ್ಮಲ್ಲಿ ವಾಸ್ತವಿಕತೆ ಹೇಗೆ ಉತ್ಪನ್ನವಾಗುತ್ತದೆ ಅಲ್ಲಿಯವರೆಗೆ. ನೋಡಿ, ನಾವು ಅದೇನು ಅನುಭವಿಸುತ್ತೇವೆಯೋ ಅದನ್ನೇ ನಾವು ಯೋಚಿಸುತ್ತೇವೆ. ಅಂದರೆ ಅದರರ್ಥ, ನಾವು ನಮ್ಮ ಯೋಚನೆಯನ್ನು ಬದಲಿಸಿ ಭಾವನೆಗಳನ್ನು ಬದಲಿಸಬಹುದು. ಹಾಗೆಂದರೆ ನಮ್ಮ ಬದುಕಿನಲ್ಲಿ ನಮ್ಮ ಯೋಚನೆಗಳಿಗೆ ಅನುಸಾರವಾಗಿ ನಮ್ಮ ಅನುಭವಗಳು ಉತ್ಪನ್ನವಾಗುತ್ತವೆ. ಇದು ನಿಜವಾಗಿದ್ದರೆ, ಒಂದೇ ಕ್ಷಣದಲ್ಲಿ ನಾವು ನಮ್ಮ ಪೂರ್ತಿ ಜೀವನದ ಕಾಯ-ಕಲ್ಪ ಮಾಡಲು ಮತ್ತು ಬೇರೆ ಅನುಭವಕ್ಕೆ ಒಂದೇ ಯೋಚನೆಯಿಂದ ದೂರ ಉಳಿಯುವುದಾಗುತ್ತದೆ-ಅದು ಶೂನ್ಯ ಯೋಚನೆಯ ಅವಸ್ಥೆ ಎನ್ನಬಹುದು.

ಸಂಕ್ಷೇಪದಲ್ಲಿ ಹೇಳುವುದಾದರೆ, ಯಾವ ಕ್ಷಣ ನಾವು ಯೋಚಿಸುವುದನ್ನು ಬಿಟ್ಟುಬಿಡುತ್ತೇವೆಯೋ, ಅದೇ ಕ್ಷಣ ನಮ್ಮ ಖುಷಿ ಶುರುವಾಗಲು ತೊಡಗುತ್ತದೆ.

ಒಬ್ಬ ಯುವ ಸನ್ಯಾಸಿ ಮತ್ತು ಖಾಲಿ ದೋಣಿ

(ಯೋಚನೆ ನಮ್ಮ ಕಷ್ಟದ ಕಾರಣವಾಗಿದೆ,
ಈ ವಿಷಯದಲ್ಲಿ ಝೆನ್ ಕಥೆಯೊಂದು ಹೀಗಿದೆ)

ಬಹಳ ಸಮಯದ ಹಿಂದೆ ಒಬ್ಬ ಯುವ ಝೆನ್ ಸನ್ಯಾಸಿ ಒಂದು ಸಣ್ಣ ಮಠದಲ್ಲಿ ವಾಸ್ತವ್ಯಕ್ಕಿದ್ದ. ಮಠ ಒಂದು ಕಾಡಿನ ಮಧ್ಯೆ ಇದ್ದು, ಅಲ್ಲೊಂದು ಸರೋವರವಿತ್ತು.

ಮಠದಲ್ಲಿ ಕೆಲವು ವರಿಷ್ಠ ಸನ್ಯಾಸಿಗಳೂ, ಕೆಲವು ನವಾಗಂತುಕರೂ ಇದ್ದರು. ಹೊಸಬರು ಬಹಳಷ್ಟು ಕಲಿಯುವುದಿತ್ತು. ಮಠದಲ್ಲಿನ ಸನ್ಯಾಸಿಗಳಿಗೆ ಹಲವು ಜವಾಬ್ದಾರಿಗಳಿದ್ದು, ಅವುಗಳಲ್ಲಿ ಬಹಳ ಮಹತ್ವಪೂರ್ಣದ ಕೆಲಸವೆಂದರೆ ಧ್ಯಾನವನ್ನು ಮಾಡುವುದಾಗಿತ್ತು. ಧ್ಯಾನದ ಸಮಯದಲ್ಲಿ ಅವರು ತಾಸುಗಟ್ಟಲೆ ಮೌನವಾಗಿರಬೇಕಿತ್ತು.

ಧ್ಯಾನ ಮಾಡಿದ ಬಳಿಕ ಪ್ರತಿಯೊಬ್ಬನೂ ತನ್ನ ಮಾರ್ಗದರ್ಶಕರಿಗೆ ತಮ್ಮ ತಮ್ಮ ಧ್ಯಾನದ ಪ್ರಗತಿಯನ್ನು ತಿಳಿಸಬೇಕಾಗಿತ್ತು. ಯುವ ಸನ್ಯಾಸಿಗೆ ತನ್ನ ಧ್ಯಾನದ ಸಮಯದಲ್ಲಿ ಏಕಾಗ್ರತೆಯನ್ನು ಹೊಂದಲು ಸಾಧ್ಯವಾಗುತ್ತಿರಲಿಲ್ಲ. ಆತನಿಗೆ ಬಹಳ ನಿರಾಶೆಯುಂಟಾಗುತ್ತಿತ್ತು. ಯುವ ಸನ್ಯಾಸಿ ತನ್ನ ಪ್ರಗತಿ- ಇಲ್ಲವೇ ಅದರ ಕೊರತೆಯ ಕುರಿತು- ಮಾರ್ಗದರ್ಶಕರಿಗೆ ತಿಳಿಸಿದಾಗ ಆತನ ವರಿಷ್ಠರು ಒಂದು ಸರಳ ಪ್ರಶ್ನೆಯನ್ನು ಕೇಳಿದರು, ಅದರಲ್ಲೊಂದು ಪಾಠ ಅಡಗಿತ್ತು, "ನಿನಗೆ ಗೊತ್ತಾ, ನಿನಗೆ ನಿಜಕ್ಕೂ ನಿರಾಶೆಯನ್ನುಂಟು ಮಾಡುವ ವಿಷಯ ಅದೇನು ಗೊತ್ತಾ?" ಯುವ ಸನ್ಯಾಸಿ ಉತ್ತರಿಸಿದ, "ನೋಡಿ, ನಾನು ಕಣ್ಣುಗಳನ್ನು ಮುಚ್ಚಿದ ತಕ್ಷಣ ಮತ್ತು ಧ್ಯಾನವನ್ನು ಶುರು ಮಾಡಲು ಪ್ರಾರಂಭಿಸಿದ ತಕ್ಷಣ ಯಾವುದಾದರೂ ಆಸುಪಾಸಿನ ವಸ್ತು ಚಲಿಸುತ್ತಿರುವಂತೆ ತೋರುತ್ತದೆ. ಅದರಿಂದ ನನಗೆ ಏಕಾಗ್ರತೆಯನ್ನು ಹೊಂದಲು ಸಾಧ್ಯವಾಗುವುದಿಲ್ಲ. ನನ್ನನ್ನು ಅದಾರೋ ವಿಚಲಿತನನ್ನಾಗಿ ಮಾಡುತ್ತಿದ್ದಾರೆ ಎಂದು ನನಗೆ ಅನ್ನಿಸುತ್ತದೆ, ನಾನು ಧ್ಯಾನ ಮಾಡುತ್ತಿದ್ದೇನೆ ಎಂದು ಅವರಿಗೆ ತಿಳಿದಿರುತ್ತದೆ. ಅವರು ತುಸು ಸಮಾಧಾನದಿಂದ ತಮ್ಮ ಕೆಲಸವನ್ನೇಕೆ ಮಾಡಬಾರದು? ಹಾಗಂತ ನಾನು ಮತ್ತೆ ಕಣ್ಮುಚ್ಚಿ ಧ್ಯಾನ ಮಾಡಲು ಪ್ರಯತ್ನಿಸಿದರೆ, ಯಾವುದೋ ಬೆಕ್ಕೋ ಇಲ್ಲವೆ ಚಿಕ್ಕ ಪ್ರಾಣಿ ನನ್ನನ್ನು ಮುಟ್ಟುತ್ತ ನನ್ನ ಧ್ಯಾನಕ್ಕೆ ಭಂಗ ತರುತ್ತದೆ. ಅದರಿಂದ ವಿಚಲಿತನಾಗುವ ನಾನು ಏಕಾಗ್ರತೆ ಸಾಧಿಸಲು ಹೊರಟರೆ ಮರಗಳ ಎಲೆಗಳ ಕಲರವ ನನ್ನನ್ನು ಎಬ್ಬಿಸುತ್ತವೆ. ನನಗೆ ಸಿಟ್ಟು ಬರುತ್ತದೆ. ಅಷ್ಟೇ ಅಲ್ಲ ಪಕ್ಷಿಗಳು ಚಿಲಿಪಿಲಿಗುಟ್ಟುವುದರಿಂದ ಈ ಜಾಗದಲ್ಲಿ ನನಗೆ ಶಾಂತಿ ಸಿಗುವುದು ದುಸ್ತರವೇ."

ಹಿರಿಯ ಸನ್ಯಾಸಿ ಶಿಷ್ಯನಿಗೆ ಸಾಂಕೇತಿಕವಾಗಿ ಅರುಹಿದರು, "ನಿನಗೆ ಯಾವುದೇ ವ್ಯವಧಾನದ ಸಂಗತಿಗಳು ಎದುರಾದಾಗ, ಅಂತಹ ಸ್ಥಿತಿಯಿಂದ ನಿರಾಶನಾಗುತ್ತೀಯಾ. ಇದು ಧ್ಯಾನದ ಉದ್ದೇಶಕ್ಕೆ ವಿರುದ್ಧವಾದುದು. ಇಷ್ಟೇ, ನಿನ್ನನ್ನು ವಿಚಲಿತನನ್ನಾಗಿಸುವ ಯಾವನೇ ಮನುಷ್ಯ, ಪ್ರಾಣಿ ಅಥವಾ ನಿನ್ನ ಪರಿಸರದ ಯಾವುದೇ ವಸ್ತುವಿನ ಬಗೆಗೆ ನೀನು ಅಸಂತುಷ್ಟನಾಗದೇ ಇರುವುದನ್ನು ನೀನು ಕಲಿಯಬೇಕಾದದ್ದು." ಈ ಚರ್ಚೆಯ ಬಳಿಕ ಯುವ ಸನ್ಯಾಸಿ ಮಠದಿಂದ ಹೊರಗಡೆ ತೆರಳಿ ಸುತ್ತಲೂ ಕಣ್ಣಾಡಿಸಿ, ಶಾಂತಿಯಿಂದ ಧ್ಯಾನ ಮಾಡುವುದಕ್ಕೆ ಯಾವುದಾದರೂ ಜಾಗ ಸಿಗಬಹುದೇ ಎಂದು ನೋಡತೊಡಗಿದ. ಅಂತಹ ಒಂದು ಜಾಗವನ್ನು ಆತ ಸಮೀಪದ ಸರೋವರದ ಬಳಿಯಲ್ಲಿ ಕಂಡ. ತನ್ನ ಮಣೆಯನ್ನು ತಂದು ಅಲ್ಲಿ ಧ್ಯಾನ

ಮಾಡಲು ಕುಳಿತ, ಆದರೆ ಕೆಲವು ಕ್ಷಣಗಳ ಬಳಿಕ ಹಕ್ಕಿಗಳ ಗುಂಪು ಸರೋವರದ ಸಮೀಪ ಹಾರಾಡಿ ಪಿಸುಗುಟ್ಟಲು ತೊಡಗಿದವು. ಆ ಶಬ್ದವನ್ನು ಕೇಳುತ್ತಲೇ ಯುವ ಸನ್ಯಾಸಿ ತನ್ನ ಸುತ್ತ ಇದೇನು ನಡೆಯುತ್ತಿದೆ ಎಂದು ನೋಡಲು ತೊಡಗಿದ.

ಸರೋವರದ ಬದಿಯಲ್ಲಿ ಮಠದ ವಾತಾವರಣಕ್ಕಿಂತ ತುಸು ಹೆಚ್ಚಿನ ಶಾಂತಿಯಿತ್ತು ಆದರೆ ಈಗಲೂ ಕೆಲವು ವಿಷಯಗಳು ಆತನ ಶಾಂತಿಯನ್ನು ಭಂಗಗೊಳಿಸಲು ಯತ್ನಿಸುತ್ತಿದ್ದವು. ಅವನು ಮತ್ತೊಮ್ಮೆ ಅಸಹನೆಗೊಂಡ. ಅವನು ಅದೇನು ಶಾಂತಿಯ ಹುಡುಕಾಟದಲ್ಲಿ ತೊಡಗಿದ್ದನೋ ಈಗಲೂ ಅದು ಸಿಗಲಿಲ್ಲ. ಆದರೂ ಪರವಾಗಿಲ್ಲವೆಂದು ಆ ಸನ್ಯಾಸಿ ಸರೋವರದ ಕಟ್ಟೆಯ ಮೇಲೆಯೇ ಬಂದು ಧ್ಯಾನ ಮಾಡುತ್ತಿದ್ದ.

ಒಂದು ದಿನ ಸ್ನಾನಘಟ್ಟದ ಸಮೀಪ ಒಂದು ದೋಣಿಯನ್ನು ಕಟ್ಟಿಹಾಕಿರುವುದನ್ನು ಆತ ಕಂಡ. ಕೂಡಲೇ ಆತನಿಗೊಂದು ವಿಚಾರ ಹೊಳೆಯಿತು, "ನಾನು ದೋಣಿಯಲ್ಲಿ ಕುಳಿತು ಸರೋವರದ ಮಧ್ಯಭಾಗಕ್ಕೆ ಸಾಗಿ ಅಲ್ಲೇಕೆ ಧ್ಯಾನ ಮಾಡಬಾರದು! ಸರೋವರದ ಮಧ್ಯೆ ತನ್ನನ್ನು ವಿಚಲಿತಗೊಳಿಸುವ ಯಾವುದೇ ವಿಷಯಗಳು ಇರುವುದಿಲ್ಲವಲ್ಲ?" ಆತ ದೋಣಿಯನ್ನು ಸಾಗಿಸುತ್ತ ಸರೋವರದ ಮಧ್ಯ ಭಾಗಕ್ಕೆ ಒಯ್ದು ಅಲ್ಲಿ ಧ್ಯಾನ ಮಾಡಲು ತೊಡಗಿದ.

ಆತನ ಊಹೆಯಂತೆಯೇ ಸರೋವರದ ಮಧ್ಯೆ ಆತನನ್ನು ವಿಚಲಿತನನ್ನಾಗಿಸುವ ಯಾವುದೇ ವಿಷಯಗಳು ಇದ್ದಿರಲಿಲ್ಲ. ಹಾಗೆಯೇ ಆತ ಪೂರ್ತಿ ದಿನ ಧ್ಯಾನದಲ್ಲಿ ಮುಳುಗಿಹೋದ. ದಿನದ ಕೊನೆಯಲ್ಲಿ ಆತ ಮಠಕ್ಕೆ ಹಿಂದಿರುಗುತ್ತಿದ್ದ. ಈ ವಿದ್ಯಮಾನ ಎರಡು ದಿನಗಳ ಕಾಲ ನಿರಾತಂಕವಾಗಿ ನಡೆದವು ಮತ್ತು ಸನ್ಯಾಸಿಗೆ ತಾನು ಒಂದು ಒಳ್ಳೆಯ ಜಾಗವನ್ನು ಗಿಟ್ಟಿಸಿಕೊಂಡೆ ಎಂಬ ಸಮಾಧಾನವೂ ಲಭಿಸಿತು. ಆತನಿಗೆ ಯಾವುದೇ ಆತಂಕವಿರಲಿಲ್ಲ ಮತ್ತು ಧ್ಯಾನದ ಅಭ್ಯಾಸವನ್ನು ಶಾಂತಿಯಿಂದ ಪೂರೈಸುತ್ತಿದ್ದ.

ಮೂರನೇ ದಿನ ಸನ್ಯಾಸಿ ದೋಣಿಯಲ್ಲಿ ಕುಳಿತ, ಅದನ್ನು ಒಯ್ದು ಸರೋವರದ ಮಧ್ಯಕ್ಕೆ ತೆರಳಿದ. ಮತ್ತೆ ಧ್ಯಾನ ಮಾಡಲು ತೊಡಗಿದ. ಸ್ವಲ್ಪ ಸಮಯದ ಬಳಿಕ ಆತನಿಗೆ ನೀರಿನ ಸದ್ದು ಕೇಳಿಸತೊಡಗಿತು ಮತ್ತು ದೋಣಿ ಅಲುಗಾಡುತ್ತಿರುವಂತೆ ತೋರಿತು. ಆತನಲ್ಲಿ ಅಸಮಾಧಾನ ಮೊಳೆಯತೊಡಗಿತು. ಸರೋವರದ ಮಧ್ಯೆ ಕೂಡಾ ತನ್ನನ್ನು ಯಾವುದೋ

ವಸ್ತು ಅಥವಾ ವ್ಯಕ್ತಿ ವಿಚಲಿತನನ್ನಾಗಿ ಮಾಡುತ್ತಿದ್ದಾನೆ ಎಂದು ಆತ ಭಾವಿಸಿದ.

ಕಣ್ಣುಗಳನ್ನು ತೆರೆದಾಗ ಯಾವುದೋ ದೋಣಿ ಸೀದಾ ಆತನ ಕಡೆಗೆ ಬರುತ್ತಿರುವುದು ಅವನಿಗೆ ಕಾಣಿಸಿತು. ಆತ ಬೊಬ್ಬಿಟ್ಟ, "ನಿನ್ನ ದೋಣಿಯನ್ನು ದೂರವಿಡು, ಇಲ್ಲವಾದರೆ ಅದು ನನ್ನ ದೋಣಿಗೆ ಬಂದು ಅಪ್ಪಳಿಸಬಹುದು." ಆದರೆ ಆ ದೋಣಿ ಸೀದಾ ಇವನೆಡೆಗೇ ಬರತೊಡಗಿತು. ನಂತರ ಸ್ವಲ್ಪ ದೂರದಲ್ಲಿ ತಂಗಿತು. ಯುವಸನ್ಯಾಸಿ ಇನ್ನೊಮ್ಮೆ ಚೀರಿದ, ಆದರೆ ಆಗಮಿಸಿದ ಆ ದೋಣಿ ಯುವಸನ್ಯಾಸಿಯ ದೋಣಿಗೆ ಅಪ್ಪಳಿಸಿತು. ಈಗ ಈತ ದಿಗ್ಭ್ರಮೆಗೊಂಡ. ಇವನು ಜೋರಾಗಿ ಬೊಬ್ಬಿಟ್ಟ, "ನೀನ್ಯಾರು ಮತ್ತು ಸರೋವರದ ಮಧ್ಯದಲ್ಲಿರುವ ನನ್ನ ದೋಣಿಗೆ ಯಾಕಾಗಿ ಅಪ್ಪಳಿಸುವಂತೆ ಮಾಡಿದೆ?" ಯಾವುದೇ ಉತ್ತರ ಬರಲಿಲ್ಲ. ಇದರಿಂದ ಯುವಸನ್ಯಾಸಿ ಮತ್ತಷ್ಟು ರೊಚ್ಚಿಗೆದ್ದ. ಅದನ್ನು ನೋಡುವುದಕ್ಕಾಗಿ ಈತ ಎದ್ದುನಿಂತ ಇನ್ನೊಂದು ದೋಣಿಯಲ್ಲಿ ಯಾರಿದ್ದಾರೆ ಎಂದು ನೋಡತೊಡಗಿದ. ಅದರಲ್ಲಿ ಯಾರೂ ಇಲ್ಲದಿರುವುದನ್ನು ಕಂಡು ಹೈರಾಣಾದ.

ದೋಣಿ ಬಹುಶಃ ಗಾಳಿಯ ಹೊಡೆತಕ್ಕೆ ತೇಲಿ ಬಂದು ಸನ್ಯಾಸಿಯ ದೋಣಿಗೆ ಬಡಿದಿದ್ದಿರಬೇಕು. ಸನ್ಯಾಸಿಯ ಸಿಟ್ಟು ಇಳಿಯಿತು. ದೋಣಿ ಖಾಲಿಯಾಗಿತ್ತು! ಸಿಟ್ಟು ಪ್ರದರ್ಶಿಸುವುದಕ್ಕೆ ಅಲ್ಲಿ ಯಾರೂ ಇದ್ದಿರಲಿಲ್ಲ!

ಆ ಕ್ಷಣದಲ್ಲಿ ಆತನಿಗೆ ತನ್ನ ಮಾರ್ಗದರ್ಶಕನ ಮಾತು ನೆನಪಾಯಿತು, "ನಿನಗೆ ಗೊತ್ತಾ, ಯಾವ ವಿಷಯ ನಿಜಕ್ಕೂ ನಿನ್ನ ಅಸಮಾಧಾನಕ್ಕೆ ಕಾರಣವಾಗುತ್ತಿದೆ ಅಂತ?" ತಕ್ಷಣ ಅವನಿಗೆ ಮನವರಿಕೆಯಾಯಿತು. ಬೇರೆ ಜನರು ಅಥವಾ ಯಾವುದೇ ಪರಿಸ್ಥಿತಿಗಳು ತನ್ನ ಅಸಮಾಧಾನಕ್ಕೆ ಕಾರಣವಲ್ಲ, ಅಂತಹ ವಿಷಯಗಳ ಕುರಿತಂತೆ ತಾನೇನು ಪ್ರತಿಕ್ರಿಯಿಸುತ್ತೇನೋ ಅದೇ ತನ್ನ ಅಸಮಾಧಾನಕ್ಕೆ ಕಾರಣವಾಗುತ್ತವೆ. ತನ್ನನ್ನು ವಿಚಲಿತನನ್ನಾಗಿ ಮಾಡುವಂಥ ಜನರು ಅಥವಾ ಪರಿಸ್ಥಿತಿಗಳು ಕೇವಲ ಒಂದು ಖಾಲಿ ದೋಣಿಯ ಹಾಗಿರುತ್ತದೆ. ನಾನು ಪ್ರತಿಕ್ರಿಯಿಸದೇ ಹೋದರೆ, ನಾನು ವಿಚಲಿತನಾಗುವ ಪ್ರಮೇಯವೇ ಒದಗುತ್ತಿರಲಿಲ್ಲ."

ಯುವಸನ್ಯಾಸಿ ದೋಣಿಯ ಜೊತೆಗೆ ಮತ್ತೆ ದಡವನ್ನು ತಲುಪಿದ. ಇತರ ಸನ್ಯಾಸಿಗಳ ಜೊತೆಗೆ ಧ್ಯಾನ ಮಾಡಲು ತೊಡಗಿದ. ಈಗಲೂ ನಾಲ್ಕೂ ದಿಕ್ಕುಗಳಿಂದ ಮಾತುಗಳು ಮತ್ತು ರಂಪಾಟ ಕೇಳಿ ಬರುತ್ತಲೇ ಇದ್ದಿತು. ಸನ್ಯಾಸಿ ಅವನ್ನು ಖಾಲಿ ದೋಣಿಯ ಹಾಗೆ ಪರಿಗಣಿಸಿದ. ಮತ್ತು

ಶಾಂತಿಯಿಂದ ಧ್ಯಾನವನ್ನು ಮುಂದುವರಿಸಿದ. ಈ ಬದಲಾವಣೆಯನ್ನು ಗಮನಿಸಿದ ಹಿರಿಯ ಸನ್ಯಾಸಿ ಹೇಳಿದ, "ಯಾವ ವಿಷಯ ನಿನ್ನನ್ನು ವಿಚಲಿತನನ್ನಾಗಿ ಮಾಡುತ್ತಿದೆ ಮತ್ತು ನೀನು ಯಾವುದರಿಂದ ಪಾರಾಗಿ ಬಂದಿದ್ದೀಯಾ ಅಂತ ನಾನು ನೋಡುತ್ತಲೇ ಇದ್ದೆ."

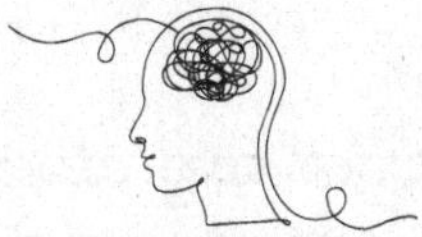

3

ನಾವು ಯೋಚಿಸುವುದಾದರೂ ಯಾತಕ್ಕಾಗಿ?

"

ನಾನು ಯೋಚಿಸುತ್ತೇನೆ ಮತ್ತು ಯೋಚಿಸುತ್ತೇನೆ ಮತ್ತು ಯೋಚಿಸುತ್ತೇನೆ, ಹೀಗೆ ಯೋಚಿಸುತ್ತಲೇ ನಾನು ನನ್ನ ಖುಷಿಯನ್ನು ಲಕ್ಷ ಸಲ ದೂರಕ್ಕೆ ಓಡಿಸಿದೆ, ಆದರೆ ಯಾವತ್ತೂ ಒಳಗಡೆ ಖುಷಿಯ ಅನುಭವವಾಗಲಿಲ್ಲ."

"

ಜೊನಾಥನ್ ಸೈಫ್ರಾನ್ ಫಾರ್

ಮನುಷ್ಯ ಚರ್ಚೆ ಮಾಡುವುದಕ್ಕೆ, ವಿಶ್ಲೇಷಣೆ ಮಾಡುವುದಕ್ಕೆ ಮತ್ತು ಯೋಚಿಸುವುದಕ್ಕೆ ಯಾಕಾಗಿ ತೊಡಗುತ್ತಾನೆ ಎಂದರೆ ಇವೆಲ್ಲವನ್ನು ಉಳಿಸಿಕೊಂಡರಷ್ಟೇ ನಮಗೆ ಸಹಾಯ ಒದಗುತ್ತದೆ.

ನಮ್ಮ ಮಿದುಳು ನಮ್ಮನ್ನು ಜೀವಂತವಿಡಲು ಸಹಾಯಕ, ಆದರೆ ಸಮೃದ್ಧವಾಗಿ ಬೆಳೆಯಲು ಸರ್ವಥಾ ಅನುಕೂಲವಲ್ಲ. ಅಂದರೆ ನಮ್ಮ ಸುರಕ್ಷತೆ ಅಥವಾ ರಕ್ಷಣೆಯ ಪೂರ್ತಿ ಜವಾಬ್ದಾರಿಯನ್ನು ವಹಿಸುತ್ತದಾದರೂ, ನಮಗೆ ಸಂತುಷ್ಟಿಯನ್ನಾಗಲೀ ಖುಷಿಯನ್ನಾಗಲೀ ಒದಗಿಸುವುದರಲ್ಲಿ ಕಿಂಚಿತ್ತೂ ಸಹಾಯ ಮಾಡುವುದಿಲ್ಲ.

ಮಿದುಳಿನ ಕೆಲಸ ನಮಗೆ ಒದಗಬಹುದಾದ ಸಂಭಾವ್ಯ ಅವಘಡಗಳ ಕುರಿತಂತೆ ಎಚ್ಚರಿಕೆ ನೀಡುವುದು, ನಮ್ಮ ಜೀವಕ್ಕೆ ಒದಗಬಹುದಾದ ಅಪಾಯವನ್ನೂ ಸೂಚಿಸುತ್ತದೆ. ಈ ಕೆಲಸವನ್ನು ಅದು ಬಹಳ ಮುತುವರ್ಜಿಯಿಂದ ನೆರವೇರಿಸುತ್ತದೆ. ಅದು ನಮ್ಮ ಸುತ್ತಮುತ್ತಲಿನ ಆಗುಹೋಗುಗಳಿಂದ ಸಂಭವಿಸಬಹುದಾದ ಅವಘಡಗಳನ್ನು ಪತ್ತೆ ಹಚ್ಚುವುದಷ್ಟೇ ಅಲ್ಲ, ನಮ್ಮ ಅನುಭವಗಳ ಮತ್ತು ಸ್ಮೃತಿಯ ಆಧಾರದ ಮೇಲೆ ಭವಿಷ್ಯವಾಣಿಯ ರೂಪದಲ್ಲಿ ಸಂಭವಿಸಬಹುದಾದ ಅಪಾಯಗಳ ಕುರಿತು ಸೂಚನೆ ನೀಡುತ್ತದೆ.

ಇದರಲ್ಲಿ ಯಾವುದೇ ಸಂದೇಹ ಬೇಡ. ಮಿದುಳು ಯಾತಕ್ಕಾಗಿ ನಿರ್ಮಿಸಲ್ಪಟ್ಟಿದೆಯೋ ಅದನ್ನೇ ನಿರ್ವಹಿಸುತ್ತದೆ. ನಮ್ಮನ್ನು ಜೀವಂತವಾಗಿಡಲು ಶ್ರಮಿಸುವುದೇ ಅದರ ಏಕಮಾತ್ರ ಕರ್ತವ್ಯವೆಂದು ನಾವೆಲ್ಲಿಯವರೆಗೆ ತಿಳಿಯುವುದಿಲ್ಲವೋ ಅಲ್ಲಿಯವರೆಗೆ ನಾವು ಅದನ್ನು ಕುತ್ಸಿತ ಮತ್ತು ಅಸಮಾಧಾನದ ದೃಷ್ಟಿಯಿಂದಲೇ ನೋಡುತ್ತೇವೆ. ಇವೆಲ್ಲ ಸಂಘರ್ಷದ ಅನುಭವ ಕೇವಲ ಒಂದು ತಪ್ಪು ಭಾವನೆಯೊಂದಿಗೆ ಉತ್ಪನ್ನವಾಗುತ್ತದೆ–ನಮ್ಮನ್ನು ಜೀವಂತವಿರಿಸುವುದೇ ಮಿದುಳಿನ ಕರ್ತವ್ಯವಾಗಿದೆ ಅಂತ ತಿಳಿಯುವುದರಿಂದ. ನಮ್ಮ ಚೈತನ್ಯದ ಕರ್ತವ್ಯ ನಮ್ಮನ್ನು ಸಂತುಷ್ಟರನ್ನಾಗಿ ಇರಿಸುದರಲ್ಲಿದೆ. ನೀವು ನಿಮ್ಮ ಜೀವನ ಯಾತ್ರೆಯಲ್ಲಿ ಶಾಂತಿ, ಪ್ರೇಮ ಮತ್ತು ಸಂತೋಷವನ್ನು ಹೊಂದುವುದೇ ನಿಮ್ಮ ಆತ್ಮದ ಇರುವಿಕೆಯಿಂದ ಸಾಧ್ಯವಾಗುತ್ತದೆ.

ಮಿದುಳನ್ನು ಯಾಕಾಗಿ ನಿರ್ಮಿಸಲಾಗಿತ್ತೋ ಅದರಿಂದ ಅದ್ಭುತ ಕೆಲಸಗಳು ನಡೆಯುತ್ತವೆ. ಆದರೆ ಇಂದು ನಾವು ಅದರ ಕೆಲಸವನ್ನು ಹಗುರವಾಗಿಸಲು ಸಾಧ್ಯ ಯಾಕೆಂದರೆ ನಾವಿಂದು ಕಾಡಿನಲ್ಲಿ ಜೀವಿಸುತ್ತಿಲ್ಲವಲ್ಲ ಮತ್ತು ಪೊದರುಗಳ ಹಿಂದೆ ನಮ್ಮ ಮೃತ್ಯು ಹೊಂಚುಹಾಕಿ ಕೂತಿದೆ ಅಂತ ನಮಗೆ ಅನ್ನಿಸುತ್ತಿಲ್ಲವಲ್ಲ. ನಾವು ಮಿದುಳಿನ ಉಪಯೋಗ ಪ್ರಯೋಗಿಸುತ್ತಲೇ ಹೋದರೆ, ಆ ಪೊದರುಗಳ ಹಿಂದಿನ ಅವಸ್ಥೆಯನ್ನೇ ಅನುಭವಿಸಬೇಕಾಗುತ್ತದೆ. ಅದರಿಂದ ಚಿಂತೆ, ಅಂಜಿಕೆ, ಆತಂಕ, ಭಯ, ದ್ವೇಷ ಮತ್ತು ಎಲ್ಲಾ ನಕಾರಾತ್ಮಕ ಭಾವನೆಗಳು ಮುತ್ತಿಕೊಳ್ಳುತ್ತವೆ. ಯಾಕೆಂದರೆ ಮಿದುಳು ಪ್ರತಿಯೊಂದು ವಸ್ತುವನ್ನೂ ನಮಗೆ ಅಪಾಯಕಾರಿ ಎಂದು ತೋರಿಸುತ್ತದೆ. ನಿಮಗೆ ಸ್ವಾತಂತ್ರ್ಯ, ಖುಷಿ, ಶಾಂತಿ ಮತ್ತು ಪ್ರೇಮದಲ್ಲಿ ಬಾಳ ಬೇಕೆಂದು ಅನ್ನಿಸಿದರೆ, ನೀವು ಮಿದುಳು ಹೇಳುವುದನ್ನು ತಿರಸ್ಕರಿಸಿದರಷ್ಟೇ ಸಾಕು. ನೀವು ಅದನ್ನು ದಾಟಿ ಮುಂದಕ್ಕೆ ಸಾಗಿದರಷ್ಟೇ ಸಮೃದ್ಧವಾಗಿ ಬೆಳೆಯಲು ಸಾಧ್ಯವಾಗಬಹುದು.

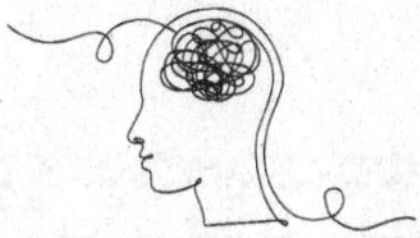

4

ವಿಚಾರ ವರ್ಸಸ್ ಯೋಚನೆ

“

ಯೋಚಿಸುವುದನ್ನು ಬಿಟ್ಟುಬಿಟ್ಟರೆ, ನಿಮ್ಮ
ಸಮಸ್ಯೆಗಳೆಲ್ಲ ತೊರೆದು ಹೋಗುತ್ತದೆ.

”

ಲಾವೋ ತ್ಸು

ವಿಚಾರಶಕ್ತಿ ಮನಸ್ಸಿನ ಒಂದು ಕಚ್ಚಾ ಸಾಮಗ್ರಿಯಾಗಿದ್ದು, ಅದನ್ನು ಉಪಯೋಗಿಸಿ ನಾವು ಬದುಕಿನ ಪ್ರತಿಯೊಂದು ವಿಷಯವನ್ನು ನಡೆಸುತ್ತೇವೆ. ವಿಚಾರವಿಲ್ಲದೆ ನಾವು ಯಾವುದೇ ವಿಷಯದ ಅನುಭವ ಹೊಂದಲಾರೆವು. ವಿಚಾರವೊಂದು ಸಂಜ್ಞೆಯಾಗಿದೆ ಎಂದು ತಿಳಿಯುವುದೇ ಮಹತ್ವದ ವಿಷಯವೆನ್ನಬೇಕು. ನಾವು ನಿರ್ವಹಿಸುವ ಯಾವುದೇ ಕೆಲಸ ಅದಲ್ಲ. ಅದು ನಮ್ಮಲ್ಲಿ ಅಂತರ್ಗತವಾಗಿರುತ್ತದೆ. ವಿಚಾರಕ್ಕಾಗಿ ನಮಗೆ ಯಾವುದೇ ಪ್ರಯಾಸಪಡಬೇಕಿಲ್ಲ, ಅದಕ್ಕೆ ಶಕ್ತಿಯ ವ್ಯಯವೂ ಇಲ್ಲ, ಅದು ಅದರಷ್ಟಕ್ಕೇ ಆಗಿ ಹೋಗುತ್ತದೆ. ನಮ್ಮ ಮನಸ್ಸಿನಲ್ಲಿ ಬರುವ ವಿಚಾರಗಳನ್ನು ನಾವು ನಿಯಂತ್ರಿಸಲು ಸಾಧ್ಯವಿಲ್ಲ. ವಿಚಾರಗಳ ಸ್ರೋತ ಮಿದುಳಿನಿಂದ ಬರುವುದಲ್ಲ–ಅದನ್ನು ಸೃಷ್ಟಿ ಎಂದು ಕರೆಯಬಹುದಾಗಿದೆ.

ಇನ್ನೊಂದು ಕಡೆ, ಯೋಚಿಸುವುದೆಂದರೆ ವಿಚಾರಗಳ ಬಗ್ಗೆ ಯೋಚಿಸುವುದು. ಅದರಲ್ಲಿ ಬಹಳಷ್ಟು ಶಕ್ತಿ, ಪ್ರಯಾಸ ಮತ್ತು ಇಚ್ಛಾಶಕ್ತಿ ಸಮ್ಮಿಳಿತವಾಗಿರುತ್ತದೆ. ಯೋಚಿಸುವುದೆಂದರೆ ಮಿದುಳಿನಲ್ಲಿ ವಿಚಾರಗಳೊಂದಿಗಿನ ಸಕ್ರಿಯ ಬೆಸುಗೆಯಾಗಿರುತ್ತದೆ. ನೀವು ನಿಮ್ಮ ಪ್ರತಿಯೊಂದು ವಿಚಾರಗಳೊಂದಿಗೆ ಬೆಸೆಯುವ ಅಗತ್ಯವಿರುವುದಿಲ್ಲ, ಆದರೆ ನೀವು ಹಾಗೆ ಬೆಸೆಯುವಾಗ, ಅದರರ್ಥ ನೀವು ಯೋಚಿಸುವ ಕಾರ್ಯದಲ್ಲಿ ಮಗ್ನರಾಗಿದ್ದೀರಿ.

ಯೋಚಿಸುವುದೇ ನಮ್ಮೆಲ್ಲ ಮನೋವೈಜ್ಞಾನಿಕ ಸಂಕಷ್ಟಗಳಿಗೆ ಮೂಲ ಕಾರಣವಾಗಿರುತ್ತದೆ.

ಸಕಾರಾತ್ಮಕ ವಿಚಾರಗಳು ಈ ಚಿತ್ರದಲ್ಲಿ ಎಲ್ಲಿ ಸಮಂಜಸವಾಗಿ ಒಗ್ಗಿಕೊಳ್ಳುತ್ತದೆ ಎಂದು ನೀವು ಯೋಚಿಸುತ್ತಿರಬಹುದು? ಸಕಾರಾತ್ಮಕ ವಿಚಾರ ಅಥವಾ ಇಚ್ಛೆ ಅನುಭವಕ್ಕೆ ಬರುವಂಥ ವಿಚಾರವಾಗಿದ್ದು ಅದು ಯೋಚಿಸುವ ಪರಿಣಾಮದಿಂದ ಉಂಟಾಗುವುದಿಲ್ಲ. ಅದರ ಬದಲಾಗಿ ಅವು ಶಾಂತಿ, ಪ್ರೇಮ ಮತ್ತು ಸಂತೋಷದ ನಮ್ಮ ನೈಸರ್ಗಿಕ ಅವಸ್ಥೆಯ ಉತ್ಪನ್ನಗಳಾಗಿರುತ್ತವೆ. ಮುಂದಿನ ಅಧ್ಯಾಯದಲ್ಲಿ ಈ ಕುರಿತಂತೆ ನಾವು ಗಹನವಾಗಿ ಪರಿಶೀಲಿಸುತ್ತೇವೆ.

ಏನಿದ್ದರೂ ನಾವು ಒಂದು ಜರೂರಿನ ವಿಚಾರದ ಪ್ರಯೋಗವನ್ನು ಮಾಡೋಣ.

ನಾನು ನಿಮ್ಮಲ್ಲಿ ಒಂದು ಪ್ರಶ್ನೆಯನ್ನು ಕೇಳುತ್ತೇನೆ. ನೀವು ಕೇವಲ ನಿಮ್ಮ ಅನುಭವದ ಬಗೆಗಷ್ಟೇ ಎಚ್ಚರ ವಹಿಸಿದರೆ ಸಾಕು. ತದನಂತರ ನಾವು ಅದರ ಸಮೀಕ್ಷೆಯನ್ನು ಮಾಡಬಹುದು.

ನೀವು ವರ್ಷಕ್ಕೆ ಎಷ್ಟು ಹಣವನ್ನು ಸಂಪಾದಿಸಲು ಬಯಸುತ್ತೀರಿ, ಆ ಕಲ್ಪಿತ ಹಣ ಎಷ್ಟಾಗಿರುತ್ತದೆ?

ಇಲ್ಲಿ ವಿರಮಿಸಿ ಮತ್ತು ತಕ್ಷಣ ಉತ್ತರದವರೆಗೆ ತಲುಪುವ ನಿರೀಕ್ಷೆ ಮಾಡಿ.

ನೀವು ವರ್ಷದಲ್ಲಿ ಎಷ್ಟು ಹಣವನ್ನು ಸಂಪಾದಿಸಲು ಬಯಸುತ್ತೀರಿ, ಇದರ ಉತ್ತರದ ಕುರಿತಂತೆ ಯೋಚಿಸಲು ನಿಮಗೆ 30–60 ಸೆಕೆಂಡ್‌ಗಳ ಕಾಲಾವಕಾಶ ನೀಡಲಾಗುತ್ತದೆ. ಎಲ್ಲಿಯವರೆಗೆ ನಿಮಗೆ ಉತ್ತರ ಸಿಗುವುದಿಲ್ಲವೋ, ಮುಂದಿನ ಹೆಜ್ಜೆಗೆ ಸಾಗುವುದು ಬೇಡ.

ಈಗ ಆ ಹಣದ ಮೊತ್ತವನ್ನು 5 ಪಾಲು ಹೆಚ್ಚಿಸಿ.

5 ಪಟ್ಟು ಹೆಚ್ಚಿಸಿದ ಬಳಿಕ ನೀವು ನಿಮ್ಮ ಸಂಪಾದನೆಯ ಹೊಸ ಕನಸಿನ ಗುರಿಯ ಕುರಿತು ಏನು ಯೋಚಿಸುತ್ತೀರಿ?

ಹಾಗೆ ಯೋಚಿಸುವಾಗ ನಿಮಗೆ ಎಂತಹ ಅನುಭವವಾಗುತ್ತದೆ ಎಂಬುದರ ಬಗೆಗೆ ಎಚ್ಚರವಹಿಸಲು ಕನಿಷ್ಠ 30ರಿಂದ 60 ಸೆಕೆಂಡ್‌ಗಳ ಕಾಲಾವಕಾಶವನ್ನು ತೆಗೆದುಕೊಳ್ಳಿ ಮತ್ತು ಭಾವನೆಗಳನ್ನು ಅನುಭವಿಸುವ ಸಮಯ ಯೋಚಿಸುವ ಕಾರ್ಯ ಹೇಗೆ ಶುರುವಾಗುತ್ತದೆ ಎಂಬುದನ್ನು ಪರಿಶೀಲಿಸಿ.

ಮೇಲೆ ಹೇಳಿದ ವಿಷಯಗಳನ್ನು ನಿರ್ವಹಿಸದ ಹೊರತು ಮುಂದಕ್ಕೆ ಸಾಗಬೇಡಿ.

ಸರಿ, ಏನಾಯಿತೆಂದು ಈಗ ಸಮೀಕ್ಷೆ ಮಾಡೋಣ.

ಒಂದು ವರ್ಷದಲ್ಲಿ ನೀವು ಎಷ್ಟು ಸಂಪಾದನೆ ಮಾಡಬೇಕೆಂದು ಕನಸು ಕಾಣುತ್ತೀರಿ ಎಂಬ ಮೊದಲ ಪ್ರಶ್ನೆಯನ್ನು ನಿಮಗೆ ಕೇಳಿದಾಗ, ಆ ಹಣದ ಮೊತ್ತ ಎಷ್ಟೆಂದು ನಿಮ್ಮ ಮಿದುಳಿನಲ್ಲಿ ಅಂಕುರಿಸಿತು. ಅದೊಂದು ವಿಚಾರವಾಗಿತ್ತು. ಅದು ಎಷ್ಟು ಬೇಗನೇ ಮತ್ತು ಯಾವುದೇ ಪ್ರಯತ್ನವಿಲ್ಲದೆ ನಿಮ್ಮಲ್ಲಿಗೆ ಬಂತು ಎಂಬುದನ್ನು ಪರಿಶೀಲಿಸಿ.

ಹಾಗೆ ಉತ್ತರ ನಿಮ್ಮ ಮಿದುಳಿನಲ್ಲಿ ಉತ್ಪನ್ನವಾದಾಗ, ನಾನು ನಿಮಗೆ ನಿಮ್ಮ ಉತ್ತರದ ಕುರಿತಂತೆ ಯೋಚಿಸಲು ಹೇಳಿದೆ, ಏನಾಯಿತು?

ನೀವು ಎಲ್ಲರ ತರಹ ಯೋಚಿಸುವ ಮಂದಿಯಾಗಿದ್ದರೆ, ನೀವು ಆ ವಿಚಾರದ ಕುರಿತು ಯೋಚಿಸುತ್ತಿದ್ದಂತೆ ಒಂದು ವೇಗವಾಗಿ ಓಲಾಡುವ ಉಯ್ಯಾಲೆಯಲ್ಲಿದ್ದಂತೆ ಅನ್ನಿಸಿದ್ದಿರಬಹುದು.

ಅಷ್ಟೊಂದು ಹಣವನ್ನು ನೀವು ಸಂಪಾದನೆ ಮಾಡಲು ಅಸಾಧ್ಯವೆಂದು ನೀವು ಯೋಚಿಸುತ್ತಿರಬಹುದು. ನಿಮ್ಮ ಕುಟುಂಬದಲ್ಲಿ ಅಷ್ಟೊಂದು ಹಣವನ್ನು ಇದುವರೆಗೆ ಯಾರೂ ಸಂಪಾದನೆ ಮಾಡಿಲ್ಲ. ಅಷ್ಟೊಂದು ಹಣವನ್ನು ಹೇಗೆ ಸಂಪಾದಿಸುವುದು ಎಂಬುದೂ ನಿಮಗೆ ಗೊತ್ತಿರಲಾರದು. ಅಷ್ಟೊಂದು ಹಣವನ್ನು ಬಯಸುವುದು ಮೂರ್ಖತನದ ಪರಮಾವಧಿ ಮತ್ತು ಅದರಿಂದ ನೀವೊಬ್ಬ ಲೋಭಿಯಾಗಿ ಕಾಣಿಸಿಕೊಳ್ಳುತ್ತೀರಿ.

ಅಂತಹ ವಿಚಾರಗಳ ಕುರಿತಂತೆ ನೀವು ಯೋಚಿಸುತ್ತಿರುವಾಗ ನಿಮಗೆ ಯಾವ ಬಗೆಯ ಅನುಭವವಾಯಿತು ಎಂಬುದನ್ನು ತಿಳಿಯಿರಿ. ಪ್ರಾಯಶಃ ನಿಮಗದು ಅಷ್ಟೇನೂ ವಿಶೇಷ ಅನುಭವವಾಗಿರಲಾರದು, ಹೋಗಲಿ ಬಿಡಿ. ನೀವು ಆ ಕುರಿತಂತೆ ಏನು ಮಾಡಲು ಸಾಧ್ಯ ಎಂಬುದನ್ನು ನಿಮಗೆ ಇದೀಗಲೇ ಹೇಳಲಿದ್ದೇನೆ.

ಈ ವಿಚಾರ ಸುಮ್ಮನೆ ಯೋಚಿಸುವುದಕ್ಕಿರುವ ಮಹತ್ವದ ಉದಾಹರಣೆಯಾಗಿದೆ.

ನಾನು ಯಾವತ್ತಾದರೂ ನಿಮಗೆ ಒಂದು ಪ್ರಶ್ನೆಯನ್ನು ಕೇಳುವಾಗ ನಿಮ್ಮ ಮನಸ್ಸಿನಲ್ಲಿ ಒಂದು ವಿಚಾರ ಉತ್ಪನ್ನವಾಗುತ್ತದೆ- ಶತ-ಪ್ರತಿಶತ.

ವಿಚಾರ ಯಾವತ್ತೂ ಕೆಟ್ಟದ್ದಾಗಿರುವುದಿಲ್ಲ. ನೆನಪಿಡಿ ಅವು ಶಕ್ತಿಯುತವಾದ ಮಾನಸಿಕ ಕಚ್ಚಾ ವಸ್ತುವಾಗಿರುತ್ತವೆ, ಅವನ್ನು ನಾವು ಬದುಕಿನಲ್ಲಿ ಸೃಷ್ಟಿಸುತ್ತೇವೆ.

ಯಾವ ಕ್ಷಣದಲ್ಲಿ ನಾವು ನಮ್ಮ ವಿಚಾರಗಳ ಕುರಿತಂತೆ ಯೋಚಿಸುತ್ತೇವೆ, ನಾವು ಭಾವನಾತ್ಮಕ ಉಯ್ಯಾಲೆಯಲ್ಲಿ ತೂಗಾಡತೊಡಗುತ್ತೇವೆ. ಯಾವಾಗ ನಾವು ನಮ್ಮ ವಿಚಾರಗಳ ಬಗ್ಗೆ ಯೋಚಿಸುತ್ತೇವೆ, ನಾವು ಅದರ ವಿಮರ್ಶೆ ಮತ್ತು ಮೌಲ್ಯಾಂಕನ ಮಾಡಲು ತೊಡಗುತ್ತೇವೆ. ತತ್ಪರಿಣಾಮವಾಗಿ ನಾವು ಆಂತರಿಕ ಭಾವನಾತ್ಮಕ ಏರುಪೇರಿನ ಅನುಭವಕ್ಕೆ ಒಳಗಾಗುತ್ತೇವೆ.

ನೀವು ಎಷ್ಟು ಸಂಪಾದನೆ ಮಾಡಲು ಬಯಸುತ್ತೀರಿ ಎಂದು ನಾನು ನಿಮಗೆ ಕೇಳಿದಾಗ, ನಿಮ್ಮಲ್ಲಿ ಹಣದ ಮೊತ್ತದ ಬಗೆಗೆ ಒಂದು ವಿಚಾರ

ಹೊಳೆದಿತ್ತು. ಅದು ತಟಸ್ಥವಾಗಿತ್ತು ಮತ್ತು ಅದರಲ್ಲಿ ಯಾವುದೇ ಭಾವನಾತ್ಮಕ ಏರುಪೇರು ಇದ್ದಿರಲಿಲ್ಲ. ವಾಸ್ತವದಲ್ಲಿ ನೀವು ಸ್ವತಃ ರೋಮಾಂಚನವನ್ನು ಅನುಭವಿಸಿದ್ದಿರಬಹುದು. ನೀವೆಷ್ಟು ಸಂಪಾದನೆ ಮಾಡಲು ಬಯಸುತ್ತೀರಿ ಎನ್ನುವ ಕುರಿತು ನೀವು ಯೋಚಿಸಲು ತೊಡಗಿದಾಗ, ಆ ಸಮಯದಲ್ಲಿ ನಿಮ್ಮ ಒಳಗಿನಿಂದ ಆತ್ಮಶಂಕೆ, ಅಯೋಗ್ಯತೆ, ಆತಂಕ, ಕ್ರೋಧ, ಅಪರಾಧಬೋಧೆ ಮತ್ತು ಯಾವುದೇ ಇತರ ಭಾವನೆ ಉತ್ಪನ್ನವಾಗಿರಬಹುದು, ಅದನ್ನು ನೀವು ಅನುಭವಿಸಿರಬಹುದು.

ನಮ್ಮೆಲ್ಲ ಕಷ್ಟಗಳ ಮೂಲ ಯೋಚಿಸುವುದೆಂದು ನಾನು ಹೇಳುವಾಗ, ಇದೇ ತಾತ್ಪರ್ಯವಿರುತ್ತದೆ. ನೀವು ಎಷ್ಟು ಸಂಪಾದನೆ ಮಾಡಲು ಬಯಸುತ್ತೀರಿ, ಎಂಬುದರ ಶುರುವಿನ ವಿಚಾರದಲ್ಲಿ ನಿಮಗೆ ಅದೇನೂ ಕಷ್ಟ ಎನಿಸಿರುವುದಿಲ್ಲ. ನೀವು ಯಾವಾಗ ಆ ವಿಚಾರದ ಬಗ್ಗೆ ಯೋಚಿಸಲು ತೊಡಗಿದಿರೋ ಆಗ ನಿಮಗೆ ಕಷ್ಟಗಳು ಎದುರಾದವು.

ನಮ್ಮ ವಿಚಾರಗಳ ಬಗೆಗೆ ಯೋಚಿಸುವುದಾಗಲೀ, ವಿಮರ್ಶೆ ಮಾಡುವುದಾಗಲೀ ಬೇಕಿಲ್ಲ. ಹಾಗೆ ಮಾಡುವುದರಿಂದ ನಮಗೆ ಒಂದು ಗುಲಗುಂಜಿಯಷ್ಟೂ ಉಪಯೋಗ ಆಗುವುದಿಲ್ಲ. ಯೋಚಿಸುವುದರಿಂದ ನಮಗೆ ಉಪಯೋಗವಿದೆ ಎಂದು ನಾವು ಭಾವಿಸುತ್ತೇವೆ, ಆದರೆ ಅದರ ಫಲಸ್ವರೂಪವಾಗಿ ನಮ್ಮಲ್ಲಿ ನಿಜಕ್ಕೂ ಸಮಗ್ರವಾಗಿ ನಕಾರಾತ್ಮಕ, ಅನುಪಯುಕ್ತ ಭಾವನೆಗಳು ಅನುಭವಕ್ಕೆ ಬರಲು ತೊಡಗುತ್ತವೆ ಮತ್ತು ಅದನ್ನು ನಾವು ಯಾಕಾಗಿ ಮಾಡಬಾರದು ಎಂಬ ಭಾವನೆ ಉತ್ಪನ್ನವಾಗಲು ತೊಡಗುತ್ತದೆ.

ನೀವೆಷ್ಟು ಸಂಪಾದನೆ ಮಾಡಲು ಬಯಸುತ್ತೀರಿ ಎಂದು ನಾನು ಕೇಳಿದಾಗಿನ ಶುರುವಿನ ವಿಚಾರ ನಿಮ್ಮ ಮನಸ್ಸಿನಲ್ಲಿ ಬಂದಾಗ, ಅದೊಂದೇ ಉಪಯುಕ್ತ ವಿಚಾರವಿತ್ತು. ಆ ಮೇಲೆ ಅದೇನು ಯೋಚಿಸುವ ಕಾರ್ಯಕ್ರಮ ನಡೆಯಿತೋ ಅವೆಲ್ಲ ವಿನಾಶಕಾರಿ ಮತ್ತು ಹಾನಿಕಾರಕವಾಗಿದ್ದವು.

ವಿಚಾರಗಳು ಸೃಷ್ಟಿಸುತ್ತವೆ. ಯೋಚನೆಗಳು ನಷ್ಟಕ್ಕೆ ಗುರಿಮಾಡುತ್ತವೆ.

ಯೋಚನೆಗಳು ಯಾಕಾಗಿ ನಷ್ಟವನ್ನುಂಟು ಮಾಡುತ್ತವೆ ಎಂದರೆ, ನಾವು ವಿಚಾರಗಳ ಕುರಿತು ಯೋಚಿಸಲು ತೊಡಗುತ್ತೇವೆ, ನಾವು ಆ ವಿಚಾರಗಳಲ್ಲಿ ಸ್ವತಃ ಮಿತಿಗೆ ಒಳಪಡಿಸುವ ವಿಶ್ವಾಸ, ವಿಮರ್ಶೆ, ಮೌಲೀಕರಣ, ಪ್ರೋಗ್ರಾಮಿಂಗ್ ಮತ್ತು ಕಂಡೀಶನಿಂಗ್ ಮುಂತಾದವನ್ನು ಎಳೆದು ತರಲು ಪ್ರಯತ್ನಿಸುತ್ತೇವೆ. ನಾವು ಅದನ್ನು ಯಾಕಾಗಿ ಮಾಡಲು

ಸಾಧ್ಯವಿಲ್ಲ ಅಥವಾ ನಮ್ಮಿಂದು ಅದು ಯಾಕಾಗಿ ಆಗುವುದಿಲ್ಲ ಮುಂತಾಗಿ ಆ ವಿಚಾರದ ಬಗ್ಗೆ ನಾವು ಅಸಂಖ್ಯ ಕಾರಣಗಳನ್ನು ಯೋಚಿಸುತ್ತೇವೆ.

ಯಾವ ಬಗೆಯಿಂದ ನಿಮಗೆ ಅಪಾರ ಹಣವನ್ನು ಸಂಪಾದಿಸಲು ಸಾಧ್ಯವಿದೆ ಎಂದು ನಾನು ನಿಮಗೆ ಕೇಳಿದರೆ, ನೀವು ಆ ಕುರಿತು ಸಾಕಷ್ಟು ಸಮಯ ಕಳೆದರೆ ನಿಮ್ಮ ಮನಸ್ಸಿನಲ್ಲಿ ಅನಾಯಾಸವಾಗಿ ವಿಚಾರಗಳು ಉತ್ಪನ್ನವಾಗುವ ಸಂಭವವಿರುತ್ತದೆ.

ಇದು ಸೃಜನಾತ್ಮಕ ವಿಚಾರವಾಗಿರುತ್ತದೆ. ವಿಚಾರಗಳು ಮೂಲಭೂತವಾಗಿ ಅಸೀಮಿತ, ಬೃಹತ್ ಮತ್ತು ಶಕ್ತಿಯ ದೃಷ್ಟಿಯಿಂದ ಸಕಾರಾತ್ಮಕವಾಗಿರುತ್ತವೆ. ಯಾವಾಗ ನೀವು ಸಕಾರಾತ್ಮಕ ಭಾವನೆಯನ್ನು ಹೊಂದಿರುತ್ತೀರೋ, ಆಗ ನೀವು ಹಗುರವಾದ ಮತ್ತು ಚೈತನ್ಯಪೂರ್ಣ ಭಾವವನ್ನು ಅನುಭವಿಸಲು ತೊಡಗುತ್ತೀರಿ ಮತ್ತು ಅಂತಹ ವಿಚಾರ ನಿಮ್ಮನ್ನು ದಿವ್ಯತೆಯತ್ತ ಕೊಂಡೊಯ್ಯುತ್ತದೆಂದು ಭಾವಿಸಿ.

ನೀವು ಸಂಪಾದಿಸಲು ಬಯಸುವ ಹಣ, ಅದನ್ನು ಹೇಗೆ ಸಂಪಾದಿಸಬಹುದು ಎಂದು ನೀವು ಯೋಚಿಸಲು ತೊಡಗಿದರೆ, ಕೂಡಲೇ ನೀವು ಸೀಮಿತ, ಸಂಕುಚಿತ ಮತ್ತು ನಕಾರಾತ್ಮಕ ಭಾವನೆಗಳನ್ನು ಅನುಭವಿಸಲು ತೊಡಗುತ್ತೀರಿ. ಈ ಅನುಭವದಿಂದ ನೀವು ಯೋಚಿಸುವ ಕೆಲಸವನ್ನು ಮಾಡುತ್ತಿದ್ದೀರಿ ಎಂದು ತಿಳಿಯಬೇಕು.

ನಾನು ನನ್ನ ಭಾವನೆಗಳ ಉಪಯೋಗವನ್ನು ಆಂತರಿಕ ರಾಡಾರ್‌ಗಳ ರೂಪದಲ್ಲಿ ಮಾಡುತ್ತೇನೆ, ಅದರಿಂದ ನಾನು ಸೃಷ್ಟಿಯಿಂದ ವಿಚಾರಗಳನ್ನು ಸೀದಾ ಡೌನ್‌ಲೋಡ್ ಮಾಡುತ್ತಿದ್ದೇನೆ ಅಂತ ಅದು ನನಗೆ ತಿಳಿಸುತ್ತದೆ, ಅಥವಾ ನಾನು ನನ್ನ ಮನಸ್ಸಿನಲ್ಲಿ ವಿಚಾರಗಳ ಕುರಿತು ಯೋಚಿಸುವ ಕೆಲಸವನ್ನು ಮಾಡುತ್ತಿದ್ದೇನೆ ಎಂದು ತಿಳಿಯುತ್ತದೆ.

ನೀವು ಏನನ್ನು ಯೋಚಿಸುತ್ತೀರೋ ಅದನ್ನೇ ಅನುಭವಿಸುತ್ತೀರಿ, ಆದ್ದರಿಂದ ಭಾವನೆಗಳು ಮತ್ತು ಭಾವ ಅಂತಃಜ್ಞಾನದ ಡ್ಯಾಶ್‌ಬೋರ್ಡ್‌ನ ಹಾಗೆ ಇರುತ್ತದೆ. ಅದರಿಂದ ನಾನು ಬಹಳಷ್ಟು ಯೋಚಿಸುತ್ತಿದ್ದೇನೋ ಅಥವಾ ಇಲ್ಲವೇ ಎಂಬುದು ನನಗೆ ವೇದ್ಯವಾಗುತ್ತದೆ.

ನನ್ನ ಮನಸ್ಸಿನಲ್ಲಿ ಅಗತ್ಯಕ್ಕಿಂತ ಬಹಳ ನಕಾರಾತ್ಮಕ ಭಾವನೆಗಳಿದ್ದರೆ, ನಾನು ಬಹಳಷ್ಟು ಯೋಚಿಸುತ್ತಿದ್ದೇನೆ ಎಂಬು ಭಾವಿಸುತ್ತೇನೆ. ನಾವು ಸ್ವಾಭಾವಿಕವಾಗಿ ಹೇಗೆ ಸಫಲತೆಯತ್ತ ಸಾಗಬಹುದು ಎಂಬುದಕ್ಕೆ ಇದೊಂದು ಉದಾಹರಣೆ ಎನ್ನಬಹುದು.

ಈ ಕೆಳಗೆ ಯೋಚನೆ ಮತ್ತು ವಿಚಾರಗಳ ನಡುವಿನ ವ್ಯತ್ಯಾಸವನ್ನು ನಮೂದಿಸುವ ಒಂದು ಚಾರ್ಟ್‌ನ್ನು ನೀಡಲಾಗಿದೆ. ಇದರಿಂದ ನಿಮ್ಮ ಮನಸ್ಸಿನಲ್ಲಿ ಈ ಎರಡರಲ್ಲಿ ಯಾವುದು ಅಸ್ತಿತ್ವದಲ್ಲಿದೆ ಎನ್ನುವುದು ತಿಳಿಯುತ್ತದೆ.

ವಿಚಾರ ವರ್ಸಸ್ ಯೋಚನೆಯ ಚಾರ್ಟ್

ವಿಶೇಷತೆ	ವಿಚಾರ	ಯೋಚನೆ
ಸ್ರೋತ	ಸೃಷ್ಟಿ	ಅಹಂ
ಭಾರ	ಹಗುರ	ಭಾರೀ
ಶಕ್ತಿ	ವಿಸ್ತಾರವಾಗಿ	ಸಂಕುಚಿತ
ಪ್ರಕೃತಿ	ಅಸೀಮಿತ	ಸೀಮಿತ
ಗುಣ	ಸೃಜನಾತ್ಮಕ	ವಿನಾಶಕಾರೀ
ಆವೇಶ	ಸಕಾರಾತ್ಮಕ	ನಕಾರಾತ್ಮಕ
ಸಾರ	ದೈವಿಕ	ನಶ್ವರ
ಭಾವ	ಸಜೀವ	ಆತಂಕಪೂರ್ಣ
ಭಾವನೆ	ಪ್ರೇಮ	ಭಯ
ವಿಶ್ವಾಸ	ಅಸೀಮಿತ	ಸೀಮಿತ
ಸಾಕ್ಷಾತ್ಕಾರ	ಪೂರ್ಣತೆ	ಪ್ರತ್ಯೇಕತೆ
ಶ್ರಮ	ಶ್ರಮರಹಿತ	ಸಶ್ರಮದೊಂದಿಗೆ

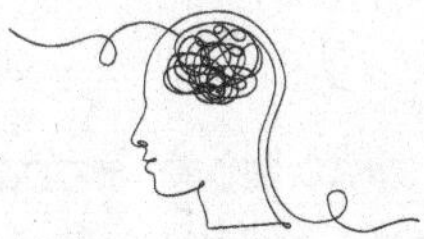

5

ನಾವು ಕೇವಲ ಯೋಚಿಸುವುದನ್ನಷ್ಟೇ ಅನುಭವಿಸುತ್ತಿದ್ದರೆ, ಸಕಾರಾತ್ಮಕ ರೀತಿಯಿಂದ ಮಾತ್ರವೇ ನಾವು ಯೋಚಿಸುತ್ತಿದ್ದರೆ ಒಳಿತಲ್ಲವೇ?

“

ನಾವು ಶಾಂತಿ, ಪ್ರೇಮ ಮತ್ತು ಆನಂದದಿಂದ ಕೇವಲ ಒಂದು ವಿಚಾರವಷ್ಟೇ ದೂರದಲ್ಲಿದ್ದೇವೆ – ಅದು ಶೂನ್ಯ ವಿಚಾರದ ಅವಸ್ಥೆಯಿಂದಷ್ಟೇ ಬರುತ್ತದೆ.

”

ಡಿಕೆನ್ ಬೆಟಿಂಗರ್

ನಾವು ಯೋಚಿಸುವುದನ್ನಷ್ಟೇ ಅನುಭವಿಸುತ್ತೇವೆ - ಈ ಸಿದ್ಧಾಂತದ ಒಂದು ಪ್ರತಿವಾದವಿದೆ, ಆ ಬಗ್ಗೆ ನಾನಿದುವರೆಗೆ ಉಲ್ಲೇಖಿಸಿಲ್ಲ. ಅದನ್ನು ವರ್ಣಿಸುವ ಸರಿಯಾದ ಕ್ರಮವೆಂದರೆ ನಾವು ಯೋಚಿಸುವ ಸಮಯ, ಕೇವಲ ನಕಾರಾತ್ಮಕ ಭಾವನೆಗಳನ್ನೇ ಅನುಭವಿಸಲು ಸಾಧ್ಯವಾಗುತ್ತದೆ.

ನಕಾರಾತ್ಮಕ ಭಾವನೆಗಳನ್ನೆಲ್ಲಾ ಅನುಭವಿಸುವುದನ್ನು ಸಾರಾಸಗಟಾಗಿ ತಿರಸ್ಕರಿಸುವ ಅಗತ್ಯವೇನೂ ಇಲ್ಲ. ಕೆಲವು ನಕಾರಾತ್ಮಕ ಭಾವನೆಗಳು ನಮಗೆ ಉಪಯುಕ್ತವೂ ಆಗಬಹುದು, ಹೇಗೆಂದರೆ ಒಂದು ಕತ್ತಲು ಗಲ್ಲಿಯಲ್ಲಿ ಸುತ್ತಮುತ್ತ ಯಾರೂ ಕಾಣಿಸದೆ ಸಾಗುವಾಗ ಭಯ ಆವರಿಸುವುದು.

ಈ ನಕಾರಾತ್ಮಕ ಭಾವನೆಗಳು ಕೇವಲ ನಮ್ಮನ್ನು ರಕ್ಷಿಸಿಕೊಳ್ಳುವ ಸಂದರ್ಭಗಳಲ್ಲಿ ನಮಗೆ ಉಪಯೋಗಿ ಅನ್ನಿಸಬಹುದು, ಆದರೆ ನಾವು ಬದುಕು ಮತ್ತು ಸಾವಿನ ಸ್ಥಿತಿಯನ್ನು ಎದುರಿಸುವುದಿಲ್ಲವಲ್ಲ, ಹಾಗಿದ್ದಾಗ ನಕಾರಾತ್ಮಕ ಭಾವನೆಗಳು ನಮ್ಮಲ್ಲಿ ಸಹಾಯ ಒದಗಿಸುವುದಕ್ಕಿಂತ ಹೆಚ್ಚಾಗಿ ಹಾನಿಕಾರಕವೇ ಆಗಿರುತ್ತವೆ.

ನಾವು ದೈಹಿಕ ರಕ್ಷಣೆಗೋಸ್ಕರ ಹೆಣಗಾಡುತ್ತಿಲ್ಲವೆಂದಾದರೆ, ಮೂಲಭೂತವಾಗಿ ನಮಗೆ ಬಹುತೇಕ ಸಮಯದಲ್ಲಿ ನಕಾರಾತ್ಮಕ ಭಾವನೆಗಳು ಬೇಕಿಲ್ಲವೆನಿಸುತ್ತದೆ.

ನಾವು ಯೋಚಿಸುವುದನ್ನೇ ಅನುಭವಿಸುತ್ತೇವೆ ಎಂದು ನಾನು ಉಲ್ಲೇಖಿಸುವಾಗ, ಬಹುತೇಕ ಜನರು ಹೀಗೆ ಭಾವಿಸಬಹುದು, ಸಕಾರಾತ್ಮಕ ಭಾವನೆಗಳನ್ನು ಅನುಭವಿಸಲು ನಾವು ಸಕಾರಾತ್ಮಕವಾಗಿಯೇ ಯೋಚಿಸಬೇಕಂತ.

ಇದು ಸರಿಯೋ ತಪ್ಪೋ, ಈ ಬಗೆಗೆ ನಿಮಗೆ ವಿಶ್ವಾಸ ಮೂಡಿಸುವುದಕ್ಕೆ ಬದಲಾಗಿ ಬನ್ನಿ ನಿಮಗೆ ಇನ್ನೊಂದು ವಿಚಾರದ ಪ್ರಯೋಗವನ್ನು ಮಾಡಿಸುತ್ತೇನೆ, ಅದರಿಂದ ನಿಮಗೆ ಸ್ವತಃ ಸತ್ಯದ ಅರಿವಾಗುವುದಕ್ಕೆ ಸಾಧ್ಯ.

ನೀವು ಬದುಕಿನಲ್ಲಿ ಅತ್ಯಂತ ಖುಷಿ ಮತ್ತು ಪ್ರೇಮದ ಭಾವನೆಯನ್ನು ಅನುಭವಿಸಿದ ಕ್ಷಣವನ್ನು ನೆನಪಿಸಿಕೊಳ್ಳಿ. ಆ ಸಮಯದಲ್ಲಿ ನೀವೇನು

ಅನುಭವಿಸಿದ್ದಿರೋ ಅದೇ ಭಾವನೆಯನ್ನು ಅನುಭವಿಸಲು ಯತ್ನಿಸಿ. ಬಹಳ ಹೆಚ್ಚೆಂದರೆ 30 ಸೆಕೆಂಡ್‌ಗಳ ಕಾಲ ಅನುಭವಿಸಿ.

ನೀವು ಬಹಳಷ್ಟು ಖುಷಿ ಮತ್ತು ಪ್ರೇಮವನ್ನು ಅನುಭವಿಸಿದ್ದಾಗ, ಉತ್ಕಟ ಕ್ಷಣದಲ್ಲಿ ನಿಮ್ಮಲ್ಲಿ ಯಾವ ವಿಚಾರ ಸುತ್ತಾಡುತ್ತಿತ್ತು? (ನೀವು ಆ ಸಮಯದಲ್ಲಿ ಏನು ಮಾಡುತ್ತಿದ್ದರಿ ಎಂದು ನಾನು ನಿಮ್ಮಲ್ಲಿ ಕೇಳುತ್ತಿಲ್ಲ, ಬದಲಾಗಿ ಸರಿಯಾಗಿ ಆ ಸಮಯದಲ್ಲಿ ನಿಮ್ಮ ಮನಸ್ಸಿನ ಒಳಗಡೆ ಯಾವ ವಿಚಾರ ಸುಳಿದಾಡುತ್ತಿತ್ತು ಎಂದು ನಾನು ಕೇಳುತ್ತಿದ್ದೇನೆ.)

ಈ ಪ್ರಶ್ನೆಗೆ ಉತ್ತರಿಸುವ ಬಹಳಷ್ಟು ಮಂದಿಯ ಅನುಭವವೆಂದರೆ ಸರಿಯಾಗಿ ಆ ಸಮಯದಲ್ಲಿ ಅವರ ಒಳಗಡೆ ಯಾವುದೇ ವಿಚಾರ ಸುಳಿದಾಡುತ್ತಿರಲಿಲ್ಲ. ಮಿಕ್ಕುಳಿದವರು ಆ ಸಮಯದಲ್ಲಿ ಆನಂದ ಮತ್ತು ಪ್ರೇಮದಿಂದ ಕೃತಜ್ಞತೆಯ ಭಾವನೆಯನ್ನು ಅನುಭವಿಸುತ್ತಿದ್ದರಂತೆ.

ಯಾರೆಲ್ಲ ಕೃತಜ್ಞತೆಯ ವಿಚಾರವನ್ನು ಹೇಳಿದರೋ, ಅವರಿಗೆ ನಾನು ಕೇಳುತ್ತೇನೆ, "ನೀವು ಆನಂದ ಮತ್ತು ಪ್ರೇಮದ ಮೊದಲೋ ಅಥವಾ ನಂತರವೋ ಕೃತಜ್ಞತೆಯ ಅನುಭವವನ್ನು ಅನುಭವಿಸಿದ್ದೀರೋ?"

ಮುಂದುವರಿಯುವ ಮೊದಲು 10–15 ಸೆಕೆಂಡ್‌ಗಳ ಸಮಯ ತೆಗೆದುಕೊಳ್ಳಿ.

ಯಾವ್ಯಾವ ಅಂತಃರ್ದೃಷ್ಟಿಗಳು ಮತ್ತು ಆತ್ಮಾನುಭೂತಿಗಳು ನಿಮ್ಮ ಮನಸ್ಸಿನಲ್ಲಿ ಬಂದವು?

ವಿಚಿತ್ರವಾದರೂ ಸತ್ಯದ ವಿಷಯವೆಂದರೆ ಬದುಕಿನಲ್ಲಿ ಹೆಚ್ಚು ಆನಂದ ಮತ್ತು ಪ್ರೇಮದ ಅನುಭವವಾಗುವ ಸಮಯ ಬಹುತೇಕ ಜನರ ಮನಸ್ಸಿನಲ್ಲಿ ಯಾವುದೇ ವಿಚಾರಗಳು ಸಂಚರಿಸುವುದಿಲ್ಲ. ಯಾವ ವ್ಯಕ್ತಿಗಳು ಕೃತಜ್ಞತೆಯ ವಿಷಯ ಹೇಳಿದರೋ, ಅವರಿಗೆ ಆ ವಿಚಾರದ ಬಳಿಕವಷ್ಟೇ ಕೃತಜ್ಞತೆಯ ಭಾವನೆ ಅನುಭವಕ್ಕೆ ಬಂದಿತ್ತು.

ಒಂದು ವೇಳೆ ಅವರ ಮನಸ್ಸಿನಲ್ಲಿ ಕೃತಜ್ಞತೆಯ ವಿಚಾರ ಭಾವನೆಗಳನ್ನು ಅನುಭವಿಸಿದ ಬಳಿಕ ಬಂದಿದ್ದರೆ, ಅದರರ್ಥ ಆ ವಿಚಾರಗಳಿಂದ ಭಾವನೆಗಳು ಉತ್ಪನ್ನವಾಗಿಲ್ಲ ಎನ್ನಬೇಕು.

ಇದರಿಂದ ನಾವು ಇನ್ನೊಂದು ಸತ್ಯದತ್ತ ಸಾಗಲು ಸಾಧ್ಯ: ನೀವು ಸಕಾರಾತ್ಮಕ ಭಾವನೆಗಳನ್ನು ಅನುಭವಿಸಲು ವಿಚಾರಗಳ ಅಥವಾ ಯೋಚನೆಗಳ ಅವಶ್ಯಕತೆ ಇರುವುದಿಲ್ಲ. ಇಲ್ಲಿನ ಸತ್ಯದ ಒಂದು ಸೋಜಿಗವೆಂದರೆ ಅದಕ್ಕೆ ಯಾವುದೇ ಔಚಿತ್ಯದ ಅಗತ್ಯವಿಲ್ಲ, ಯಾಕೆಂದರೆ

ಅದನ್ನು ಅದೇ ಸಮಯದಲ್ಲಿ ಅನುಭವಿಸಲು ಸಾಧ್ಯವಾಗುತ್ತದೆ. ಇದನ್ನು ಸಾಬೀತುಗೊಳಿಸುವುದಾಗಲೀ, ತಾರ್ಕಿಕವಾಗಿ ತೀರ್ಮಾನಿಸುವುದಾಗಲೀ ಬೇಕಿಲ್ಲ. ಇದೀಗ ನಾವು ಅದೇನು ಪ್ರಯೋಗ ನಡೆಸಿದ್ದೆವೋ, ಅದರಲ್ಲಿ ನೀವು ಈ ಸತ್ಯವನ್ನು ಸ್ವತಃ ಕಂಡುಕೊಂಡಿದ್ದೀರಿ.

ಹಾಗಾಗಿ ನಮಗೆ ಆನಂದ ಮತ್ತು ಪ್ರೇಮದಂತಹ ಸಕಾರಾತ್ಮಕ ಭಾವನೆಗಳನ್ನು ಅನುಭವಿಸಲು ಯಾವುದೇ ವಿಚಾರ ಅಥವಾ ಯೋಚನೆಯ ಅಗತ್ಯವಿರುವುದಿಲ್ಲ.

ಆನಂದ, ಪ್ರೇಮ, ಉಲ್ಲಾಸ, ಸ್ವತಂತ್ರತೆ ಮತ್ತು ಕೃತಜ್ಞತಾ ಭಾವ ನಮ್ಮ ಅಸ್ತಿತ್ವದ ನೈಸರ್ಗಿಕ ಅವಸ್ಥೆಯೊಂದಿಗೆ ತಳುಕು ಹಾಕಿಕೊಂಡಿದೆ. ಈ ಬಗೆಗೆ ವಿಶ್ವಾಸ ತಳೆಯುವುದು ಕಷ್ಟವಾಗಬಹುದು, ಯಾಕೆಂದರೆ ಅದು ನೈಸರ್ಗಿಕವಾಗಿದ್ದರೆ, ನಾವು ಸದಾ ಕಾಲ ಅದೇ ಭಾವನೆಗಳನ್ನು ಯಾಕಾಗಿ ಅನುಭವಿಸುವುದಿಲ್ಲ? ಸ್ವಲ್ಪ ಸಮಯದ ಬಳಿಕ ನಾನು ಈ ಪ್ರಶ್ನೆಗೆ ಉತ್ತರಿಸಬಲ್ಲೆ.

ನಾವು ಯಾವುದೇ ವಿಷಯದ ಸ್ವಾಭಾವಿಕ ಅವಸ್ಥೆಯನ್ನು ನೋಡಬಯಸಿದರೆ, ಒಂದೊಳ್ಳೆಯ ವಿಧಾನವೆಂದರೆ ಮೊತ್ತಮೊದಲು ಅದರ ಅವಸ್ಥೆ ಮತ್ತು ಪ್ರಕೃತಿಯನ್ನು ನೋಡಬೇಕು– (ಪರಿಸರದಿಂದ ಪ್ರಭಾವಿತರಾಗುವ ಮತ್ತು ಕಂಡೀಶನ್ ಆಗುವ ಮೊದಲು).

ದೃಷ್ಟಾಂತದ ದೃಷ್ಟಿಯಿಂದ, ಯಾವುದೇ ಶಿಶುವಿನ ನೈಸರ್ಗಿಕ ಅವಸ್ಥೆಯನ್ನು ನೋಡಿ. ಯಾವುದೇ ಶಿಶುವಿನ ನೈಸರ್ಗಿಕ ಮತ್ತು ಸ್ವಾಭಾವಿಕ ಅವಸ್ಥೆ ಏನಿರುತ್ತದೆ (ಅದಕ್ಕೆ ಹೊಡೆಯುವ ಬಡಿಯುವುದನ್ನು ಮಾಡುವುದಿಲ್ಲ, ಉಪೇಕ್ಷಿಸುವುದೂ ಇಲ್ಲ ಅಥವಾ ಅದರೊಂದಿಗೆ ಯಾವುದೇ ಶಾರೀರಿಕ ಸಮಸ್ಯೆಯೂ ಇರುವುದಿಲ್ಲ). ಶಿಶು ಸ್ವಾಭಾವಿಕವಾಗಿ ಆತಂಕಿತ, ಚಿಂತೆಗೆ ಒಳಗಾಗಿರುವ, ಭಯಭೀತವಾಗಿರುವ ಅಥವಾ ಸಂಕೋಚವನ್ನು ತೋರಿಸುತ್ತದೆಯೇ? ಅಥವಾ ಅವು ಸ್ವಾಭಾವಿಕವಾಗಿ ಉಲ್ಲಾಸ, ಖುಷಿ ಮತ್ತು ಪ್ರೇಮದ ಅವಸ್ಥೆಯಲ್ಲಿರುತ್ತವೆಯೇ?

ಆನಂದ, ಪ್ರೇಮ ಮತ್ತು ಶಾಂತಿ ನಮ್ಮ ಅಸ್ತಿತ್ವದ ಸ್ವಾಭಾವಿಕ ಅವಸ್ಥೆಯಾಗಿರುತ್ತವೆ. ಹಾಗಾಗಿ ನಾವೇನು ಯೋಚಿಸುವ ಕೆಲಸ ಮಾಡುತ್ತೇವೆಯೋ, ಅದು ನಮ್ಮನ್ನು ನಮ್ಮ ಸ್ವಾಭಾವಿಕ ಅವಸ್ಥೆಯಿಂದ ದೂರಕ್ಕೆ ಒಯ್ಯುತ್ತದೆ. ಗಮನಿಸಿ, ನಾವು ಯಾವಾಗೆಲ್ಲ ಆತಂಕವನ್ನು ಅನುಭವಿಸುತ್ತೇವೆಯೋ, ನಮ್ಮೊಳಗೆ ಬಹಳಷ್ಟು ಯೋಚನೆಗಳು ಹರಿದಾಡುತ್ತಿರುತ್ತವೆ. ಆ ಕ್ಷಣದಲ್ಲಿ ನಾವೆಷ್ಟು ಯೋಚಿಸುತ್ತೇವೋ

ಅದೇ ಅನುಪಾತದಲ್ಲಿ ನಮ್ಮೊಳಗೆ ನಕಾರಾತ್ಮಕ ಭಾವನೆಗಳ ಶಕ್ತಿಯ ಅನುಭವವಾಗುತ್ತದೆ.

ಇನ್ನೊಂದೆಡೆ, ನಾವೇನು ಸಕಾರಾತ್ಮಕ ಭಾವನೆಯನ್ನು ಅನುಭವಿಸುತ್ತೇವೋ, ಅದರ ಆಳ ಯೋಚಿಸುವ ವಿರುದ್ಧದ ಅನುಪಾತದಲ್ಲಿ ಮುಂದುವರಿದಿರುತ್ತದೆ. ಹಾಗೆಂದರೆ, ನಾವೆಷ್ಟು ಕಡಿಮೆ ಯೋಚಿಸುತ್ತೇವೆಯೋ, ಪ್ರಸ್ತುತದಲ್ಲಿ ನಾವು ಅಷ್ಟೇ ಶಕ್ತಿಶಾಲಿಯಾದ ಸಕಾರಾತ್ಮಕ ಭಾವನೆಗಳನ್ನು ಅನುಭವಿಸುತ್ತೇವೆ.

ಈ ಸತ್ಯದ ಪುಷ್ಟಿಗಾಗಿ ಇನ್ನೊಂದಿಷ್ಟು ನೆನಪುಗಳನ್ನೂ ತಾಜಾವಾಗಿಸಿ, ಯಾವಾಗ ಎಂದರೆ ನೀವು ಅತ್ಯಂತ ಆತಂಕಿತರಾದ ಮತ್ತು ಚಿಂತಿತರಾಗಿದ್ದ ಸಮಯ. ಆ ವೇಳೆಯಲ್ಲಿ ನಿಮ್ಮೊಳಗೆ ಎಷ್ಟೊಂದು ಯೋಚನೆಗಳು ಹರಿದಾಡುತ್ತಿದ್ದವು ಎಂಬುದನ್ನು ನೆನಪಿಸಿಕೊಳ್ಳಿ.

ಇದಕ್ಕೆ 1–2 ನಿಮಿಷಗಳ ಸಮಯವನ್ನು ತೆಗೆದುಕೊಳ್ಳಿ.

ಮತ್ತೆ ಕೆಲವು ನೆನಪುಗಳನ್ನು ತಾಜಾ ಮಾಡಿಕೊಳ್ಳಿ, ಯಾವಾಗ ನೀವು ಅತ್ಯಂತ ಖುಷಿ ಮತ್ತು ಪ್ರೇಮದ ಅನುಭವವನ್ನು ಪಡೆದಿದ್ದಿರಿ. ಆ ಸಮಯದಲ್ಲಿ ನಿಮ್ಮ ಮನಸ್ಸಿನಲ್ಲಿ ಎಷ್ಟು ಯೋಚನೆಗಳು ಹರಿದಾಡುತ್ತಿದ್ದವು ಎಂಬುದನ್ನು ಗಣಿಸಿ.

ಇದನ್ನು ಮನವರಿಕೆ ಮಾಡುವುದಕ್ಕೆ 1–2 ನಿಮಿಷಗಳ ಸಮಯ ತೆಗೆದುಕೊಳ್ಳಿ. ಆಮೇಲೆ ಆ ಸತ್ಯವನ್ನು ನಿಜಕ್ಕೂ ಅನುಭವಿಸಿ ಆತ್ಮಸಮ್ಮಾನದೊಂದಿಗೆ ಮಾಡಿ.

ನನ್ನ ತರಬೇತುದಾರರು ನನಗೊಂದು ಉದಾಹರಣೆಯನ್ನು ನೀಡಿದ್ದರು, ಅದು ಈ ಅವಸ್ಥೆಯನ್ನು ಮನವರಿಕೆ ಮಾಡಿಕೊಳ್ಳಲು ಸಹಾಯಕವಾಗಬಹುದು. ಅದಕ್ಕೋಸ್ಕರ ನಾವು ನಮ್ಮ ಮನಸ್ಸು ಅಥವಾ ಮಿದುಳು (ಕಾರಿನ) ಸ್ಪೀಡೋಮೀಟರ್‌ನ ತರಹ ಕೆಲಸ ಮಾಡುತ್ತಿದೆಯೆಂದು ಕಲ್ಪಿಸಿಕೊಳ್ಳುವುದು ಉಚಿತ. ಇಲ್ಲಿ ಪ್ರತಿ ತಾಸಿಗೆ ಕಿಲೋಮೀಟರ್ ಹೇಳುವ ಬದಲು ವಿಚಾರದ ಸಂಖ್ಯೆಯನ್ನು ಹೇಳುತ್ತದೆ. ನಮ್ಮೊಳಗೆ ಯೋಚಿಸುವ ಪ್ರಕ್ರಿಯೆ ಎಷ್ಟು ಹೆಚ್ಚುತ್ತದೋ, ಅದೇ ಪ್ರಕಾರ 'ವಿಚಾರೋಮೀಟರ್'ನ ಸೂಜಿ ಮೇಲಕ್ಕೆ ಏರುತ್ತಲೇ ಹೋಗುತ್ತದೆ ಮತ್ತು ನಾವು ಬಹಳಷ್ಟು ಹೆಚ್ಚು ಯೋಚಿಸುತ್ತಿದ್ದಲ್ಲಿ ಸೂಜಿ ಅಪಾಯದ ಕೆಂಪು ಗೆರೆಯನ್ನು ದಾಟುವ ಸಾಧ್ಯತೆ ಇರುತ್ತದೆ. ಅಂತಹ ಸಮಯದಲ್ಲಿ ನಾವು ಅತ್ಯಂತ ಆತಂಕದ, ಸುಸ್ತಾದ, ಕುಂಠಿತ ಮತ್ತು ನಿರಾಶೆಯ ಅವಸ್ಥೆಯನ್ನು ಅನುಭವಿಸುತ್ತೇವೆ.

ನಾವು ಯೋಚಿಸುವ ಸಾಮಗ್ರಿ ನಮಗೆ ಆತಂಕವನ್ನು ಸೃಷ್ಟಿಸುವುದಿಲ್ಲ. ನಾವು ಯೋಚಿಸುತ್ತಿದ್ದೇವೆ ಅಷ್ಟೇ ನಮ್ಮ ಆತಂಕಕ್ಕಿರುವ ಕಾರಣವಾಗಿರುತ್ತದೆ. ನಮ್ಮಲ್ಲಿ ಎಷ್ಟು ಕಾಲ ಯೋಚಿಸುವ ಕ್ರಿಯೆ ನಡೆದಿರುತ್ತದೆಯೋ ಅಷ್ಟು ಕಾಲ ಅಷ್ಟೇ ನಮ್ಮಲ್ಲಿ ಹೆಚ್ಚೆಚ್ಚು ಆತಂಕ ಮತ್ತು ನಕಾರಾತ್ಮಕ ಭಾವನೆಗಳು ಅನುಭವಕ್ಕೆ ಬರುತ್ತವೆ. ಇದು ಸಮಾನ ಅನುಪಾತದಲ್ಲಿರುತ್ತವೆ. ಯಾವಾಗೆಲ್ಲ ನೀವು ಕುಂಠಿತ, ಆತಂಕದ, ಚಿಂತೆಯ ಅಥವಾ ಯಾವುದೇ ನಕಾರಾತ್ಮಕ ಭಾವನೆಗಳನ್ನು ಅನುಭವಿಸುತ್ತೀರೋ, ಇಷ್ಟೇ ತಿಳಿಯಿರಿ ಅದು ಯಾಕಾಗಿ ಉತ್ಪನ್ನವಾಗುತ್ತದೆಂದರೆ, ನೀವು ಬಹಳಷ್ಟು ಯೋಚಿಸುತ್ತೀರಿ. ನಿಮ್ಮ ಭಾವನೆಗಳ ಸೀದಾ ಸಂಬಂಧ ನಿಮ್ಮೊಳಗೆ ನಡೆಯುವ ಯೋಚನೆಯೊಂದಿಗೆ ಬೆಸೆದುಕೊಂಡಿರುತ್ತದೆ.

ಹಾಗಾಗಿ ನಾವೆಷ್ಟು ಯೋಚಿಸುತ್ತೇವೋ ಅದರಿಂದ ಕಷ್ಟವಾಗುವುದಿಲ್ಲ, ನಾವು ಯೋಚಿಸುವ ಕ್ರಿಯೆಯಲ್ಲಿ ತೊಡಗಿಕೊಂಡಿರುವುದರಿಂದ ಕಷ್ಟದ ಉತ್ಪನ್ನವಾಗುತ್ತದೆ.

ಸಂಕ್ಷೇಪದಲ್ಲಿ, ಪ್ರೇಮ, ಆನಂದ, ಖುಷಿ ಮತ್ತು ಯಾವುದೇ ಮನಸ್ಸಿಗೆ ಹಿಡಿಸಿದ ಸಕಾರಾತ್ಮಕ ಭಾವನೆಯ ಅನುಭವವಾಗಬೇಕಿದ್ದಲ್ಲಿ 'ಸಕಾರಾತ್ಮಕವಾಗಿ ಯೋಚಿಸುವ' ಪ್ರಯತ್ನ ಬೇಕಿಲ್ಲ, ಯಾಕೆಂದರೆ ಅಂತಹ ಭಾವನೆಗಳನ್ನು ನಾವು ಅನುಭವಿಸುವುದು ನಮ್ಮ ಪ್ರಾಕೃತಿಕ ಅವಸ್ಥೆಯಾಗಿರುತ್ತದೆ. ನಮ್ಮೊಳಗಿನ ವಿಚಾರಗಳ ಬಗೆಗೆ ನಾವು ಯೋಚಿಸಲು ತೊಡಗಿದಾಗಷ್ಟೇ ನಮ್ಮಲ್ಲಿ ಸ್ವಾಭಾವಿಕವಾಗಿ ಆ ಭಾವನೆಗಳ ಅನುಭವವಾಗುತ್ತವೆ. ಈ ಕಾರಣದಿಂದಾಗಿಯೇ ನಮ್ಮಲ್ಲಿನ ಅಸೀಮಿತ ಪ್ರಜ್ಞೆಯ ಜೊತೆಗೆ ನಮ್ಮ ಸೀದಾ ಸಂಬಂಧವನ್ನು ವಿರೋಧಿಸಲು ತೊಡಗುತ್ತೇವೆ, ಫಲಸ್ವರೂಪವಾಗಿ ನಾವು ಆತಂಕಿತರಾಗುತ್ತೇವೆ,ಚಿಂತಿತರಾಗುತ್ತೇವೆ,ನಿರಾಶಾದಾಯಕರಾಗುತ್ತೇವೆ ಮತ್ತು ಭಯಭೀತರಾಗುತ್ತೇವೆ. ನಾವು ಯಾವುದರ ಕುರಿತು ಯೋಚಿಸುತ್ತೇವೆಯೋ ಅದು ನಮ್ಮ ಸಂಕಷ್ಟಗಳಿಗೆ ಮೂಲ ಕಾರಣವಾಗಿರುವುದಿಲ್ಲ. ನಾವು ಯೋಚಿಸುವುದೇ ಎಲ್ಲದಕ್ಕೂ ಮೂಲ ಕಾರಣವಾಗಿರುತ್ತದೆ. ನಕಾರಾತ್ಮಕ ಭಾವನೆಗಳ ಗಹನತೆಗೂ ಯೋಚನೆಗೂ ಪರಸ್ಪರ ಸಂಬಂಧವಿದೆ, ಅದು ವರ್ತಮಾನದಲ್ಲಿ ನಿಮ್ಮೊಳಗೆ ನಡೆದಿರುತ್ತದೆ. ಕಡಿಮೆ ಯೋಚಿಸಿದರೆ ನಕಾರಾತ್ಮಕ ಭಾವನೆ ಕಡಿಮೆಯಾಗುತ್ತದೆ, ಹೆಚ್ಚು ಯೋಚಿಸಿದರೆ ನಕಾರಾತ್ಮಕ ಭಾವನೆ ಹೆಚ್ಚಾಗುತ್ತದೆ. ನಾವೆಷ್ಟು ಕಡಿಮೆ ಯೋಚಿಸುತ್ತೇವೆಯೋ, ಅದರಿಂದ ನಾವು ಸಕಾರಾತ್ಮಕ ಭಾವನೆಗಳಿಂದ ತೇಲಾಡುವುದಕ್ಕೆ ಸಹಜವಾಗಿ ಸಾಕಷ್ಟು ಸ್ಥಳಾವಕಾಶವನ್ನು ಒದಗಿಸಿದಂತಾಗುತ್ತದೆ.

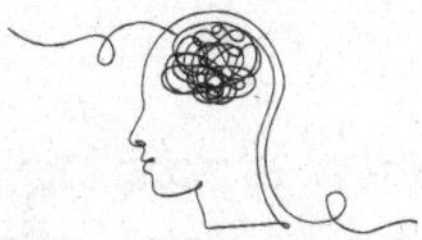

6

ಮಾನವನ ಅನುಭವಗಳು ಹೇಗೆ ರೂಪುಗೊಳ್ಳುತ್ತವೆ- ಮೂರು ಸಿದ್ಧಾಂತಗಳು

“

ತಮ್ಮ ಅನುಭವಗಳಿಗೆ ಹೆದರುವುದಿಲ್ಲ ಎಂಬ ಒಂದೇ ಒಂದು ಅಂಶವನ್ನು ಜನರು ಕಲಿತುಕೊಂಡರೆ, ಅದೊಂದೇ ಅವರ ಬದುಕನ್ನು ಬದಲಿಸಬಹುದು.

”

ಸಿಡ್ನೀ ಬ್ಯಾಂಕ್ಸ್

ಮೂಲಭೂತವಾಗಿ ಮನುಷ್ಯನ ಅನುಭವ ಈ ಮೂರು ಸಿದ್ಧಾಂತಗಳನ್ನು ಆಧರಿಸಿರುತ್ತವೆ: ಸರ್ವವ್ಯಾಪಿ ಮನಸ್ಸು, ಚೇತನ ಮತ್ತು ವಿಚಾರ, ಈ ಮೂರು ಸಿದ್ಧಾಂತಗಳು ಸೇರಿ ನಮಗೆ ಪ್ರತಿಯೊಂದು ವಿಷಯಗಳ ಅನುಭವವನ್ನು ಪಡೆಯಲು ಅನುಮತಿಯನ್ನು ನೀಡುತ್ತವೆ. ಬದುಕಿನಲ್ಲಿ ಅನುಭವಿಸುವುದೇ ಅದು. ಈ ಮೂರರಲ್ಲಿ ಒಂದು ಇರದೇ ಹೋದರೆ, ನಮಗೆ ಯಾವುದೇ ಅನುಭವವಾಗುವುದಿಲ್ಲ. ಈ ಸಿದ್ಧಾಂತವನ್ನು ಮೊತ್ತಮೊದಲ ಬಾರಿಗೆ ಸಿಡ್ನೀ ಬ್ಯಾಂಕ್ಸ್ ಪತ್ತೆ ಹಚ್ಚಿದರು. ಅದನ್ನು ನಿಮ್ಮ ಮುಂದಿಡುವುದು ನನ್ನ ಸೌಭಾಗ್ಯವೆಂದು ತಿಳಿಯುತ್ತೇನೆ.

ಈ ಮೂರು ಸಿದ್ಧಾಂತಗಳನ್ನು ತಿಳಿಯುವುದರಿಂದ ನಮಗೆ ನಮ್ಮ ಕಷ್ಟದಿಂದ ಹೇಗೆ ಪಾರಾಗಬಹುದೆಂಬ ವಿಚಾರವೂ ತಿಳಿಯುತ್ತದೆ. ಅಷ್ಟೇ ಅಲ್ಲ ನಮಗೆ ಸ್ರೋತದಿಂದ ಸೃಜಿಸುವುದಕ್ಕೆ ಅನುಮತಿ ಕೂಡಾ ಸಿಗುತ್ತದೆ.

ಸರ್ವವ್ಯಾಪಿ ಮನಸ್ಸು

ಬದುಕಿನ ತುಂಬ ತುಂಬಿಕೊಂಡಿರುವ ಎಲ್ಲಾ ವಿಷಯಗಳ ಹಿಂದಿರುವ ಬುದ್ಧಿಯೇ ಸರ್ವವ್ಯಾಪಿ ಮನಸ್ಸು. ಇದು ಎಲ್ಲಾ ವಿಷಯಗಳ ಜೀವ ಚೈತನ್ಯವೂ, ಶಕ್ತಿಯೂ ಆಗಿರುತ್ತದೆ. ಇದರಿಂದಾಗಿಯೇ ಬೀಜ ಬಲಿತು ದೊಡ್ಡ ಮರವಾಗಿ ಹೇಗೆ ಬೆಳೆಯುವುದೆಂದು ಅದಕ್ಕೆ ಗೊತ್ತಿರುತ್ತದೆ. ಗ್ರಹಗಳು ತಮ್ಮ ಪಥದಲ್ಲಿ ಹೇಗೆ ಸಂಚರಿಸಬೇಕೆಂದು ತಿಳಿದಿರುತ್ತವೆ. ಮತ್ತು ನಮ್ಮ ಶರೀರದಲ್ಲಿ ಗಾಯವಾದಾಗ ಅದನ್ನು ತುಂಬುವುದು ಹೇಗೆಂದು ಅದಕ್ಕೆ ಗೊತ್ತಿರುತ್ತದೆ. ಅದೇ ರೀತಿ ಸ್ವಯಂ ನಿಯಂತ್ರಣದಲ್ಲಿ ಇಟ್ಟುಕೊಳ್ಳುವುದು ಹೇಗೆಂದು ನಮ್ಮ ಶರೀರಕ್ಕೆ ಗೊತ್ತಿರುತ್ತದೆ. ಹಾಗೆಯೇ ಶ್ವಾಸೋಚ್ಛ್ವಾಸ ಹೃದಯ ಬಡಿತವೆಲ್ಲ ನಮ್ಮನ್ನು ಜೀವಂತವಾಗಿಡಲು ತನ್ನಿಂದ ತಾನೇ ನಡೆಯುತ್ತವೆ. ಇವನ್ನೆಲ್ಲ ಹೇಗೆ ಮಾಡಬೇಕೆಂದು ಬುದ್ಧಿಗೆ ಗೊತ್ತಿದ್ದು ಅದು ಎಲ್ಲಾ ವಸ್ತುಗಳಲ್ಲಿ ವಿದ್ಯಮಾನವಾಗಿದ್ದು, ಅದನ್ನೇ ಸರ್ವವ್ಯಾಪಿ ಮನಸ್ಸು ಎಂದು ಕರೆಯಲಾಗುತ್ತದೆ. ಅನೇಕರು ಅದನ್ನು ದೇವರು ಎಂದು ಕರೆಯುತ್ತಾರೆ, ಅಥವಾ ಅಸೀಮಿತ ಪ್ರಜ್ಞೆ ಎನ್ನುತ್ತಾರೆ. ಕ್ವಾಂಟಮ್ ಫೀಲ್ಡ್

ಅಥವಾ ಸ್ರೋತ ಅಥವಾ ಬೇರೆ ಹೆಸರುಗಳಿಂದ ಕರೆಯುತ್ತಾರೆ. ವಿಚಾರ ಮತ್ತು ಸೃಷ್ಟಿಯ ಪ್ರತಿಯೊಂದು ವಿಷಯವೂ ಇಲ್ಲಿಂದಲೇ ಹೊರಡುತ್ತವೆ. ಎಲ್ಲಾ ವಿಷಯಗಳೂ ಸರ್ವವ್ಯಾಪಿ ಮನಸ್ಸಿನ ಜೊತೆಗೆ ಬೆಸೆದುಕೊಂಡಿದೆ. ಯಾವುದೇ ವಿಷಯಗಳಲ್ಲಿ ಭಿನ್ನತೆ ಇರುವುದಿಲ್ಲ. ಹಾಗೇನಾದರೂ ಭಿನ್ನತೆ ಕಂಡು ಬಂದಲ್ಲಿ ಅದು ನಮ್ಮ ಯೋಚನೆಯಲ್ಲಿನ ಭ್ರಮೆಯಾಗಿರುತ್ತದೆ. ನಾವು ಸರ್ವವ್ಯಾಪಿ ಮನಸ್ಸಿನೊಂದಿಗೆ ಬೆಸೆದುಕೊಂಡಿರುವಾಗ, ನಮ್ಮಲ್ಲಿ ಪೂರ್ತಿ ಸಂತುಷ್ಟಿ, ಪ್ರೇಮ, ಆನಂದ, ಶಾಂತಿ ಮತ್ತು ಪ್ರೇರಣೆಗಳೇ ತುಂಬಿರುವುದು ಕಂಡು ಬರುತ್ತದೆ. ನಾವು ಯೋಚಿಸಲು ಶುರು ಮಾಡಿದಾಗ (ಭ್ರಮೆ ಅಥವಾ ಅಹಂನ ಮೇಲೆ ವಿಶ್ವಾಸವಿಟ್ಟುಕೊಂಡು), ನಮ್ಮಲ್ಲಿನ ಸರ್ವವ್ಯಾಪಿ ಮನಸ್ಸಿನ ಮೇಲೆ ಈ ಪ್ರವಾಹ ಬಾಧಿಸುತ್ತದೆ ಮತ್ತು ಅದರಿಂದ ಏರು-ಪೇರು, ಕುಂಠಿತ, ಏಕಾಕಿತನ, ಕ್ರೋಧ, ದ್ವೇಷ, ದುಃಖ, ನಿರಾಶೆ ಮತ್ತು ಭಯಭೀತಿಯ ಅನುಭವಗಳು ಬರಲು ತೊಡಗುತ್ತವೆ.

ಸರ್ವವ್ಯಾಪಿ ಚೇತನ

ಸರ್ವವ್ಯಾಪಿ ಚೇತನವೆಂದರೆ ಸರ್ವ ವಿಷಯಗಳ ಸಾಮೂಹಿಕ ಚೇತನವಾಗಿರುತ್ತದೆ. ನಾವು ಅಸ್ತಿತ್ವದಲ್ಲಿದ್ದೇವೆ ಎಂಬ ಎಚ್ಚರವನ್ನು ಅದು ನೀಡುತ್ತದೆ. ಅದು ನಮ್ಮ ವಿಚಾರಗಳ ಬಗೆಗೂ ಎಚ್ಚರವನ್ನು ವಹಿಸುತ್ತದೆ. ಸರ್ವವ್ಯಾಪಿ ಚೇತನವಿಲ್ಲದೆ ನಮಗೆ ಯಾವುದೇ ವಿಷಯದ ಅನುಭವ ಹೊಂದಲು ಸಾಧ್ಯವಾಗುವುದಿಲ್ಲ. ನಮ್ಮ ಪಂಚೇದ್ರಿಯಗಳೂ ಉಪಯೋಗಕ್ಕೆ ಬರುವುದಿಲ್ಲ ಯಾಕೆಂದರೆ ಎಚ್ಚರವಹಿಸಲು ಏನೂ ಇದ್ದಿರುವುದಿಲ್ಲ. ಎಲ್ಲಾ ವಿಷಯಗಳನ್ನು ಸಜೀವವಾಗಿಸುವ ಶಕ್ತಿ ಮತ್ತು ಅದರಿಂದ ಅವುಗಳ ಅನುಭೂತಿಯನ್ನು ಹೊಂದುವ ಸಾಧ್ಯತೆ ನಮಗೆ ಒದಗುವುದು ಇಲ್ಲಿಂದಲೇ.

ಸರ್ವವ್ಯಾಪಿ ವಿಚಾರ

ಸರ್ವವ್ಯಾಪಿ ವಿಚಾರ ಸೃಷ್ಟಿಯ ಕಚ್ಚಾ ಸಾಮಗ್ರಿಯಾಗಿದ್ದು, ಅದರಿಂದ ನಾವು ಸೃಜಿಸಲು ಸಾಧ್ಯವಾಗುತ್ತದೆ. ಇದು ಯೋಚಿಸುವ ಮತ್ತು ಸರ್ವವ್ಯಾಪಿ ಮನಸ್ಸಿನ ಶಕ್ತಿಯಿಂದ ಆಕಾರ ತಳೆದು ನಮ್ಮ ಯೋಗ್ಯತೆಯನ್ನು ರೂಪಿಸುತ್ತದೆ.

ಚೇತನದ ಮೂಲಕ ನಾವು ವಸ್ತುವಿನ ಅನುಭೂತಿ ಹೊಂದಲು ಸಾಧ್ಯ. ವಿಚಾರವಿಲ್ಲದೆ ನಮ್ಮಲ್ಲಿ ಎಚ್ಚರದಿಂದಿರಲು ಬೇರೇನೂ ಇರುವುದಿಲ್ಲ. ವಿಚಾರ ಡಿವಿಡಿಯ ಹಾಗೆ, ಅದರಲ್ಲಿ ಟಿವಿಯ ಮೇಲೆ ಫಿಲ್ಮ್‌ನ್ನು ನೋಡುವ

ಎಲ್ಲಾ ಸಾಮಗ್ರಿ ಇದ್ದಿರುತ್ತದೆ. ಟಿವಿ ಮತ್ತು ಡಿವಿಡಿ ಪ್ಲೇಯರ್ ಚೇತನದ ಹಾಗೆ- ಅದು ನಮಗೆ ಡಿವಿಡಿಯ ಒಳಗಿನ ಎಲ್ಲಾ ಮಾಹಿತಿಯನ್ನು ಸಜೀವಗೊಳಿಸಿ ತೋರಿಸುತ್ತದೆ ಮತ್ತು ನಮಗೆ ಫಿಲ್ಮ್‌ನ ಅನುಭವ ಹೊಂದುವುದಕ್ಕೆ ಸಮರ್ಥವಾಗಿಸುತ್ತದೆ. ಡಿವಿಡಿ ಮತ್ತು ಟಿವಿಗೆ ಶಕ್ತಿ ನೀಡಲು ಅದೇನು ವಿದ್ಯುತ್‌ನ ಅಗತ್ಯವಿರುತ್ತದೋ, ಅದುವೇ ಸರ್ವವ್ಯಾಪಿ ಮನಸ್ಸು. ಇನ್ನೊಂದು ಅರ್ಥದಲ್ಲಿ ಅದರಲ್ಲಿ ಅದೃಶ್ಯ ಶಕ್ತಿಯ ಎಲ್ಲಾ ವಿಷಯಗಳು ಬೆಸೆಯುತ್ತವೆ ಮತ್ತು ಶಕ್ತಿಯನ್ನು ನೀಡುತ್ತದೆ. ಅದುವೇ ಸ್ರೋತವಾಗಿದ್ದು, ಅದರಿಂದಲೇ ಎಲ್ಲಾ ವಿಷಯಗಳು ಕೆಲಸ ಮಾಡುತ್ತವೆ.

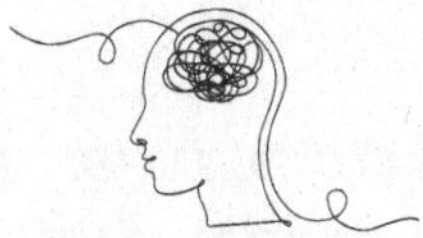

7

ಒಂದು ವೇಳೆ ಯೋಚಿಸುವುದೇ ನಮ್ಮೆಲ್ಲ ಕಷ್ಟಗಳಿಗೆ ಕಾರಣವಾಗಿದ್ದರೆ ನಾವು ಯೋಚಿಸುವುದನ್ನು ಹೇಗೆ ನಿಲ್ಲಿಸಲು ಸಾಧ್ಯ?

“

ತುಂಬಿ ತುಳುಕುವ ಮನಸ್ಸು ಶಾಂತ ಹೃದಯಕ್ಕೆ
ಸ್ವಲ್ಪವೂ ಜಾಗವನ್ನು ಬಿಟ್ಟಿರುವುದಿಲ್ಲ.

”

ಕ್ರಿಸ್ಟೀನ್ ಇವೆಂಜಲೀಸ್

ಸ್ವರ್ಗ ಮತ್ತು ನರಕ : ಝೆನ್ ನೀತಿ ಕಥೆ

ಗಹನವಾದ ಧ್ಯಾನದಲ್ಲಿ ಮುಳುಗಿದ್ದ ಓರ್ವ ಝೆನ್ ಗುರುವಿನ ಬಳಿಗೆ ಒಬ್ಬ ಅರೆಬರೆ ಸಮುರಾಯಿ ಹೋದ. ಅನೈತಿಕ ಮತ್ತು ನೀಚ ಭಾವನೆಯೊಂದಿಗೆ ಸಮುರಾಯಿ ತನ್ನ ಕರ್ಕಶ ಧ್ವನಿಯಲ್ಲಿ ಚೀರಾಡುತ್ತ ಕೇಳಿದ, "ನನಗೆ ಸ್ವರ್ಗ ಮತ್ತು ನರಕದ ನಡುವಿನ ವ್ಯತ್ಯಾಸವನ್ನು ಹೇಳಿ."

ಝೆನ್ ಗುರು ತನ್ನ ಕಣ್ಣುಗಳನ್ನು ತೆರೆದರು, ಸಮುರಾಯಿಯ ಕಣ್ಣುಗಳಲ್ಲಿ ಕಣ್ಣಿಟ್ಟು ನೋಡಿದರು ಮತ್ತು ಅಪಮಾನಿತ ಸ್ವರದಲ್ಲಿ ಉಸುರಿದರು, "ನಾನು ನಿನ್ನಂಥ ನೀಚ, ಅನರ್ಹ, ಮೂರ್ಖನಿಗೆ ಉತ್ತರವನ್ನೇಕೆ ನೀಡಲಿ? ನೀನು ಗಟಾರದ ಕ್ರಿಮಿಯ ಹಾಗೆ ಇದ್ದೀಯಾ, ನಿನಗೆ ನಾನು ಏನನ್ನಾದರೂ ಯಾತಕ್ಕೆ ಹೇಳಲಿ? ನಾನು ನಿನ್ನನ್ನು ಸಹಿಸುವುದಿಲ್ಲ. ನನ್ನೆದುರಿನಿಂದ ದೂರಕ್ಕೆ ಹೊರಟುಹೋಗು. ನಿನ್ನ ಮೂರ್ಖ ಪ್ರಶ್ನೆಗಳಿಗೆ ಉತ್ತರ ಕೊಡುವುದಕ್ಕೆ ನನ್ನಲ್ಲಿ ಸಮಯವಿಲ್ಲ."

ಸಮುರಾಯಿ ಈ ಅಪಮಾನವನ್ನು ಸಹಿಸಲಿಲ್ಲ. ಆತ ತನ್ನ ಖಡ್ಗವನ್ನು ಒರೆಯಿಂದ ಹೊರಗೆಳೆದ ಮತ್ತು ಗುರುವಿನ ಶಿರಛೇದನಕ್ಕೆ ಮುನ್ನುಗ್ಗಿದ.

ಸಮುರಾಯಿ ನಿಂತಲ್ಲೇ ಮರಗಟ್ಟಿ ಹೋದ. ತನ್ನನ್ನು ಕ್ರೋಧ ತನ್ನ ಕಕ್ಷೆಯಲ್ಲಿ ಬಂಧಿಸಿಬಿಟ್ಟಿದೆ ಎಂಬ ಮನವರಿಕೆ ಅವನಿಗಾಯಿತು. ಅವನ ಮನಸ್ಸಿನಲ್ಲಿ ನರಕ ಸದೃಶ ಭಾವನೆ ಉತ್ಪನ್ನವಾಗಿತ್ತು– ಅದರಲ್ಲಿ ದ್ವೇಷ, ತಿರಸ್ಕಾರ, ಆತ್ಮರಕ್ಷಣೆ ಮತ್ತು ಆವೇಶಗಳು ತುಂಬಿದ್ದವು. ಅವನಲ್ಲಿ ಎಷ್ಟೊಂದು ಯಾತನೆಯ ಅನುಭವವಾಯಿತೆಂದರೆ ಅವನು ಯಾರದೇ ಜೀವವನ್ನು ತೆಗೆಯುವುದಕ್ಕೆ ಸನ್ನದ್ಧನಾಗುವುದು ಸಾಧ್ಯವಿರಲಿಲ್ಲ.

ಸಮುರಾಯಿಯ ಕಣ್ಣುಗಳು ಕಣ್ಣೀರಿನಿಂದ ತುಂಬಿಕೊಂಡವು. ಈ ಆತ್ಮಜ್ಞಾನದ ಅರಿವಿನಿಂದ ಆತ ತನ್ನ ಖಡ್ಗವನ್ನು ಒರೆಗೆ ಸೇರಿಸಿ, ಕೈಗಳೆರಡನ್ನೂ ಜೋಡಿಸಿ ತಲೆ ಬಾಗಿ ನಿಂತ.

ಝೆನ್ ಗುರುಗಳು ಮೃದುವಾದ ಮಂದಹಾಸ ಬೀರಿ, ಹಗುರವಾದ ಸ್ವರದಲ್ಲಿ ಹೇಳಿದರು, "ಮತ್ತು ಇದೇ ಸ್ವರ್ಗವೆಂದು ತಿಳಿದುಕೋ."

ಯೋಚನೆ ಮಾಡುವುದನ್ನು ಪೂರ್ತಿಯಾಗಿ ಬಿಟ್ಟುಬಿಡುವುದಕ್ಕೆ ಆಗುವುದಿಲ್ಲ, ಆದರೆ ನಾವು ಯೋಚಿಸುವ ಸಮಯವನ್ನು ಕಡಿಮೆ ಮಾಡಲು ಸಾಧ್ಯವಿದೆ. ಹಿಂದಿನ ದಿನಕ್ಕಿಂತ ಅದು ಕಡಿಮೆಯಾಗುವಂತೆ ನಾವು ಪ್ರಯತ್ನಿಸಬೇಕು. ಸತತವಾಗಿ ನಾವು ಹಾಗೆ ನಿರ್ವಹಿಸುವುದರಿಂದ ಒಂದು ಹಂತದಲ್ಲಿ, ದಿನದ ಬಹುಕಾಲ ನಾವು ಯೋಚಿಸದೇ ಇರುವುದಾಗುತ್ತದೆ ಮತ್ತು ಹೆಚ್ಚಿನ ಸಮಯ ನಾವು ಆನಂದದ ಅಲೆಗಳಲ್ಲಿ ತೇಲುವುದಕ್ಕೆ ಅನುವಾಗುತ್ತದೆ.

ನಾವು ಯೋಚಿಸುವುದನ್ನು ಬಿಟ್ಟುಬಿಡಲು ಬಯಸುತ್ತೇವೆ ಎಂದಾಗ, ಬಹುತೇಕ ಜನರು ನಾವು ಎಲ್ಲಾ ವಿಚಾರಗಳನ್ನು ಯೋಚಿಸದೇ ಬಿಟ್ಟುಬಿಡಲು ಯತ್ನಿಸುತ್ತೇವೆ ಎಂದು ಭಾವಿಸುತ್ತಾರೆ. ಹಾಗೆ ನಾವೆಂದಿಗೂ ಮಾಡಲಾಗುವುದಿಲ್ಲ. ನಾವು ವಿಚಾರಗಳು ಮತ್ತು ಯೋಚನೆಗಳ ವ್ಯತ್ಯಾಸವನ್ನು ಅರಿತಾಗ, ನಾವು ವಿಚಾರಗಳನ್ನು ಸ್ವಾಗತಿಸುತ್ತೇವೆ ಮತ್ತು ಅವು ನಮ್ಮ ಮೂಲಕ ಹರಿಯಗೊಡಲು ಅನುಮತಿ ಇದೆ ಎಂದು ನೀವು ತಿಳಿಯಬೇಕು. ನಾವಂತೂ ಈ ವಿಚಾರಗಳ ಬಗೆಗೆ ಸಾಧ್ಯವಾದಷ್ಟು ಕಡಿಮೆ ಯೋಚಿಸುವುದಕ್ಕೆ ಯತ್ನಿಸಬೇಕೆಂಬುದೇ ತಾತ್ಪರ್ಯ.

ಯೋಚಿಸುವುದನ್ನು ನಿಲ್ಲಿಸುವುದಕ್ಕಿರುವ ಒಂದು ರೋಚಕ ಹಾಗೂ ವಿರೋಧಾಭಾಸದ ವಿಷಯವೆಂದರೆ ನಾವು ಆ ಬಗ್ಗೆ ಎಚ್ಚರಿಕೆಯಿಂದಿರಬೇಕು ಮತ್ತು ಅದರಿಂದಷ್ಟೇ ಯೋಚನೆಗಳು ಕಡಿಮೆಯಾಗಲು ಸಾಧ್ಯ. ಯೋಚಿಸುವುದೇ ನಮ್ಮ ಕಷ್ಟಗಳ ಮೂಲ ಕಾರಣವಾಗಿದ್ದು ಅದರ ಕುರಿತಂತೆ ಎಚ್ಚರವಹಿಸುವುದರಿಂದ ಆ ಸತ್ಯದ ಚೈತನ್ಯ ಜಾಗೃತವಾಗುವುದಕ್ಕೆ ಸಾಧ್ಯ ಮತ್ತು ನಾವು ಅದರಿಂದ ದೂರಕ್ಕೆ ಸರಿಯುತ್ತ ಹೋಗುತ್ತೇವೆ ಹಾಗೆಯೇ ಅದು ನಮ್ಮಿಂದ ದೂರ ಸರಿಯುತ್ತ ಹೋಗುತ್ತದೆ. ಅದರಲ್ಲಿ ಪ್ರಯಾಸದ ಅಂಶವಿರುವುದಿಲ್ಲ ಮತ್ತು ಅದನ್ನು ಶುದ್ಧ ಚೈತನ್ಯದ ಮೂಲಕ ನಿರ್ವಹಿಸಲು ಸಾಧ್ಯವಾಗುತ್ತದೆ.

ನನ್ನೊಬ್ಬ ಮಾರ್ಗದರ್ಶಕರ ಉಪಮೆಯಿಂದ ಈ ವಿಷಯವನ್ನು ಬಹು ಸೊಗಸಾಗಿ ಸ್ಪಷ್ಟಪಡಿಸಬಹುದು:

ನಾನು ನಿಮಗೊಂದು ಕಲುಷಿತ ಕೆಸರು ತುಂಬಿದ ಒಂದು ತಂಬಿಗೆಯನ್ನು ನೀಡುತ್ತೇನೆ ಎಂದು ಕಲ್ಪಿಸಿ. ನೀವು ಈ ನೀರನ್ನು

ಸ್ವಚ್ಛಗೊಳಿಸುವುದಕ್ಕೆ ಏನು ಮಾಡುವಿರಿ ಎಂದು ನಾನು ಕೇಳಿದರೆ ನೀವೇನೆನ್ನುತ್ತೀರಿ?

15 ಸೆಕೆಂಡ್‌ಗಳ ಕಾಲ ಯೋಚಿಸಿ ನಂತರ ನಿಮ್ಮ ಮನಸ್ಸಿನಲ್ಲಿ ಏನು ಮೂಡುತ್ತದೆಯೋ ಅದನ್ನು ಗಮನಿಸಿ ಮುಂದುವರಿಯೋಣ.

ಬಹುತೇಕ ಮಂದಿ ಅದನ್ನು ಜರಡಿಯಲ್ಲಿ ಗಾಳಿಸಬೇಕು ಇಲ್ಲವೇ ಕುದಿಸಬೇಕು ಅಂತ ಹೇಳಬಹುದು. ಹೆಚ್ಚಿನವರಿಗೆ ಹೀಗೊಂದು ವಿಷಯವೇ ಮನಸ್ಸಿಗೆ ಬರುವುದಿಲ್ಲ- ಕಲುಷಿತ ನೀರನ್ನು ಸ್ವಲ್ಪ ಹೊತ್ತು ಹಾಗೆಯೇ ಅಲುಗಾಡದಂತೆ ಸ್ಥಿರವಾಗಿ ಇರಿಸಿದಾಗ ಅದರಲ್ಲಿನ ಕಸವೆಲ್ಲ ತಳವನ್ನು ಸೇರಿ ಸ್ವಚ್ಛ ನೀರು ಮೇಲ್ಗಡೆ ನಿಲ್ಲುತ್ತದೆ.

ನಮ್ಮ ಮನಸ್ಸು ಕೂಡಾ ಇದೇ ರೀತಿಯಲ್ಲಿ ಕೆಲಸ ಮಾಡುತ್ತದೆ. ಫಿಲ್ಟರ್ ಅಥವಾ ಕುದಿಸುವ ಪ್ರಯತ್ನ ಮಾಡದೆ ನಮ್ಮ ಮನಸ್ಸು ಶಾಂತವಾಗಿದ್ದರೆ ಅದು ಯೋಚಿಸುವ ಕ್ರಿಯೆಯಿಂದ ಸ್ವತಂತ್ರವಾಗಿ ಉಳಿಯುತ್ತದೆ. ನೀರಿನ ನೈಸರ್ಗಿಕ ಅವಸ್ಥೆ ಶುದ್ಧವೇ ಮತ್ತು ನಮ್ಮ ಮನಸ್ಸಿನ ನೈಸರ್ಗಿಕ ಅವಸ್ಥೆಯೂ ಶುದ್ಧವೇ. ನಾವು ಅದನ್ನು ವಿಚಲಿತಗೊಳಿಸಬಾರದಷ್ಟೇ.

ಬದುಕು ಅಸ್ಪಷ್ಟ, ಅವ್ಯವಸ್ಥಿತ ಮತ್ತು ಆತಂಕಪೂರ್ಣವಾಗಿ ಅನುಭವಕ್ಕೆ ಬರತೊಡಗಿದರೆ ಮತ್ತು ಏನು ಮಾಡಬೇಕೆಂದು ಸ್ಪಷ್ಟವಾಗದಿದ್ದರೆ, ನೀವು ಯೋಚಿಸುವ ಕಶ್ಮಲವನ್ನು ಅಲ್ಲಾಡಿಸುತ್ತಿದ್ದೀರಿ ಎಂದೇ ತಿಳಿಯುವಂತಾಗಿದೆ. ಅದರಿಂದಾಗಿ ನಿಮಗೆ ಮುಂದಕ್ಕೆ ವೀಕ್ಷಿಸಲಾಗುತ್ತಿಲ್ಲ. ನೀವು ಇದರ ಉಪಯೋಗವನ್ನು ಒಂದು ಸೂಚಕದ ರೂಪದಲ್ಲಿ ಮಾಡಬಹುದು, ಅದರಿಂದ ನೀವೆಷ್ಟು ಹೆಚ್ಚು ಯೋಚಿಸುತ್ತಿದ್ದೀರಿ ಎಂಬುದು ನಿಮಗೆ ಮನವರಿಕೆಯಾಗಲು ಸಾಧ್ಯ.

ನಾವೇನು ಯೋಚಿಸುತ್ತೇವೆಯೋ ಮತ್ತು ಅದರಿಂದಾಗಿಯೇ ನಮ್ಮ ದುಃಖಗಳು ಉಲ್ಬಣವಾಗಿ ಅದರ ಅನುಭವವಾಗುತ್ತವೆ ಎಂಬ ಸತ್ಯವನ್ನು ನಾವೊಮ್ಮೆ ಮನಗಂಡರೆ, ನಾವು ಅದಕ್ಕೊಂದು ಸ್ಥಾನವನ್ನು ಕಲ್ಪಿಸಿ ಅದು ಶಾಂತವಾಗುವಂತೆ ಮಾಡಬಹುದು ಮಾತ್ರವಲ್ಲ ಮೆಲ್ಲ ಮೆಲ್ಲನೆ ನಮ್ಮ ಮನಸ್ಸು ಮತ್ತೆ ಸ್ವಚ್ಛವಾಗುವುದಕ್ಕೆ ಅನುವು ಮಾಡಿಕೊಡಬಹುದು.

ನೀವು ನಿಮ್ಮ ಯೋಚನೆಯ ತುಲನೆಯನ್ನು ಕೆಸರಿನ ರೊಚ್ಚೆಯೊಂದಿಗೂ ಮಾಡಬಹುದು. ನಾವು ನಮ್ಮ ಯೋಚನೆಯೊಂದಿಗೆ ಎಷ್ಟೊಂದು ಕಾದಾಡುತ್ತೇವೋ, ಅದು ಅಷ್ಟೇ ನಾಕಾರಾತ್ಮಕ ಭಾವನೆಗಳನ್ನು ನಮ್ಮಲ್ಲಿ ಹೆಚ್ಚಿಸುತ್ತದೆ ಮತ್ತು ಪರಿಸ್ಥಿತಿ ಅದಕ್ಕೆ ಅನುಗುಣವಾಗಿ ಕೆಡುತ್ತಾ ಹೋಗುತ್ತದೆ.

ಇದು ಕೆಸರಿನ ಹೊಂಡಕ್ಕೂ ಅನ್ವಯಿಸುತ್ತದೆ. ನೀವು ಕೆಸರಿನ ಹೊಂಡದಲ್ಲಿ ಬಿದ್ದಿದ್ದರೆ, ಅದರಿಂದ ಹೊರಬರಲು ಅದರಲ್ಲಿ ತೊಳಲಾಡದಿರುವುದೇ ವಾಸಿ. ನಾವು ಅದರಲ್ಲೇ ಬಿದ್ದು ಹೊರಳಾಡಿದರೆ ಅದು ನಮ್ಮನ್ನು ಇನ್ನಷ್ಟು ಆಳಕ್ಕೆ ಸೆಳೆಯುತ್ತದೆ, ಅದರಿಂದ ಪರಿಸ್ಥಿತಿ ಇನ್ನಷ್ಟು ಬಿಗಡಾಯಿಸುತ್ತದೆ. ಹೊರಗೆ ಬರಲಿರುವ ಒಂದೇ ಕ್ರಮವೆಂದರೆ ಸಂಘರ್ಷವನ್ನು ಬಿಟ್ಟುಬಿಡುವುದು ಮತ್ತು ನಮ್ಮ ಶರೀರದ ನೈಸರ್ಗಿಕ ಕಾವಿಗೆ ಆ ಕೆಸರು ಒಣಗಿ ನಮಗೆ ಸುಲಭವಾಗಿ ಹೊರಬರಲು ಸಾಧ್ಯವಾಗುತ್ತದೆ. ಯೋಚನೆಯಿಂದ ಬಿಡುಗಡೆ ಹೊಂದುವುದಕ್ಕಿರುವ ಏಕಮಾತ್ರ ವಿಧಾನವೆಂದರೆ ಅದನ್ನು ಅದರಷ್ಟಕ್ಕೇ ಬಿಟ್ಟುಬಿಡುವುದು ಮತ್ತು ನಮ್ಮಲ್ಲಿರುವ ನೈಸರ್ಗಿಕ ಆಂತರಿಕ ಬುದ್ಧಿಮತ್ತೆ ನಮ್ಮನ್ನು ಮತ್ತೊಮ್ಮೆ ಸ್ಪಷ್ಟತೆಯತ್ತ, ಶಾಂತಿಯತ್ತ ಒಯ್ಯುತ್ತದೆ ಎಂದು ಕಲ್ಪಿಸುವುದು.

ನೀವು ಯೋಚಿಸುವ ಮತ್ತು ಯೋಚಿಸದಿರುವ ನಡುವೆ ಉಯ್ಯಾಲೆಯಾಡುತ್ತಿದ್ದರೆ, ಅದು ಪೂರ್ತಿಯಾಗಿ ಸರಿಯಾಗಿದೆ ಮತ್ತು ಸಾಮಾನ್ಯವಿರುತ್ತದೆ. ನಾವು ಪ್ರತಿದಿನ ಪ್ರತಿ ಸೆಕೆಂಡ್ ಶೂನ್ಯ ಯೋಚನೆಯಲ್ಲಿರುವುದಕ್ಕೆ ಆಗುವುದಿಲ್ಲ. ಮತ್ತು ನಾವು ಅದನ್ನೇ ನಮ್ಮ ಗುರಿಯಾಗಿಸಲು ಯತ್ನಿಸಿದರೆ, ಮತ್ತೆ ನಾವು ಯೋಚಿಸಲು ತೊಡಗುತ್ತೇವೆ ತನ್ಮೂಲಕ ಕಷ್ಟಗಳ ಸರಮಾಲೆಯನ್ನು ಎತ್ತಿಕೊಂಡಂತಾಗುತ್ತದೆ.

ನಾವು ಆಧ್ಯಾತ್ಮಿಕ ಮತ್ತು ಅಸೀಮಿತ ಅಸ್ತಿತ್ವದ ಭಾಗವಾಗಿದ್ದೇವೆ, ಅದಕ್ಕೆ ಶಾರೀರಿಕವಾಗಿ ಸೀಮಿತ ಅನುಭವವಿರುತ್ತದೆ. ಅದೇ ಕಾರಣದಿಂದ ನಾವು ಮಾನವ ಮತ್ತು ದೈವಿಕದ ನಡುವೆ ಜೀವಿಸುವ ಸ್ಥಿತಿಯಲ್ಲಿರುವುದರಿಂದ ಸ್ವಾಭಾವಿಕವಾಗಿ ಆತಂಕಪೂರ್ಣ/ಚಿಂತಾಕ್ರಾಂತ ಮತ್ತು ಆನಂದದ/ಶಾಂತಿಯ ಈ ಎರಡೂ ಅವಸ್ಥೆಗಳ ನಡುವೆ ತುಯ್ದಾಡುತ್ತಿರುತ್ತೇವೆ. ಯೋಚಿಸುವ ಮತ್ತು ಯೋಚಿಸದಿರುವ ಅವಸ್ಥೆಗಳ ನಡುವೆ ತುಯ್ದಾಡದಿರುವಂತೆ ನಮಗೆ ನಿಯಂತ್ರಿಸಲು ಆಗುವುದಿಲ್ಲ. ಆದರೆ ನಾವು ಯೋಚಿಸುವ ಸಮಯವನ್ನು ಆದಷ್ಟು ಕನಿಷ್ಠ ಮಟ್ಟಕ್ಕೆ ಇಳಿಸಬಹುದಾಗಿದೆ. ಹೀಗೆ ನಾವು ಆನಂದದಾಯಕ, ಶಾಂತ, ಖುಷಿಯ ಮತ್ತು ಪ್ರೇಮದ ಕ್ಷಣಗಳನ್ನು ಅನುಭವಿಸಲು ಸಾಧ್ಯವಾದಷ್ಟು ಶ್ರಮಿಸಬಹುದು.

ನಾವು ಯೋಚಿಸುವುದನ್ನು ಯಾವಾಗ ಶುರು ಮಾಡಬೇಕೆಂಬುದನ್ನು ನಿಯಂತ್ರಿಸಲು ಸಾಧ್ಯವಾಗುವುದಿಲ್ಲ, ಯಾಕೆಂದರೆ ಅದೊಂದು ದೈವ ಶಾಪವೋ ಎನ್ನುವಂತಿದೆ. ಆದರೆ ಹಾಗೇನೂ ಚಿಂತಿಸುವ ಅಗತ್ಯವಿಲ್ಲ, ಹೇಗೆಂದರೆ ನಾವು ಶೂನ್ಯ ಯೋಚನೆಯ ಅವಸ್ಥೆಗೆ ಯಾವತ್ತೂ

ಮರಳಬಹುದಾಗಿದೆ. ಇದು ನಮ್ಮ ಸುಂದರ ಮಾನವೀಯ ಭಾವದ ಅಮೋಘ ಅನುಭವವೆನ್ನಬೇಕು.

ಯೋಚಿಸುವ ಪ್ರತಿಯೊಂದು ಕ್ಷಣದಲ್ಲಿ ಶುದ್ಧ ಶಾಂತಿಯ, ಪ್ರೇಮದ ಮತ್ತು ಸಂತುಷ್ಟಿಯ ಅವಸ್ಥೆ ಅಡಗಿದೆ ಎಂಬುದರಿಂದ ನಮಗೆ ನಿಜವಾದ ಶಾಂತಿ ಲಭ್ಯವಾಗುತ್ತದೆ. ನಾವೇನು ಸುಂದರ ಅವಸ್ಥೆಯನ್ನು ಆಶಿಸುತ್ತೇವೋ ಅವನ್ನು ಮರೆತುಬಿಡಬಹುದು, ಆದರೆ ಮರೆತುಬಿಡುವ ಅರ್ಥವೆಂದರೆ ಅದಲ್ಲಿ ಇಲ್ಲವೆನ್ನುವುದಲ್ಲ. ರಾತ್ರಿಯಾಗುವಾಗ ಹೇಗೆ ಸೂರ್ಯ ಅಸ್ತಂಗತನಾಗುತ್ತಾನೋ, ನಮಗೆ ಗೊತ್ತು ಸೂರ್ಯ ಯಾವತ್ತೂ ಸಕ್ರಿಯನೇ ಆಗಿರುತ್ತಾನೆ ಅಂತ, ಆದರೆ ಅವನನ್ನು ನಾವು ನೋಡಲು ಮಾತ್ರ ಸಾಧ್ಯವಾಗುವುದಿಲ್ಲ. ಸೂರ್ಯ ಅಸ್ತನಾದ ಮೇಲೆ ಅವನು ಮತ್ತೆಂದೂ ಬರಲಾರ ಎಂದು ನಿಶ್ಚಿತವಾಗಿ ಮನಸ್ಸು ಯೋಚಿಸಿದರೆ ಚಿಂತೆಯುಂಟಾಗಿ ಭಯದ ಎಲ್ಲಾ ವಿಚಾರಗಳು ಮನಸ್ಸಿನಲ್ಲಿ ತಲೆ ಎತ್ತುತ್ತವೆ ತಾನೇ? ಅದೇ ನಮ್ಮ ಅಸ್ತಿತ್ವದ ಅವಸ್ಥೆಗೆ ಕೂಡಾ ಅನ್ವಯಿಸುತ್ತದೆ.

ನಮ್ಮಲ್ಲಿ ಸದಾಕಾಲ ಸ್ಪಷ್ಟತೆ, ಪ್ರೇಮ, ಆನಂದ, ಶಾಂತಿ ಮತ್ತು ಸಂತುಷ್ಟಿಯ ಅಸೀಮಿತ ಬಾವಿ ತೆರೆದುಕೊಂಡಿದೆ. ಈ ಸತ್ಯವನ್ನು ಮನಗಾಣುವುದಕ್ಕೆ ನಾವು ಕೇವಲ ಒಂದು ಕ್ಷಣವಷ್ಟೇ ದೂರದಲ್ಲಿರುತ್ತೇವೆ. ನಾವು ಹಲವು ಸಲ ಮರೆತುಬಿಡುತ್ತೇವೆ, ಆದರೆ ನಮಗೆ ನೆನಪಾದಾಗ ಮತ್ತು ಯೋಚಿಸುವ ಕಾರಣದಿಂದ ನಾವು ನಕಾರಾತ್ಮಕ ಭಾವನೆಗಳನ್ನು ಅನುಭವಿಸುತ್ತೇವೆ ಅಂತ ನಮಗೆ ಅನ್ನಿಸುವುದರಿಂದ, ನಾವು ಅದರಿಂದಲೇ ನಮ್ಮ ನೈಸರ್ಗಿಕ ಸುಂದರ ಅವಸ್ಥೆಗೆ ಮರಳಿ ಬರುತ್ತೇವೆ. ನಾವು ಯಾವಾಗಲೂ ಒಂದು ಸತ್ಯವನ್ನು ನೆನಪಲ್ಲಿ ಇಟ್ಟುಕೊಂಡು ಶಾಂತವಾಗಿರುವುದು ಅವಶ್ಯ, ಏನೆಂದರೆ ಸೂರ್ಯ ಯಾವತ್ತೂ ಹೊರಟುಹೋಗಿಲ್ಲ ಮತ್ತು ಅವನು ಬೇಗನೇ ಮತ್ತೆ ಉದಯಿಸುತ್ತಾನೆ ಅಂತ. ಈ ಅರಿವಿನಿಂದ ನಮಗೆ ರಾತ್ರಿಯ ಅಸ್ತಿತ್ವದ ಮನವರಿಕೆ ಮತ್ತು ಸೃಷ್ಟಿಯ ಈ ಪಾತ್ರವನ್ನು ತಿಳಿಯುವುದಕ್ಕೆ ಸಾಧ್ಯವಾಗುತ್ತದೆ. ಇದು ನಮ್ಮ ಮಾನವ ಜಾತಿಯ ಅನುಭವದ ಭಾಗವೆಂದು ತಿಳಿಯಬಹುದು ಮತ್ತು ಸೂರ್ಯನಂತೆ ಅವನ ಸೌಂದರ್ಯವನ್ನೂ ಸವಿಯಬಹುದು.

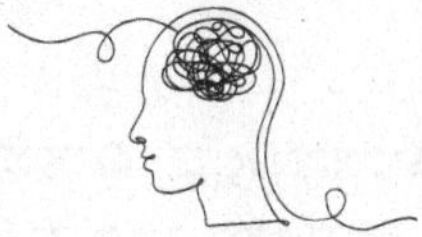

8

ನಾವು ಯೋಚಿಸದೇ ಬದುಕನ್ನು ಸಾಗಿಸಲು ಹೇಗೆ ಸಾಧ್ಯ?

“

ಆತಂಕ ನಿಯಂತ್ರಣವಿಲ್ಲದ ವಿಚಾರವಾಗಿರುತ್ತದೆ.
ಪ್ರವಾಹ (ಫ್ಲೋ) ನಿಯಂತ್ರಣರಹಿತವಾಗಿರುವ ಯೋಚನೆ.

”

ಜೇಮ್ಸ್ ಕ್ಲಿಯರ್

ಇಲ್ಲೊಂದು ಪ್ರಶ್ನೆಯಿದೆ, ಈ ಪ್ರಶ್ನೆ ನಿಮಗೊಂದು ಅಂತಃದೃರ್ಷ್ಟಿಯನ್ನು ನೀಡುತ್ತದೆ:

ನೀವು ನಿಮ್ಮ ಸರ್ವಶ್ರೇಷ್ಠ ಕೆಲಸವನ್ನು ಮಾಡುತ್ತಿರುವಾಗ, ಪ್ರತಿಕ್ಷಣ ನೀವು ಅದರಲ್ಲಿ ಮುಳುಗಿರುವಾಗ, ತಲ್ಲೀನರಾಗಿ ಮಂತ್ರಮುಗ್ಧರಾಗಿರುವಾಗ, ಆ ಸಮಯದಲ್ಲಿ ನಿಮ್ಮ ಮನಸ್ಸಿನಲ್ಲಿ ಎಂತಹ ವಿಚಾರ ಸಂಚರಿಸುತ್ತಿರಬಹುದು?

ಮುಂದೆ ಸಾಗುವ ಮೊದಲು 15 ಸೆಕೆಂಡ್‌ನವರೆಗೆ ಉತ್ತರ ಹೊರಬೀಳುವ ನಿರೀಕ್ಷೆಯಲ್ಲಿರಿ.

ನಿಮಗೆ ಇಲ್ಲಿಯವರೆಗೆ ಉತ್ತರದ ಅಂತಃದೃರ್ಷ್ಟಿ ಅಥವಾ ಆತ್ಮಜ್ಞಾನ ಸಿಕ್ಕಿಲ್ಲವೆಂದಾದರೆ, ಇಲ್ಲಿ ಇನ್ನೊಂದು ಪ್ರಶ್ನೆ ಇದೆ, ಅದು ನಿಮ್ಮನ್ನು ಸರಿಯಾದ ದಿಕ್ಕಿನತ್ತ ಕೊಂಡೊಯ್ಯಬಹುದು:

ನೀವು ನಿಮ್ಮ ಕೆಲಸವನ್ನು ಸಂಪೂರ್ಣವಾಗಿ ಪ್ರೀತಿಸುವುದರಿಂದ ಮತ್ತು ಅದರಲ್ಲಿ ಪೂರ್ತಿಯಾಗಿ ತಲ್ಲೀನರಾಗಿರುವುದರಿಂದ ನಿಮಗೆ ಸಮಯ ಮತ್ತು ಸ್ಥಾನದ ಯಾವುದೇ ಅರಿವು ಇರುವುದಿಲ್ಲ (ಅಥವಾ ನೀವು ಪೂರ್ಣಪ್ರಮಾಣದ ಪ್ರವಾಹದ ಅವಸ್ಥೆಯಲ್ಲಿರುತ್ತೀರಿ), ಹಾಗಿದ್ದಾಗ ಅಂತಹ ಪ್ರವಾಹದ ಅವಸ್ಥೆಯಲ್ಲಿ ನಿಮ್ಮ ಮನಸ್ಸಿನಲ್ಲಿ ಯಾವ ವಿಚಾರ ನಡೆಯುತ್ತಿರಬಹುದು?

ಇಲ್ಲಿ ಕ್ಷಣಹೊತ್ತು ನಿಲ್ಲಿ ಮತ್ತು ಉತ್ತರ ಹೊಳೆಯುವ ನಿರೀಕ್ಷೆಯಲ್ಲಿರಿ(ಅಂತಃದೃರ್ಷ್ಟಿ ಬರಬೇಕಿದ್ದಲ್ಲಿ ಅರ್ಧ ಅಥವಾ ಒಂದು ನಿಮಿಷದ ಸಮಯ ನೀಡಿ).

ನೀವು ನಿಮ್ಮ ಸರ್ವಶ್ರೇಷ್ಠ ಕೆಲಸದಲ್ಲಿ ನಿರತರಾಗಿರುವಾಗ ಮತ್ತು ಪೂರ್ಣ ಪ್ರವಾಹದ ಅವಸ್ಥೆಯಲ್ಲಿರುವಾಗ, ನಿಮಗೂ ಮತ್ತು ನಿಮ್ಮ ಕೆಲಸದ ನಡುವೆಯೂ ಯಾವುದೇ ಭೇದಭಾವವಿರುವುದಿಲ್ಲ. ಆ ಕ್ಷಣದಲ್ಲಿ ನಿಮ್ಮಲ್ಲಿ ಯಾವುದೇ ಯೋಚಿಸುವ ಪ್ರಕ್ರಿಯೆ ನಡೆದಿರುವುದಿಲ್ಲ. ಒಂದು ವೇಳೆ ನಿಮ್ಮಲ್ಲಿ ವಿಚಾರಗಳು ಬರುತ್ತಿದ್ದರೂ, ಅವು ನಿಮ್ಮ ಮೂಲಕ ಸೀದಾ ಪ್ರವಹಿಸುತ್ತಿರುತ್ತವೆ, ಆ ಕುರಿತಂತೆ ನೀವು ಯೋಚಿಸುವ

ಪ್ರಮೇಯ ಒದಗುವುದಿಲ್ಲ. ಇನ್ನೊಂದು ರೀತಿಯಿಂದ ಹೇಳಿದರೆ, ಮನುಷ್ಯನ ಶ್ರೇಷ್ಠಮಟ್ಟದ ಪ್ರದರ್ಶನದ ಅವಸ್ಥೆ ಶೂನ್ಯ ಯೋಚನೆಯ ಅವಸ್ಥೆಯಾಗಿರುತ್ತದೆ. ಇದು ವಿಚಿತ್ರವೆನಿಸಬಹುದು, ಆದರೆ ನಾವು ನಮ್ಮ ಸರ್ವಶ್ರೇಷ್ಠ ಕೆಲಸವನ್ನು ಯಾವಾಗ ಮಾಡುತ್ತೇವೆಂದರೆ, ನಾವು ಆಗ ಯೋಚಿಸುವುದಿಲ್ಲ ಮತ್ತು ನೀವು ಸ್ವತಃ ಈ ಅನುಭವವನ್ನು ಈಗಿಂದಲೇ ಸಾಬೀತು ಮಾಡಿರುತ್ತೀರಿ.

ಇನ್ನೊಂದು ಉದಾಹರಣೆಯನ್ನು ನೋಡೋಣ, ಈ ಸತ್ಯವನ್ನು ಇನ್ನಷ್ಟು ಸ್ಪಷ್ಟಪಡಿಸಬಹುದು. ಒಲಿಂಪಿಕ್ ಕ್ರೀಡಾಳುಗಳು ಸ್ಪರ್ಧೆಯಲ್ಲಿ ಭಾಗವಹಿಸುವಾಗ, ಅವರು ಆ ಕುರಿತಂತೆಯೇ ಯೋಚಿಸುತ್ತಾರೆ ಮತ್ತು ಪ್ರತಿಯೊಂದು ವಿಷಯವನ್ನೂ ವಿಶ್ಲೇಷಿಸುತ್ತಾರೆ ಅಂತ ನಿಮಗೆ ಅನ್ನಿಸುತ್ತಿದೆಯೇ? ಸ್ಪರ್ಧೆಯ ಕಾರಣದಿಂದ ಅವರ ಮನಸ್ಸಿನಲ್ಲಿ ಯಾವ ವಿಚಾರಗಳು ಬರುತ್ತವೆ ಅಥವಾ ಯೋಚಿಸುವ ಕೆಲಸ ನಡೆದಿರುತ್ತದೆ? ಸರ್ವೋಚ್ಚ ಪ್ರದರ್ಶನ ನೀಡುವ ಕ್ರೀಡಾಳುವಿನ ಅಂಬೋಣವೆಂದರೆ ಅವರು ತಮ್ಮ ಶಿಖರಪ್ರಾಯದ ಅವಸ್ಥೆಯಲ್ಲಿರುವಾಗ ತಮ್ಮ 'ಝೋನ್'ನಲ್ಲಿರುತ್ತಾರಂತೆ. ಈ ಝೋನ್ ಎಂದರೆ ಪ್ರವಾಹ ಅಥವಾ ಶೂನ್ಯ ಯೋಚನೆಯ ಅವಸ್ಥೆಯಾಗಿರುತ್ತದೆ.

ಜಪಾನೀ ಸಂಸ್ಕೃತಿಯಲ್ಲಿ ಈ ಅವಸ್ಥೆಗೆ ಒಂದು ಸುಂದರ ಶಬ್ದವಿದೆ : ಮುಶಿನ್.

ಇಲ್ಲೊಂದು ಶೋಟೋಕೈಟಮಿಸ್‌ನ ನಿರ್ವಚನೆ ಇದೆ:

"ಮನಸ್ಸು ಅಕಸ್ಮಾತ್ ವಿಚಾರಗಳಿಂದ ಮುಕ್ತವಾದಾಗ ಮುಶಿನ್‌ನ ಅನುಭವವಾಗುತ್ತದೆ, ಕ್ರೋಧದಿಂದ ಮುಕ್ತ, ಭಯದಿಂದ ಮುಕ್ತ ಮತ್ತು ಮುಖ್ಯವಾಗಿ ಅಹಂನಿಂದ ಮುಕ್ತ. ಇದು ಬದುಕಿನ ಇತರ ಕ್ಷೇತ್ರಗಳಿಗೂ ಅನ್ವಯವಾಗುತ್ತದೆ. ಘರ್ಷಣೆಯ ಸಮಯದಲ್ಲಿ ಮುಶಿನ್ ಪ್ರಕಟವಾದರೆ, ಶಿಥಿಲ ಅಥವಾ ಮನಸ್ಸನ್ನು ಸುತ್ತಾಡಿಸುವ ವಿಚಾರಗಳ ಅಭಾವ ತಲೆದೋರುತ್ತದೆ. ಅದರಿಂದ ಅಭ್ಯಾಸನಿರತನಾದವನು ಯಾವುದೇ ಸಂಘರ್ಷವಿಲ್ಲದೆ ಮತ್ತು ಪ್ರತಿಕ್ರಿಯಿಸಲು ಸ್ವತಂತ್ರನಾಗುತ್ತಾನೆ. ಅವು ಎಲ್ಲಾ ತರಬೇತಿಗೆ ಅನುಸಾರವಾಗಿ ಪ್ರತಿಕ್ರಿಯಿಸುತ್ತದೆ, ಮತ್ತು ಆ ಹಂತದವರೆಗೆ ಒಯ್ಯುತ್ತದೆ. ನಿಮ್ಮ ಮುಂದಿನ ಹೆಜ್ಜೆ ಏನಾಗಬೇಕೆಂದು ನೀವು ಯೋಚಿಸುವುದಿಲ್ಲ, ಬದಲಾಗಿ ನೀವು ನಿಮ್ಮ ತರಬೇತಿ, ಅಂತಃರ್ಜ್ಞಾನದ ಅಚೇತನ ಪ್ರತಿಕ್ರಿಯೆಯ ಮೇಲೆ ಭರವಸೆ ಇಟ್ಟುಕೊಳ್ಳುತ್ತೀರಿ, ಅದರಿಂದ ನಿಮಗೆ ಉಚಿತವಾದ ಕೆಲಸವನ್ನು ಮಾಡಲು ಮಾರ್ಗದರ್ಶನ ಸಿಗುತ್ತದೆ."

ಅಭ್ಯಾಸದ ಬಳಿಕ ಯೋಚಿಸುವುದರಿಂದ ಕ್ರೀಡಾಳುಗಳಿಗೆ ಪ್ರದರ್ಶನಕ್ಕೆ ಬಾಧೆಯುಂಟಾಗುತ್ತದೆ ಮತ್ತು ಇದು ಪ್ರತಿಯೊಬ್ಬರಿಗೂ ಅನ್ವಯಿಸುತ್ತದೆ. ಯಾವಾಗ ನಾವು ಯೋಚಿಸುತ್ತೇವೆ ಮತ್ತು ಅತೀವವಾಗಿ ಪರದಾಡುತ್ತೇವೆ, ಅನೈಚ್ಛಿಕವೆನಿಸುತ್ತೇವೆ, ನಮ್ಮೊಳಗೆ ಸಂಶಯಗಳು, ಅಸುರಕ್ಷತೆ ಮತ್ತು ಭಯಭೀತಿಯ ಅನುಭವವಾಗುತ್ತದೆ. ಯಾವಾಗ ನಾವು ಶೂನ್ಯ ಯೋಚನೆಯ ಅವಸ್ಥೆಯಲ್ಲಿರುತ್ತೇವೆಯೋ, ನಾವು ನಮ್ಮ ಸರ್ವಶ್ರೇಷ್ಠ ಪ್ರದರ್ಶನವನ್ನು ನೀಡಿ ಪೂರ್ಣ ಸಾಧ್ಯತೆಗಳನ್ನು ದಾಖಲಿಸುತ್ತೇವೆ. ನಾವು ಯೋಚಿಸದೇ ಇರುವಾಗ ನಮ್ಮ ಅಹಂನ ಸೀಮೆಗಳಿಂದ ಸ್ವತಂತ್ರರಾಗಿರುತ್ತೇವೆ ಮತ್ತು ಬದುಕಿನಲ್ಲಿ ಯಾವುದೇ ನಂಬಲು ಸಾಧ್ಯವಾಗದ ವಿಷಯಗಳನ್ನು ಸಾಧಿಸಲು ಸಮರ್ಥರಾಗುತ್ತೇವೆ. ನೀವು ಈ ವಿಶ್ವಾಸವನ್ನು ಹೊಂದುವುದಕ್ಕೆ ನಾನು ಹೇಳುತ್ತಿಲ್ಲ, ಆದರೆ ನೀವು ಸ್ವತಃ ಅಳವಡಿಸಿ ಮತ್ತು ಅನುಭವಿಸಿ ನೋಡಿ. ಅದರಿಂದ ನೀವು ಸ್ವಯಂ ನಿಮ್ಮ ಅಂತಃರ್ದೃಷ್ಟಿಯನ್ನು ಹೊಂದಲು ಸಾಧ್ಯವಾಗುತ್ತದೆ.

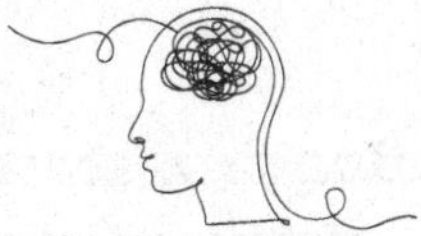

9

ನಾವು ಯೋಚಿಸುವುದನ್ನೇ ಬಿಟ್ಟುಬಿಟ್ಟರೆ, ನಮ್ಮ ಗುರಿಗಳು, ಕನಸುಗಳು ಮತ್ತು ಮಹತ್ವಾಕಾಂಕ್ಷೆಗಳಿಗೆ ಏನಾಗಬಹುದು?

“

ಮನಸ್ಸಿಗೆ ಯಾವುದೇ ಸೀಮೆಗಳಿರುವುದಿಲ್ಲ,
ನಾವು ಎಣಿಸುವುದಕ್ಕಷ್ಟೇ ಇರುತ್ತವೆ.

”

ನೆಪೋಲಿಯನ್ ಹಿಲ್

ನಾನು ಯೋಚಿಸುವುದರಿಂದಲೇ ಸಂಕಷ್ಟಕ್ಕೆ ಗುರಿಯಾಗುತ್ತೇನೆ.

ಕಟ್ಟಕಡೆಗೆ ನನ್ನೆಲ್ಲ ಕಷ್ಟಗಳಿಗೆ ನನ್ನ ಯೋಚನೆಗಳೇ ಕಾರಣವೆಂದು ತಿಳಿದಾಗ ನಾನು ಕುಣಿದಾಡಿದೆ, ಉಲ್ಲಾಸದಲ್ಲಿ ಮಿಂದೆ, ಅಹ್ಲಾದದಲ್ಲಿದ್ದೆ ಮತ್ತು ಕೃತಜ್ಞನಾಗಿದ್ದೆ. ನಾನು ಬದುಕಿನಲ್ಲಿ ಅನುಭವಿಸಿದ ನಕಾರಾತ್ಮಕ ಅನುಭವಗಳಿಗೆಲ್ಲ ಕಾರಣದ ಪತ್ತೆಯಾಗಿತ್ತು. ಈ ಉಲ್ಲಾಸವೆಲ್ಲ ಕ್ಷಣಿಕವಾಗಿತ್ತು ಯಾಕೆಂದರೆ ಅದು ತಣ್ಣಗಾದಾಗ ನನ್ನ ಬೇರೊಂದು ವಿಚಾರ ಎದ್ದು ಬಂತು.

ಯೋಚಿಸುವುದೊಂದೇ ನನ್ನ ಎಲ್ಲಾ ಕಷ್ಟಗಳಿಗೆ ಕಾರಣವಾಗಿದ್ದರೆ ಯೋಚನೆಗಳನ್ನು ತೊರೆದಾಗ ನಾನು ನನ್ನ ಬದುಕಿನಲ್ಲಿ ಮತ್ತೇನನ್ನು ಮಾಡಲಿ? ನನ್ನ ಗುರಿಗಳು, ಕನಸುಗಳು ಮತ್ತು ಮಹತ್ವಾಕಾಂಕ್ಷೆಗಳಿಗೆ ಏನಾಗಬಹುದು? ನಾನು ಬದುಕಿನಲ್ಲಿ ಯಾವುದನ್ನೇ ಬಯಸುವುದನ್ನು ಬಿಟ್ಟುಬಿಡಲೇ? ನಾನು ಸೋಫಾದಲ್ಲಿ ಹಾಯಾಗಿ ಮಲಗಿ ಟಿವಿ ನೋಡುವವನಾಗಲೇ ಮತ್ತು ನನ್ನ ಬದುಕಿನಲ್ಲಿ ಏನನ್ನೂ ಮಾಡದೇ ಇರಲೇ?

ನೀವು ಯೋಚಿಸುತ್ತಿರಬಹುದು, ಎಂದರೆ ಹೌದು, ನನಗೆ ಟೆಲಿಪತಿ ಗೊತ್ತು ಮತ್ತು ನಿಮ್ಮ ಮನಸ್ಸಿನ ವಿಚಾರಗಳನ್ನು ಓದಬಲ್ಲೆ. ನಾನು ಸುಮ್ಮನೆ ತಮಾಷೆ ಮಾಡುತ್ತಿದ್ದೆ. ನಾನು ನಿಮ್ಮ ಮನಸ್ಸಿನಲ್ಲಿರುವ ಪ್ರಶ್ನೆಯನ್ನು ಹೇಗೆ ಸರಿಯಾಗಿ ಯೋಚಿಸಿದೆ ಎಂದರೆ ನಾನು ಕೂಡಾ ಮನುಷ್ಯನಾಗಿರುವುದರಿಂದ. ನಾವೆಲ್ಲ ನಮ್ಮ ನಮ್ಮ ನಿಜವಾದ ಸ್ವಯಂನ್ನು ಜಾಗೃತಗೊಳಿಸುವ ಸಮಾನ ಯಾತ್ರೆಯಲ್ಲಿದ್ದೇವೆ, ಹಾಗಾಗಿ ವಿರಮಿಸಿ. ಯಾಕೆಂದರೆ ನಿಮ್ಮ ಮನಸ್ಸಿನಲ್ಲಿ ಅದೇನು ವಿಚಾರ ಈ ಸಮಯದಲ್ಲಿ ಉತ್ಪನ್ನವಾಗಿದೆಯೋ ಮತ್ತು ನಿಮ್ಮ ಭವ್ಯತೆಯನ್ನು ಅನುಭವಿಸುತ್ತೀರೋ, ಅನೇಕ ಜನರಲ್ಲಿ ಅದೇ ವಿಚಾರವಿರುತ್ತದೆ.

ಈಗ ನಾವು ನಮ್ಮ ಪ್ರಶ್ನೆಗೆ ಹಿಂದಿರುಗೋಣ. ನಾವು ಯೋಚಿಸುವುದನ್ನು ಬಿಟ್ಟುಬಿಟ್ಟರೆ, ನಮ್ಮ ಗುರಿಗಳು, ಕನಸುಗಳು ಮತ್ತು ಮಹತ್ವಾಕಾಂಕ್ಷೆಗಳಿಗೆ ಏನಾಗಬಹುದು? ನಾನು ಈ ಪ್ರಶ್ನೆಯನ್ನು ಮನನ ಮಾಡುವ ವೇಳೆ

ಬಹಳಷ್ಟು ಭಯ ಮತ್ತು ಚಿಂತೆ ನನ್ನನ್ನು ಆವರಿಸಿತು. ಯಾಕೆಂದರೆ ನಾನು ಈ ಎಲ್ಲಾ ವಿಷಯಗಳನ್ನು ಬಿಟ್ಟುಬಿಡಬೇಕಾಗುತ್ತದೆ. ಹಾಗೆಯೇ ಪರ್ವತಗಳ ನಡುವೆ ಕುಳಿತು ಸನ್ಯಾಸಿಯಾಗಬೇಕಾದೀತು ಎಂದು ಯೋಚಿಸಿದೆ.

ನಿಶ್ಚಯವಾಗಿಯೂ ನಾನು ಅದನ್ನು ಮಾಡುವುದಕ್ಕೆ ತಯಾರಿರಲಿಲ್ಲ. ನಾನು ಅಷ್ಟೊಂದು ಜ್ಞಾನಿಯಾಗಿದ್ದರೆ ಮತ್ತು ನನ್ನ ಜೀವನದಿಂದ ವಿರಕ್ತನಾಗಿದ್ದರೆ, ಅದಾಗುತ್ತಿತ್ತು. ಆದರೆ ನನಗೆ ಸಮಾಜದಲ್ಲಿ ಜೀವಿಸುವುದರಿಂದ ಆನಂದ ಸಿಗುತ್ತಿತ್ತು, ಇತರ ವ್ಯಕ್ತಿಗಳ ಜೊತೆ ಜೀವನದ ಪೂರ್ಣತೆಯ ಅನುಭವ ಪಡೆಯುವುದು ಖುಷಿಕೊಡುತ್ತಿತ್ತು, ಏನಿದ್ದರೂ ನನ್ನ ಬದುಕಿನ ಬಹುಪಾಲು ಕಷ್ಟದಿಂದ ತುಂಬಿಹೋಗಿತ್ತು.

ಇಲ್ಲಿ ನಾನು ಪತ್ತೆ ಮಾಡಿದ್ದನ್ನು ನಿಮ್ಮ ಜೊತೆಗೆ ಹಂಚಿಕೊಳ್ಳುತ್ತೇನೆ, ನಮ್ಮ ಗುರಿ ಮತ್ತು ಕನಸುಗಳಿಗೆ ಏನು ಮಾಡಬೇಕು? ನಾವು ಹಿಂದಿನ ಅಧ್ಯಾಯದಲ್ಲಿ ಯೋಚನೆ ಹಾಗೂ ವಿಚಾರಗಳಿಗೆ ವ್ಯತ್ಯಾಸವಿದೆ ಎಂಬುದಾಗಿ ದಾಖಲಿಸಿದ್ದೇವಷ್ಟೇ? ವಿಚಾರ ಮತ್ತು ಯೋಚಿಸುವುದರ ಸ್ರೋತಗಳು ಬೇರೆ ಬೇರೆಯಾಗಿರುತ್ತವೆ. ಹಾಗೂ ಯಾವುದರಿಂದ ನಮಗೆ ಕಷ್ಟ ಎದುರಿಸುವ ಪ್ರಮೇಯ ಒದಗುತ್ತದೆ ಎಂಬುದನ್ನು ಅವೇ ಸ್ರೋತಗಳು ನಮಗೆ ಹೇಳುತ್ತವೆ.

ಅದೇ ರೀತಿಯಲ್ಲಿ ನಮ್ಮ ಗುರಿ ಮತ್ತು ಕನಸುಗಳು ಎಲ್ಲಿಂದ ಬರುತ್ತವೆ, ಅದರಿಂದಾಗಿಯೇ ಅದನ್ನು ನಾವು ಹಿಂಬಾಲಿಸಿ ಹೋಗುವಾಗ ಅದರಿಂದ ವಿಶೇಷ ಅನುಭವ ನಮಗಾಗುತ್ತದೆ. ಈ ಜಗತ್ತಿನಲ್ಲಿ ಯಾವುದೇ ವಿಷಯ ಉತ್ತಮ ಅಥವಾ ಕೆಟ್ಟದ್ದು ಎಂದು ಇರುವುದಿಲ್ಲ. ನಮ್ಮ ಯೋಚನೆಯಷ್ಟೇ ಅವನ್ನು ಉತ್ತಮ ಅಥವಾ ಅಧಮ ಎಂದು ಪರಿಗಣಿಸುತ್ತವೆ. ಗುರಿ, ಕನಸು ಅಥವಾ ಮಹತ್ವಾಕಾಂಕ್ಷೆಗಳು ಎಂದಿಗೂ ಅವಷ್ಟಕ್ಕೇ ಉತ್ತಮ ಅಥವಾ ಅಧಮ ಎಂದು ಪರಿಗಣಿಸಲಾಗುವುದಿಲ್ಲ. ಹಾಗಾಗಿ ಅವು ಅದೋ ಇದೋ ಎನ್ನುವ ಸ್ಥಿತಿಯಲ್ಲಿರುತ್ತವೆ. ಆ ಗುರಿ ಎಲ್ಲಿಂದ ಬರುತ್ತದೆ ಎಂಬುದೇ ಮುಖ್ಯ ವಿಷಯವಾಗಿರುತ್ತದೆ.

ಗುರಿಗಳಿಗೆ ಎರಡು ಸ್ರೋತಗಳಿರುತ್ತವೆ: ಪ್ರೇರಣೆಯಿಂದ ಉತ್ಪನ್ನವಾದ ಗುರಿಗಳು ಮತ್ತು ನಿರಾಶೆಯಿಂದ ಉತ್ಪನ್ನವಾದ ಗುರಿಗಳು.

ಗುರಿಗಳು ಯಾವಾಗ ನಿರಾಶೆಯಿಂದ ಉತ್ಪವಾಗುತ್ತವೆಯೋ, ನಮ್ಮಲ್ಲಿ ಭಾರೀ ಅಭಾವ ಮತ್ತು ತಾತ್ಕಾಲಿಕತೆಯ ಅನುಭವ ಉಂಟಾಗುತ್ತದೆ. ಅದೊಂದು ಬಹುದೊಡ್ಡ ಭಾರದ ಜವಾಬ್ದಾರಿಯಾಗಿ ಕಂಡುಬರುತ್ತದೆ. ಯಾವುದನ್ನು ನಾವು ಮಾಡಲು ಎಣಿಸಿದ್ದೇವೋ ಅದರ ನಿರ್ವಹಣೆಯಲ್ಲಿ

ಸಾಕಷ್ಟು ಧೈರ್ಯವಿರುವುದಿಲ್ಲ. ಅದರಲ್ಲಿ ಆತ್ಮವಿಶ್ವಾಸದ ಕೊರತೆ ಮತ್ತು ಆತ್ಮಶಂಕೆ ಪ್ರಕಟವಾಗುತ್ತವೆ. ನಮ್ಮಲ್ಲಿ ಯಾವುದೇ ವಿಷಯದ ನಿರ್ವಹಣೆಗೂ ಸಾಕಷ್ಟು ಸಮಯವಿಲ್ಲೆಂದು ನಮಗೆ ಅನ್ನಿಸತೊಡಗುತ್ತದೆ. ನಾವು ಬದುಕಿನಲ್ಲಿ ವ್ಯಗ್ರತೆಯೊಂದಿಗೆ ಸಾಗುತ್ತೇವೆ, ಉತ್ತರಗಳ ಬೆನ್ನಟ್ಟಿ ಹೋಗುತ್ತೇವೆ, ಗುರಿಯನ್ನು ಯಾವುದೇ ವಿಧಾನದಿಂದ ಬೇಗನೆ ಪೂರ್ತಿ ಮಾಡಲು ಹವಣಿಸುತ್ತೇವೆ. ನಾವು ಯಾವಾಗಲೂ ಬಾಹ್ಯದ ಕಡೆಗೆ ನೋಡುತ್ತೇವೆ, ಅದರ ಬದಲಿಗೆ ಬೇರೆಯದ್ದನ್ನು ಯೋಚಿಸುವುದಿಲ್ಲ ಅಥವಾ ಹಾಗೆ ಬದಲಿ ಸಿಗಲಾರದೆಂದು ಭಾವಿಸುತ್ತೇವೆ. ಎಲ್ಲಕ್ಕೂ ಹೀನಸ್ಥಿತಿ ಏನಿರುತ್ತದೆಯೆಂದರೆ, ನಾವು ಗುರಿಯನ್ನು ತಲುಪಿದರೂ, ನಂತರ ಕೆಲವೇ ತಾಸುಗಳಲ್ಲಿ ಅಥವಾ ದಿನಗಳಲ್ಲಿ ನಮ್ಮ ಒಳಗಡೆ ಅಭಾವದ ಅನುಭವವಾಗಲು ತೊಡಗುತ್ತದೆ. ನಾವೇನು ಮಾಡಿದ್ದೇವೋ ಅದರಲ್ಲಿ ಅಸಂತುಷ್ಟಿ ಉತ್ಪನ್ನವಾಗುತ್ತದೆ, ನಮ್ಮ ಸಾಧನೆಯ ಆನಂದವನ್ನು ಸವಿಯಲು ಆಗುವುದಿಲ್ಲ. ಹೀಗೇಕೆಂದರೆ ಅದು ಸಾಕಷ್ಟು ಪರಿಪೂರ್ಣವಾಗಿರದೆ ನಮ್ಮಲ್ಲಿ ನಮ್ಮ ಬಗ್ಗೆಯೇ ಬೇಸರ ಹುಟ್ಟುವಂತಾಗುತ್ತದೆ. ಏನು ಮಾಡೋಣ ಎನ್ನುತ್ತ ನಾವು ಹೊರಗಡೆ ನಾಲ್ಕೂ ಕಡೆ ಮಾರ್ಗದರ್ಶನದ ಹುಡುಕಾಟಕ್ಕೆ ತೊಡಗುತ್ತೇವೆ, ಬೇರೆಯವರು ಏನು ಮಾಡುತ್ತಿದ್ದಾರೆ ಮತ್ತು ಅವರೂ ಹೀಗೆಯೇ ಮಾಡಬಹುದೇನೋ ಎಂದುಕೊಳ್ಳುತ್ತೇವೆ. ಹೀಗೆ ನಾವು ಮುಂದಕ್ಕೆ ಸಾಗುತ್ತ ನಮ್ಮ ಆತ್ಮವನ್ನು ಪೀಡಿಸುತ್ತಿರುವ ಎಲ್ಲಾ ನಕಾರಾತ್ಮಕ ಭಾವನೆಗಳಿಂದ ರಕ್ಷಿಸಿಕೊಳ್ಳುವುದಕ್ಕೆ ಬೇರೊಂದು ಗುರಿಯನ್ನು ಹುಡುಕುತ್ತೇವೆ. ನಾವು ಅಂತಹ ಗುರಿಗಳನ್ನು ತುಸು ಆಳವಾಗಿ ನಿರುಕಿಸಿದರೆ ಅವೆಲ್ಲ 'ಸಾಧನೆಗಳ ಗುರಿ'ಯಾಗಿರುತ್ತವೆ, 'ಸಾಧ್ಯತೆಯ ಗುರಿ' ಆಗಿರುವುದಿಲ್ಲ. ನಾವು ನಿರಾಶೆಯ ಈ ಅವಸ್ಥೆಯಲ್ಲಿ ಯಾವುದೇ ಗುರಿಯನ್ನು ಹುಟ್ಟುಹಾಕಿದಾಗ, ಅವು ಸಾಧ್ಯತೆಯ ಗುರಿಗಳಾಗಿರುತ್ತವೆ. ಯಾವುದೇ ಕಾರಣದಿಂದ ನಾವು ಆ ಗುರಿಯನ್ನು ಸಾಧಿಸಲು ಹವಣಿಸುತ್ತೇವೆ, ಆದರೆ ಅದು ಅದೇನೋ ಬೇರೆ ವಿಷಯವಾಗಿರುತ್ತದೆ. ಉದಾಹರಣೆಗಾಗಿ, ನಾವೊಂದು ಮಲ್ಟಿ–ಮಿಲಿಯನೆರ್ ಬಿಸಿನೆಸ್ ಮಾಡಲು ಬಯಸುತ್ತೇವೆ, ಯಾಕೆಂದರೆ ನಾವು ವಿತ್ತೀಯ ಸ್ವಾತಂತ್ರ್ಯವನ್ನು ಬಯಸುತ್ತೇವೆ ಇಲ್ಲವೇ ಕೆಲಸವನ್ನು ಬಿಡಲು ಬಯಸುತ್ತೇವೆ ಅದರಿಂದ ಅದರ ಜೊತೆಗೂಡುವ ಚಿಂತೆಯಿಂದ ಬಿಡುಗಡೆಹೊಂದಲು ಬಯಸುತ್ತೇವೆ. ಈ ಕೆಲಸಗಳನ್ನು ನಾವು ಮಾಡಬೇಕಿದ್ದರೂ ಮಾಡಲು ಬಯಸುವುದಿಲ್ಲ. ನಿರಾಶೆಯಿಂದ ಉತ್ಪನ್ನವಾದ ಗುರಿ ಯಾವಾಗಲೂ 'ಯಥಾರ್ಥವಾದಿ'ಯಾಗಿರುತ್ತವೆ ಮತ್ತು ಅವು ನಮ್ಮ ಭವಿಷ್ಯವನ್ನು ವಿಶ್ಲೇಷಣೆ ಮಾಡುವುದರಿಂದ ಉತ್ಪನ್ನವಾಗಿರುತ್ತವೆ.

ಆ ಸಮಯದಲ್ಲಿ ಅದೇನು ಸಂಭವನೀಯವೆನಿಸುತ್ತದೆಯೋ ಅದರಿಂದ ಉತ್ಪನ್ನವಾಗಿರುತ್ತದೆ. ಅದು ಬಹಳ ಸೀಮಿತವೆನಿಸುತ್ತದೆ, ಆದರೂ ಆ ಕ್ಷಣದ ನಮ್ಮ ಗುರಿ ಸಾಧನೆ ನಮ್ಮನ್ನು ರೋಮಾಂಚಿತರನ್ನಾಗಿ ಮಾಡಿಸಬಹುದು, ಆದರೆ ಅದರ ಸಮೀಪಕ್ಕೆ ತೆರಳಿದ ಹಾಗೆ ನಮಗೆ ಅಭಾವದ ಅನುಭವ ಹೊಂದುವುದಕ್ಕೆ ತೊಡಗುತ್ತೇವೆ ಮತ್ತು ನಮ್ಮ ಕನಸನ್ನು ಸಜೀವಗೊಳಿಸಲು ವ್ಯಗ್ರರಾಗುತ್ತೇವೆ. ವಿರೋಧಾಭಾಸದ ಅಂಶವೆಂದರೆ, ನಾವು ನಿರಾಶೆಯಿಂದ ಯಾವುದೇ ಗುರಿಯನ್ನು ಹಾಕಿಕೊಂಡರೆ, ಸಫಲರೇನೋ ಆಗುತ್ತೇವೆ ಆದರೆ ಮೊದಲಿಗಿಂತಲೂ ಖಾಲಿಯಾದ ಅನುಭವ ವ್ಯಕ್ತವಾಗಲು ತೊಡಗುತ್ತದೆ. ಇಲ್ಲೊಂದು ತಾರ್ಕಿಕ ಅಂಶವೇನಿರುತ್ತದೆ ಎಂದರೆ ಮೊದಲಿಗಿಂತಲೂ ಹೆಚ್ಚು ನಿರಾಶೆಯಾದಾಗ, ಅದಕ್ಕೂ ದೊಡ್ಡ ಗುರಿಯನ್ನು ಹಾಕಿಕೊಂಡು ಅದು ನಮಗೆ ಒಳಗಿನಿಂದ ಪೂರ್ಣತೆಯನ್ನು ಒದಗಿಸಬಹುದೆಂದು ಭಾವಿಸುತ್ತೇವೆ. ಇದೇ ರೀತಿಯಲ್ಲಿ ನಮ್ಮಲ್ಲಿ ಬಹುತೇಕ ಮಂದಿ ತಮ್ಮ ಗುರಿಯನ್ನು ಹಾಕಿಕೊಳ್ಳುತ್ತಾರೆ ಮತ್ತು ಬದುಕನ್ನು ಗೆಲ್ಲುತ್ತಾರೆ. ನಾನು ಇದನ್ನು ವಿಮರ್ಶಿಸಲು ಹೇಳುತ್ತಿಲ್ಲ ಬದಲಾಗಿ ಇದರ ವಾಸ್ತವಿಕತೆಯನ್ನು ಹೇಳುತ್ತಿದ್ದೇನೆ. ನಾನು ಇದನ್ನು ಇಷ್ಟೊಂದು ನೋವಿನಿಂದ ಕೂಡಿ ಮತ್ತು ಯಾತನಾಮಯವಾಗಿ ವರ್ಣನೆ ಯಾಕಾಗಿ ಮಾಡುತ್ತಿದ್ದೇನೆ ಎಂದರೆ ನಾನು ಕೂಡಾ ನನ್ನ ಬದುಕಿನಲ್ಲಿ ಇದನ್ನು ಅನುಭವಿಸಿದವನೇ.

ಇಲ್ಲೊಂದು ಉತ್ತಮ ಅಂಶವೆಂದರೆ : ಹೀಗೆ ನೀವು ನಿಮ್ಮ ಗುರಿಯನ್ನು ಹಾಕಿಕೊಳ್ಳುವುದು ನಿಮ್ಮ ದೋಷವಲ್ಲ; ಹೊರಗಡೆ ಸಾಗುವುದಕ್ಕಿರುವ ಒಂದು ರಹದಾರಿ ಅಷ್ಟೇ. ನೀವು ನಿರಾಶೆಯ ಬದಲು ಪ್ರೇರಣೆಯಿಂದ ಗುರಿಯನ್ನು ಮತ್ತು ಕನಸನ್ನು ಉತ್ಪನ್ನವಾಗಿಸಲು ಸಾಧ್ಯವಿದೆ.

ನಾವು ಒಂದೊಮ್ಮೆ ನಿರಾಶೆಯ ಬದಲು ಪ್ರೇರಣೆಯಿಂದ ಗುರಿಯನ್ನಿಟ್ಟುಕೊಂಡರೆ, ಕಥೆ ಬೇರೆಯೇ ಆಗಿಬಿಡುತ್ತದೆ. ಈ ಅವಸ್ಥೆಯಲ್ಲಿ ಇರುವುದಕ್ಕೆ ಕಾರಣವೆಂದರೆ ನಾವು ಆಳವಾಗಿ ಉತ್ಸಾಹಿತರೂ, ಪ್ರೇರಿತರೂ, ಉನ್ಮುಕ್ತರೂ ಆಗಿ ಅನುಭವಿಸುತ್ತೇವೆ. ಇದು ಜವಾಬ್ದಾರಿಯ ಬದಲು ಆಹ್ವಾನದ ಹಾಗೆ ಅನುಭವಕ್ಕೆ ಬರುತ್ತದೆ. ನಮ್ಮ ಒಳಗಿನಿಂದ ಪ್ರಬಲ ಶಕ್ತಿ ನಮ್ಮ ಮೂಲಕ ಹೊರಕ್ಕೆ ಚಿಮ್ಮಲು ಸಿದ್ಧವಾಗುತ್ತದೆ ಮತ್ತು ಭೌತಿಕ ಪ್ರಪಂಚದಲ್ಲಿ ವ್ಯಕ್ತವಾಗಲು ಬಯಸುತ್ತಿದೆ ಎಂಬಂತೆ ತೋರುತ್ತದೆ. ಆದ್ದರಿಂದಲೇ ಚಿತ್ರಕಲಾವಿದ ಚಿತ್ರಗಳನ್ನು ಬಿಡಿಸುತ್ತಾನೆ, ನರ್ತಕಿ ನೃತ್ಯ ಮಾಡುತ್ತಾಳೆ, ಲೇಖಕ ಬರೆಯುತ್ತಾನೆ ಮತ್ತು ಗಾಯಕ ಹಾಡುತ್ತಾನೆ. ಅವರಿಗೆ ಅದಕ್ಕೆ ಬದಲಾಗಿ ಹಣ ಸಿಗಲಿ ಬಿಡಲಿ ಅವರು ದಂಧೆಯನ್ನು ಮುಂದುವರಿಸುತ್ತಾರೆ.

ಯಾವುದೋ ಶಕ್ತಿ ನಮ್ಮನ್ನು ಸೃಜನಾತ್ಮಕವಾಗಿ ಸೆಳೆಯುತ್ತದೆ. ನಾವು ಆ ಕಡೆಗೆ ಆಕರ್ಷಿತರಾಗುತ್ತೇವೆ. ಅದನ್ನು ಮಾಡಲು ನಾವು ನಿರ್ಬಂಧಕ್ಕೆ ಒಳಗಾಗುತ್ತೇವೆ. ಹಾಗೆ ನಾವು ಅನುಭವಿಸುವಾಗ ನಮ್ಮಲ್ಲಿ ಅಭಾವದ ಬದಲು ಪ್ರಚಾರದ ಸೆಳಕು ಉತ್ಪನ್ನವಾಗುತ್ತದೆ ಮತ್ತು ಸೃಜಿಸುತ್ತೇವೆ.

ಅತ್ಯಂತ ಆಶ್ಚರ್ಯಜನಕ ವಿಷಯವೆಂದರೆ ಯಾವುದೇ ಕಾರಣವಿಲ್ಲದೆ ನಾವು ಸೃಜಿಸುತ್ತೇವೆ; ನಮಗೆ ಅದೇ ಒಂದು ಕಾರಣವಾಗಿರುತ್ತದೆ. ನಾವು ಯಾವುದನ್ನೇ ಸೃಜಿಸುವುದಕ್ಕೆ ಯಾಕೆ ಸಿದ್ಧರಾಗುವುದಿಲ್ಲವೆಂದರೆ ನಮಗೆ ಹಾಗೆ ಮಾಡಬೇಕಾಗಿ ಬರಬಹುದು ಎಂಬ ಕಾರಣದಿಂದ. ನಾವು ಬಯಸುವುದರಿಂದಲೇ ಸೃಜಿಸುತ್ತೇವೆ ಹೊರತು ಅದಕ್ಕಿಂತ ಬೇರೆ ಅದಕ್ಕೆ ಕಾರಣ ಸಿಗುವುದಿಲ್ಲ. ನಮಗೆ ಬೇರೇನೂ ವಿಷಯಗಳಿಲ್ಲದಿರುವುದರಿಂದ ನಮ್ಮ ಗುರಿಯನ್ನು ಇಟ್ಟುಕೊಳ್ಳುವುದಿಲ್ಲ. ನಾವು ಅದರ ಉಪಯೋಗವನ್ನು ಸಾಧನೆಯ ರೂಪದಲ್ಲಿ ಮಾಡುತ್ತೇವೆಯೇ ಹೊರತು ಮನಸ್ಸು ಬಯಸುವ ಬೇರೆ ಯಾವುದೋ ವಿಷಯವನ್ನು ಪಡೆಯುವ ಸಲುವಾಗಿ ಅಲ್ಲ. ಈ ಸೃಜನಶೀಲತೆಯ ಪರಿಪೂರ್ಣತೆ ಸಮೃದ್ಧಿಯ ಸ್ಥಾನದಿಂದ ಆಗುತ್ತದೆ. ಇದು ಬದುಕಿನಲ್ಲಿ ಆನಂದ ಮತ್ತು ಪ್ರೇಮದ ಅತಿಯಾದ ಪ್ರವಾಹಕ್ಕೆ ಉದಾಹರಣೆ. ಇದೇ ಕಾರಣದಿಂದ ನಮ್ಮಲ್ಲಿ ಬಹುಮಂದಿ ಮಕ್ಕಳನ್ನು ಪಡೆಯಲು ಬಯಸುತ್ತಾರೆ. ಮಕ್ಕಳು ದೊಡ್ಡವರಾದ ಮೇಲೆ ಅವರ ಸಂಪಾದನೆಯಿಂದ ನಮ್ಮ ರಿಟಾಯರ್‌ಮೆಂಟ್ ಪ್ಲಾನ್‌ನನ್ನು ಹಾಕಿಕೊಳ್ಳಬಹುದೆಂದು ನಮಗನಿಸುವುದಿಲ್ಲ. ನಾವು ಮಕ್ಕಳನ್ನು ಯಾಕಾಗಿ ಪಡೆಯಲು ಬಯಸುತ್ತೇವೆಂದರೆ ಅವರಿಂದ ಏನನ್ನಾದರೂ ಪಡೆಯುವ ಬದಲು, ನಮ್ಮಲ್ಲಿನ ಸಮೃದ್ಧಿಯನ್ನು ಅವರೊಂದಿಗೆ ಹಂಚಿಕೊಳ್ಳಲು ಬಯಸುತ್ತೇವೆ. ನಮ್ಮಲ್ಲಿ ಏನಿದೆಯೋ ಅದನ್ನು ಪಾಲುದಾರಿಕೆಗೆ ಒಡ್ಡಲು ಬಯಸುತ್ತೇವೆ, ಹೊರತು ಅವರಿಂದ ಕಸಿದುಕೊಳ್ಳಲು ಅಲ್ಲ.

ಗಹನವಾದ ಪ್ರೇರಣೆಯ ಈ ಭಾವನೆಯನ್ನು ವರ್ಣಿಸುವುದು ಕಷ್ಟಸಾಧ್ಯ. ಯಾಕೆಂದರೆ ಅದು ಈ ಪ್ರಪಂಚದಿಂದ ಬರುವುದಲ್ಲ. ಅದು ನಮ್ಮೊಳಗಿನಿಂದ ಕೂಡಾ ಬರುವುದಲ್ಲ, ಬದಲಾಗಿ ನಮ್ಮ ಮೂಲಕ ನಮ್ಮಲ್ಲಿರುವ ಅದೇನೋ ದೊಡ್ಡ ವಿಷಯದ ಮೂಲಕ ಬರುತ್ತವೆ. ನಾನು ಇದನ್ನು ದೈವಿಕ ಪ್ರೇರಣೆ ಎಂದು ಕರೆಯಲು ಬಯಸುತ್ತೇನೆ, ಯಾಕೆಂದರೆ ನಾವೇನು ಸೃಜಿಸಲು ಬಯಸುತ್ತೇವೆಯೋ ಅದರ ವಿಚಾರ ಮತ್ತು ಕನಸು ಅದಕ್ಕಿಂತಲೂ ಬಹುದೊಡ್ಡದಾಗಿರುತ್ತದೆ. ಅದನ್ನು ನಾವು ಸಂಭಾವ್ಯದಲ್ಲಿ ಕನಸಾಗಿ ಕಾಣಬಹುದು ಇಲ್ಲವೇ ಸ್ವತಃ ಯೋಚಿಸಬಹುದು. ಯಾಕೆಂದರೆ

ದೈವೀ ಪ್ರೇರಣೆ ನಮ್ಮೊಳಗಿನಿಂದ ಬರುವುದಿಲ್ಲ, ಬದಲಾಗಿ ಅದಕ್ಕೂ ಮಿಗಿಲಾದ ಬಹುದೊಡ್ಡ ವಿಷಯದಿಂದ ಪ್ರಕಟವಾಗುತ್ತದೆ. ಹಾಗಾಗಿ ಅದಕ್ಕೆ ಯಾವುದೇ ಅತೀತದ ಡೇಟಾದ ವಿಶ್ಲೇಷಣೆಯಾಗುವುದಿಲ್ಲ ಅಥವಾ ನೀವಾಗಲೀ ಪ್ರಪಂಚವಾಗಲೀ ಮೊದಲು ಏನನ್ನು ಸಾಧಸಿದ್ದೀರೋ ಅದರ ಮೇಲೂ ಅವಲಂಬಿತವಾಗಿರುವುದಿಲ್ಲ. ದೈವೀ ಪ್ರೇರಣೆಯ ಕಾರಣದಿಂದಾಗಿಯೇ ಕ್ರಾಂತಿಕಾರಿ ಸೃಜನ ಮತ್ತು ಆವಿಷ್ಕಾರಗಳು ನಡೆಯುತ್ತವೆ, ಕೆಲವು ಸಮಯದ ಹಿಂದೆ ಅವೆಲ್ಲ ಅಸಂಭವವೆನಿಸಿದ್ದಿರೂ. ಅದರಲ್ಲಿ ಯಾವುದೇ ಸೀಮೆಗಳಿರುವುದಿಲ್ಲ, ನಾಲ್ಕು ಗೋಡೆಗಳಿರುವುದಿಲ್ಲ ಅಥವಾ ಯಾವುದೇ ಬಾಧೆಗಳಿರುವುದಿಲ್ಲ. ಇದು ಅವಿಶ್ವಸನೀಯ ಉನ್ಮುಕ್ತ ಶಕ್ತಿಯಾಗಿದ್ದು, ನಮ್ಮಲ್ಲಿ ಉತ್ಸಾಹವನ್ನು ತುಂಬುತ್ತದೆ, ಮೇಲಕ್ಕೆ ಒಯ್ಯುತ್ತದೆ, ಹಾಗೆಯೇ ನಾವು ಬದುಕಿನ ಅಮಲಿನಲ್ಲಿ ಓಲಾಡುತ್ತಿದ್ದೇವೇನೋ ಅನ್ನಿಸುವಂತೆ ಮಾಡುತ್ತದೆ. ಅಂತಹ ಅವಸ್ಥೆಯಲ್ಲಿ ನಾವು ಪೂರ್ಣತೆಯನ್ನು ಅನುಭವಿಸುತ್ತೇವೆ. ನಮ್ಮಲ್ಲಿ ಪ್ರೇಮ, ಖುಷಿ ಮತ್ತು ಶಾಂತಿ ತುಂಬಿರುವ ಅನುಭವವಾಗುತ್ತದೆ. ನಾವು ಯಾವುದೇ ವಿಷಯದ ವಿಶ್ಲೇಷಣೆ ಮಾಡುವುದಿಲ್ಲ, ತುಲನೆ ಮಾಡುವುದಿಲ್ಲ, ವಿಮರ್ಶೆ ಮಾಡುವುದಿಲ್ಲ, ಮೌಲ್ಯವನ್ನು ನಿರ್ಧರಿಸುವುದಿಲ್ಲ ಅಥವಾ ತರ್ಕಕ್ಕೆ ಅನುವಾಗುವುದಿಲ್ಲ. ಅದರ ಬದಲು ನಾವು ನಿಜಕ್ಕೂ ಗೆದ್ದಿದ್ದೇವೆ, ಪ್ರೀತಿಸುತ್ತೇವೆ, ಹೇಳುತ್ತೇವೆ, ಕೊಡುತ್ತೇವೆ, ಮಾಡುತ್ತೇವೆ, ವಿಕಾಸದತ್ತ ತೆರಳುತ್ತೇವೆ ಮತ್ತು ಪೋಷಿಸುತ್ತೇವೆ. ಇದು ನಿಜಕ್ಕೂ ಎಲ್ಲಾ ಮಹಾನ್ ಭಾವನೆಗಳಲ್ಲಿ ಒಂದಾದ ಶ್ರೇಷ್ಠ ಭಾವನೆಯಾಗಿರುತ್ತದೆ, ಅದನ್ನು ನಾವು ಅನುಭವಿಸುತ್ತೇವೆ ಮತ್ತು ವಾಸ್ತವದಲ್ಲಿ ನಾವೊಬ್ಬ ಮನುಷ್ಯನ ರೂಪದಲ್ಲಿ ಅಂತಹ ದಿವ್ಯ ಅನುಭವವನ್ನು ಹೊಂದುತ್ತೇವೆ (ಇದು ಹೇಗೆಂದರೆ ನಾವೇ ಅದರ ಸ್ರೋತವಾಗಿರುತ್ತೇವೆ).

ಪ್ರಪಂಚದಲ್ಲಿ ಯಾವುದಾದರೂ ಉಪಯುಕ್ತ ವಸ್ತುವಿನ ಸೃಷ್ಟಿಯಾಗಲಿ ಎನ್ನುವುದು ಪ್ರತಿಯೋರ್ವ ವ್ಯಕ್ತಿಯ ಒಳಗಿನ ತುಡಿತವಾಗಿರುತ್ತದೆ, ಅದಕ್ಕೆ ಭಗವಂತನ ಅನುಗ್ರಹವೂ ಇದ್ದಿರುತ್ತದೆ. ಮುಂದಿನ ಪ್ಯಾರಾವನ್ನು ಓದುವ ಮುನ್ನ ನಾನು ನಿಮಗೆ ಈ ಸಿದ್ಧಾಂತವನ್ನು ಪರೀಕ್ಷಿಸಲು ಪ್ರೋತ್ಸಾಹಿಸುತ್ತೇನೆ. ಇಲ್ಲಿ ತುಸು ಹೊತ್ತು ವಿರಮಿಸಿ ಮತ್ತು ನಿಮ್ಮ ಮನಸ್ಸಿನಲ್ಲಿ ಎಂದಾದರೂ ಅದೇನೋ ಭವ್ಯವಾದ ವಸ್ತುವಿನ ಸೃಷ್ಟಿಗೆ ಬಲವಂತವಾದ ಭಾವನೆ ಉತ್ಪನ್ನವಾದ ಸಂದರ್ಭವನ್ನು ನೆನಪಿಸಿಕೊಳ್ಳಿ, ಯಾಕೆಂದರೆ ಅಂತಹ ಸಮಯದಲ್ಲಿ ನಿಮ್ಮಲ್ಲಿ ಗಹನವಾದ ಪ್ರೇರಣೆ ಮತ್ತು ಆಹ್ವಾನ ಉತ್ಪನ್ನವಾಗಿರಬೇಕು. ನೀವು ಅದನ್ನು ಸೃಷ್ಟಿಸಿದ್ದೀರೋ ಇಲ್ಲವೋ

ಎಂಬುದು ಲೆಕ್ಕಕ್ಕೆ ಬರುವುದಿಲ್ಲ, ಆ ಸಮಯವನ್ನಷ್ಟೇ ಯೋಚಿಸಿ, ನಿಮ್ಮಲ್ಲಿ ಆ ಸೃಜಿಸುವ ಕ್ಷಣದ ಪ್ರೇರಣೆಯ ಹಿಂದಿನ ಭಾವನೆಯನ್ನು ನೆನಪಿಸಿಕೊಳ್ಳಿ.

ಇದು ಸಮಸ್ತ ಪ್ರಪಂಚದ ಅತ್ಯಂತ ಅದ್ಭುತ ವಿಷಯಗಳಲ್ಲಿ ಒಂದಲ್ಲವೇ? ನಮ್ಮಲ್ಲಿ ಬಹುತೇಕ ಜನರು ಈ ದೈವೀ ಪ್ರೇರಣೆಯ ಅನುಭವವನ್ನು ಪಡೆಯುತ್ತಾರೆ, ಆದರೆ ನಾವು ಅದರ ಬಗೆಗೆ ಯೋಚಿಸುವ ಸಮಯ ಅದನ್ನು ಅದುಮಿ ಬಿಡುತ್ತೇವೆ. ನಾವು ಯೋಚಿಸಿ-ಯೋಚಿಸಿ ನಮ್ಮಲ್ಲಿ ಸಂಶಯ ಉತ್ಪನ್ನವಾಗುತ್ತದೆ. ಅದನ್ನು ನಾವೇ ಸ್ವತಃ ಯಾಕಾಗಿ ಮಾಡಲು ಸಾಧ್ಯವಿಲ್ಲ, ಹಾಗೆಂದು ನಮ್ಮಷ್ಟಕ್ಕೆ ಅಂದುಕೊಳ್ಳುತ್ತೇವೆ, ನಾವು ಇನ್ನಷ್ಟು ಮಹತ್ವದ ವಿಷಯಗಳ ಮೇಲೆ ಯಾಕಾಗಿ ಗಮನವನ್ನು ಕೇಂದ್ರೀಕರಿಸಲು ಸಾಧ್ಯವಿದೆ ಮುಂತಾಗಿ ಯೋಚಿಸುತ್ತೇವೆ. ನಾವು ಸೃಜನಾತ್ಮಕ ಕಾರ್ಯಗಳಲ್ಲಿ ತೊಡಗಿಸಿಕೊಳ್ಳುವ ಇಚ್ಛೆಯ ವಿಚಾರವನ್ನು ಯೋಚಿಸುತ್ತಿರುವಾಗಲೇ ನಮಗಿರುವ ಆ ಸ್ರೋತ ನಿಂತುಬಿಡುತ್ತದೆ ಮತ್ತು ನಾವು ಯಥಾಪ್ರಕಾರ ನಮ್ಮ ಬದುಕನ್ನು ಸಾಗಿಸಲು ತೊಡಗುತ್ತೇವೆ. ಯಾವಾಗ ನಾವು ಆ ಸ್ರೋತದಿಂದ ವಂಚಿತರಾಗುತ್ತೇವೋ ಆಗ ನಮ್ಮ ಉಲ್ಲಾಸ, ಪರಮ ಆನಂದ, ಖುಷಿ, ಶುದ್ಧ ಪ್ರೇಮದ ಭಾವನೆಗಳು ಕೂಡಾ ನಿಂತು ಬಿಡುತ್ತವೆ. ಅದರೊಂದಿಗೆ ಸಂಶಯ, ಚಿಂತೆ, ಕುಂಠಿತ ಭಾವನೆ, ದುಃಖ ಮತ್ತು ಸೀಮಿತ ಭಾವನೆಗಳು ಅನುಭವಕ್ಕೆ ಬರುತ್ತವೆ. ಜೊತೆಗೆ ನಾವು ಕುಸಿದಂತೆ ಭಾಸವಾಗುತ್ತದೆ.

ನಾವು ಒಮ್ಮೆಗೆ ಒಂದೇ ಪ್ರಕ್ರಿಯೆಯನ್ನು ಅನುಭವಿಸಲು ಶಕ್ತರಿರುತ್ತೇವೆ. ಒಂದೋ ಪ್ರೇರಣೆಯನ್ನು ಇಲ್ಲವೇ ನಿರಾಶೆಯನ್ನು. ಎರಡೂ ಜೊತೆಯಲ್ಲೇ ಖಾಯಂ ಆಗಿ ಉಳಿಯುವುದು ಶಕ್ಯವಲ್ಲ. ಆದರೆ ನಾವು ಎರಡರ ನಡುವೆಯೇ ಉಯ್ಯಾಲೆ-ಯಾಡಬಹುದು, ನಮ್ಮೊಳಗೆ ಯೋಚನೆಯ ಕೆಲಸ ಎಷ್ಟು ಹೆಚ್ಚಾಗಿ ಸಕ್ರಿಯವಾಗಿದೆ, ಅದನ್ನು ಅವಲಂಬಿಸಿರುತ್ತದೆ.

ನಾವು ಯೋಚನೆಯನ್ನು ಬಿಟ್ಟುಬಿಟ್ಟಾಗ, ನಮ್ಮ ಗುರಿ ಮತ್ತು ಕನಸುಗಳನ್ನು ಬಿಟ್ಟುಬಿಡುವುದಿಲ್ಲ. ನಾವು ಆಗ ನಮ್ಮ ನಿಜದ ಸ್ವಭಾವಕ್ಕೆ ಹಿಂದಿರುಗುತ್ತೇವೆ ಮತ್ತು ನಿರಾಶೆಯ ಬದಲು ಪ್ರೇರಣೆಯೊಂದಿಗೆ ನಮ್ಮ ಗುರಿ ಮತ್ತು ಕನಸುಗಳನ್ನು ಸಾಕಾರಗೊಳಿಸಲು ಯತ್ನಿಸುತ್ತೇವೆ. ನಾವು ಸೃಷ್ಟಿಸುವ ವಿಚಾರಗಳನ್ನು ನಮ್ಮ ಮನಸ್ಸಿನಲ್ಲಿ ಹಾದುಬರಲು ಅನುಮತಿಕೊಡುತ್ತೇವೆ, ಅದರಿಂದ ನಾವು ದೈವೀ ಪ್ರೇರಣೆಯತ್ತ ಸಾಗುತ್ತೇವೆ. ಪ್ರಪಂಚದಲ್ಲಿ ಎಂದೂ ಇಲ್ಲದಂತಹ ಸೃಜನಶೀಲ ವಸ್ತುವನ್ನು ನಾವು ಹುಟ್ಟುಹಾಕುತ್ತೇವೆ. ನಮ್ಮಲ್ಲಿ

ದೈವೀ ಪ್ರೇರಣೆ ಉತ್ಪತ್ತಿಯಾದಾಗ ನಾವು ಸಂಪೂರ್ಣ, ಆನಂದ, ಪ್ರೇಮ, ಶಾಂತಿ ಮತ್ತು ಸಂತುಷ್ಟಿಯನ್ನು ಅನುಭವಿಸುತ್ತೇವೆ.

ಯಾವುದೇ ಗುರಿ ಅಥವಾ ಕನಸು ಪ್ರೇರಣೆಯಿಂದ ಉತ್ಪತ್ತಿಯಾಯಿತೇ ನಿರಾಶೆಯಿಂದ ಆಯಿತೇ ಎಂಬುದು ನಮಗೆ ಹೇಗೆ ತಿಳಿಯಬೇಕು?

ಯಾವುದೇ ಕನಸು ಅಥವಾ ಗುರಿ ಪ್ರೇರಣೆಯಿಂದ ಉತ್ಪತ್ತಿಯಾಯಿತೇ ಇಲ್ಲವೇ ಎಂಬುದನ್ನು ತಿಳಿಯಲು, ಸುಲಭವಾದ ಮಾರ್ಗವೆಂದರೆ, ವಿಚಾರ ಮತ್ತು ಯೋಚನೆಯ ನಡುವಿನ ವ್ಯತ್ಯಾಸವನ್ನು ನೆನಪಿನಲ್ಲಿಡುವುದು. ಯಾವಾಗ ಗುರಿ ಮತ್ತು ಕನಸುಗಳು ವಿಚಾರದ ರೂಪದಲ್ಲಿ ಬಂದಿರುತ್ತದೆಯೋ, ಅವು ಪ್ರೇರಣೆಯಿಂದ ಉತ್ಪನ್ನವಾಗಿರುತ್ತವೆ. ಯಾವ ಗುರಿಗಳು ಮತ್ತು ಕನಸುಗಳು ಯೋಚನೆಯಿಂದ ಬಂದವೋ ಅವು ನಿರಾಶೆಯ ಮೂಲಕ ಉತ್ಪನ್ನವಾಗಿದ್ದಾಗಿರುತ್ತವೆ.

ಒಟ್ಟಿನಲ್ಲಿ, ನಾವು ಯೋಚಿಸುವ ಸಮಯ ವಿಶ್ಲೇಷಿಸುತ್ತೇವೆ, ಮೌಲೀಕರಣ ಮಾಡುತ್ತೇವೆ, ವಿಮರ್ಶೆ ಮಾಡುತ್ತೇವೆ, ತರ್ಕ ಮಾಡುತ್ತೇವೆ ಮತ್ತು ಹೊಸ ಗುರಿಯನ್ನು ಹುಟ್ಟುಹಾಕುವುದಕ್ಕೆ ನಮ್ಮ ಅತೀತವನ್ನು ಉಪಯೋಗಿಸುತ್ತೇವೆ, ಆದರೆ ಗುರಿಯನ್ನು ರೂಪಿಸುವ ಈ ವಿಧಾನ ಸೀಮಿತವಾಗಿರುವಂತೆ ಅನುಭವಕ್ಕೆ ಬರುತ್ತದೆ. ಇಂತಹ ಗುರಿಯನ್ನು ರೂಪಿಸುವ ವೇಳೆ ನಾವು ಸಾಮಾನ್ಯವಾಗಿ ಉತ್ತಮವಾದ ಅನುಭವ ಹೊಂದುವುದಿಲ್ಲ. ಅವೆಲ್ಲ ನಿರಾಶೆಯಿಂದ ಉತ್ಪನ್ನವಾದುದರಿಂದ, ನಾವು ವಿಶೇಷ ಅನುಭವಗಳನ್ನು ಪಡೆಯುವುದಿಲ್ಲ.

ಎರಡನ್ನೂ ಗುರುತಿಸಲು ಇನ್ನೊಂದು ವಿಧಾನವೆಂದರೆ ಅವನ್ನು ಶಕ್ತಿಯ ದೃಷ್ಟಿಯಿಂದ ನೋಡುವುದು. ಯಾವ ಗುರಿಗಳು ಮತ್ತು ಕನಸುಗಳು ನಿರಾಶೆಯಿಂದ ಉತ್ಪತ್ತಿಯಾಗಿರುತ್ತವೆಯೋ ಅವು ತೀರಾ ಕುತ್ಸಿತ, ಕುಂಠಿತ, ಸೀಮಿತವಾಗಿರುವಂತೆ ಅನುಭವಕ್ಕೆ ಬರುತ್ತವೆ. ನಮ್ಮಲ್ಲಿ ಅಭಾವ, ಭಯ ಮತ್ತು ಬಹಳಷ್ಟು ಆತಂಕವನ್ನು ಅನುಭವಿಸುವ ಪ್ರವೃತ್ತಿಯಿರುತ್ತದೆ. ಹೇಗೆಂದರೆ ನಾವು ಅದನ್ನು ಮಾಡಿಯೇ ತೀರಬೇಕಾಗುತ್ತದೆ ಎಂಬ ಜವಾಬ್ದಾರಿ ಇರುತ್ತದೆ. ಇಂತಹ ಗುರಿಗಳು ಹೇಗಿರುತ್ತವೆ ಎಂದರೆ ಒಂದೊಮ್ಮೆ ನಾವು ಅದನ್ನು ಸಾಧಿಸದೇ ಹೋದರೆ ಗಂಭೀರವಾದ ಪರಿಣಾಮವನ್ನು ಎದುರಿಸಬೇಕಾಗುತ್ತದೆ. ಅದರಿಂದ ನಮ್ಮ ಮೇಲೆ ಬಹಳಷ್ಟು ಒತ್ತಡವಿರುತ್ತದೆ, ಮತ್ತು ನಮ್ಮನ್ನು ಸವಾಲಿಗೆ ಒಡ್ಡಿದಂತಾಗುತ್ತದೆ. (ಇದರಿಂದ ನಿಮ್ಮ ಮೇಲೆ ಎಷ್ಟೊಂದು ನಿರಾಶೆಯ ಭಾವನೆ ಸವಾರಿ ಮಾಡಬಹುದೆಂದು ನಾನು ಊಹಿಸಿಕೊಳ್ಳಬಲ್ಲೆ). ನಾವು ನಮ್ಮ ಪ್ರಸ್ತುತ

ಸ್ಥಿತಿಯಿಂದ ಪಲಾಯನ ಮಾಡುವುದಕ್ಕೆ, ಮತ್ತು ಯಾವುದೋ ವಿಷಯದಿಂದ ಹೊರಗಡೆ ಉಳಿಯುವುದಕ್ಕೆ ಆ ಗುರಿಯನ್ನು ಸಾಧಿಸುವಂತೆ ಪ್ರಯತ್ನ ಮಾಡುತ್ತೇವೆ. ಹೀಗೆ ಸಾಧಿಸುವ ಗುರಿ ಸಾಮಾನ್ಯವಾಗಿ ಸಾಧನೆಗಳ ಗುರಿಯಾಗಿದ್ದು, ಎಂದರೆ ಅದರಿಂದ ಯಾವುದೇ ಇನ್ನೊಂದು ವಿಷಯವನ್ನು ನೀವು ಅಂಗೀಕರಿಸುತ್ತೀರಿ, ನೌಕರಿಯನ್ನು ಬಿಟ್ಟುಬಿಡುವ ಗುರಿ ಮುಂತಾದವು. ನಿಮಗೆ ಇಷ್ಟವಾದ ಆನಂದ ನೀಡುವ ಬೇರೊಂದು ವೃತ್ತಿ ಮಾಡುವ ಆಕಾಂಕ್ಷೆ ಇದ್ದಿರುತ್ತದೆ. ಆದರೆ ನೀವು ಕೆಲಸವನ್ನು ಬಿಟ್ಟು ಬಿಡುವ ಗುರಿ ಕೇವಲ ಒಂದು ಸಾಧನೆಯ ಗುರಿಯಾಗಿದ್ದು, ಅದರಿಂದ ನೀವು ಬೇರೊಂದು ಕೆಲಸವನ್ನು ಮಾಡುವಂತಾಗುತ್ತದೆ ಅಷ್ಟೇ. ನಿಮ್ಮದು ಒಂದು ಮಿಲಿಯನ್ ಡಾಲರ್ ಸಂಪಾದಿಸುವ ಗುರಿಯಿದ್ದರೆ, ಅದು ನೀವು ನಿಮ್ಮನ್ನು ವಿತ್ತೀಯವಾಗಿ ಸ್ವಾತಂತ್ರ್ಯವನ್ನು ಹೊಂದುವ ಗುರಿಯಾಗಿರುತ್ತದೆ, ಪ್ರಪಂಚವೆಲ್ಲ ಸುತ್ತಾಡುವ ಗುರಿಯಿದ್ದಿರುತ್ತದೆ. ಈ ಗುರಿಯ ಸಾಧ್ಯತೆ ನಿಮ್ಮಿಂದ ಸ್ವತಃ ಆಗುವಂಥದ್ದಲ್ಲ. ಇಂತಹ ಗುರಿಯನ್ನು ಹೊಂದುವುದಕ್ಕೆ ಸಾಧಾರಣವಾಗಿ ನಮಗೊಂದು ಕಾರಣವಿರುತ್ತದೆ ಮತ್ತು ಅವು ನಮಗೆ ಒಳಗಿನಿಂದ ಬಹಳಷ್ಟು ಒತ್ತಡವನ್ನು ಹೇರಿರುತ್ತವೆ.

ಯಾವುದೇ ಗುರಿ ಆಂತರಿಕ ದೃಷ್ಟಿಯಿಂದ ಕೆಟ್ಟದ್ದಲ್ಲವೆಂದು ನಾನು ಹೇಳಬಯಸುತ್ತೇನೆ. ನಾವು ಹಣ ಸಂಪಾದಿಸುವ ಅಥವಾ ಕೆಲಸವನ್ನು ಬಿಡುವ ಗುರಿಯನ್ನು ರೂಪಿಸಬಾರದೆಂದು ಹೇಳುವುದಿಲ್ಲ. ಈ ಗುರಿಗಳು ಪ್ರೇರಣೆಯಿಂದ ಉತ್ಪನ್ನವಾದರೆ, ಅದು ತೀರಾ ಬೇರೆಯೇ ವಿಷಯವಾಗಿರುತ್ತದೆ. ಅದು ಸ್ವಯಂ ಗುರಿಯ ಮೇಲಲ್ಲ, ಬದಲಾಗಿ ಗುರಿಯ ಸ್ರೋತವನ್ನು ಅವಲಂಬಿಸಿರುತ್ತದೆ. ಇದೇ ಅತ್ಯಂತ ಮಹತ್ವಪೂರ್ಣ ವ್ಯತ್ಯಾಸವೆನ್ನಬೇಕು, ಇಲ್ಲವಾದರೆ ನೀವು ಸ್ವತಃ ಆತಂಕಕ್ಕೆ ಒಳಗಾಗಿಸುತ್ತ ಅದು ನಿಮ್ಮ ಸರಿಯಾದ ಗುರಿ ಹೌದೇ ಅಲ್ಲವೇ ಎನ್ನುವ ಜಿಜ್ಞಾಸೆಯಲ್ಲೇ ಸಮಯವನ್ನು ಕಳೆಯುವಂತಾಗುತ್ತದೆ. ಯಾವುದೇ ಗುರಿ ಸರಿ ಅಥವಾ ತಪ್ಪು ಅಂತ ಇರುವುದಿಲ್ಲ; ಗುರಿ ಒಂದೋ ಪ್ರೇರಣೆಯಿಂದ ಉತ್ಪನ್ನವಾಗುತ್ತದೆ ಇಲ್ಲವೇ ನಿರಾಶೆಯಿಂದ ಉತ್ಪನ್ನವಾಗುತ್ತದೆ. ನೀವು ಒಳಗಿನಿಂದ ಹೇಗೆ ಅನುಭವಿಸುತ್ತೀರಿ ಎನ್ನುವುದರ ಮೇಲೆ ಅದು ಅವಲಂಬಿಸಿರುತ್ತದೆ. ನೀವು ಈ ಎರಡು ಬಗೆಯ ಗುರಿಯ ಕಡೆಗೆ ಮತ್ತು ಅದು ಪ್ರಕಟವಾಗುವ ಕಡೆಗೆ ಎಚ್ಚರಿಕೆಯನ್ನು ಹೊಂದಿದರೆ, ನೀವು ನಿಮ್ಮ ಜೀವನದ ಅದ್ಭುತ ವಿಷಯಗಳ ಸೃಜನವಾಗುವ ಸಮಯ ಆನಂದಿತರಾಗುತ್ತೀರಿ, ಅದನ್ನು ಅನುಭವಿಸುತ್ತೀರಿ.

ಇನ್ನೊಂದೆಡೆ, ಪ್ರೇರಣೆಯಿಂದ ಉತ್ಪನ್ನವಾಗುವ ಗುರಿ ಮತ್ತು

ಕನಸು (ವಿಚಾರದಿಂದ ಬರುವುದು) ಬಹಳ ಹಗುರ, ಶಕ್ತಿಯುತ, ಎತ್ತರಕ್ಕೆ ಏರಿಸಬಲ್ಲ, ಮತ್ತು ವ್ಯಾಪಕತೆಯನ್ನು ಅನುಭವಿಸುವಂತೆ ಮಾಡುತ್ತದೆ. ನಮ್ಮಲ್ಲಿ ರೋಮಾಂಚನ, ಆನಂದ ಮತ್ತು ಎಲ್ಲಕ್ಕೂ ಮಿಗಿಲಾಗಿ ಪ್ರೇರಣೆಯನ್ನು ಹುಟ್ಟುಹಾಕುತ್ತದೆ. ನಾವು ಅದನ್ನು ಮಾಡಬೇಕೆಂಬ ಬಯಕೆಯುಂಟಾಗುತ್ತದೆ. ಅದನ್ನು ನಾವು ಮಾಡಬೇಕು ಎನ್ನುವುದಕ್ಕಿಂತಲೂ ಅದಕ್ಕೋಸ್ಕರ ಪ್ರೇರಿತರಾಗುವ ಅನುಭವವನ್ನು ಹೊಂದುತ್ತೇವೆ. ಯಾವುದೇ ಒತ್ತಡದ ಅನುಭವವಿರುವುದಿಲ್ಲ, ಯಾಕೆಂದರೆ ನಾವು ಯಾವುದೇ ವಿಷಯವನ್ನು ಹೊರಕ್ಕೆ ತಳ್ಳಲು ಅಥವಾ ನಮ್ಮ ಗುರಿಯನ್ನು ಸಾಧಿಸಿ ಪ್ರಸ್ತುತ ಸ್ಥಿತಿಯಿಂದ ಪಲಾಯನ ಮಾಡಲು ನಾವು ಪ್ರಯತ್ನಿಸುವುದಿಲ್ಲ. ಯಾವುದೇ ಅಭಾವ ಅಥವಾ ತಾತ್ಕಾಲಿಕತೆ ಆಗುವುದಿಲ್ಲ, ಯಾಕೆಂದರೆ ನಾವು ಅಭಾವದಲ್ಲಿ ಸೃಜಿಸುವುದಿಲ್ಲ ಬದಲಾಗಿ ನಾವು ಸಮೃದ್ಧಿಯಲ್ಲಿ ಸೃಜಿಸುತ್ತಿದ್ದೇವೆ ಎಂಬ ಅನುಭವವಾಗುತ್ತದೆ. ಹಾಗೆಯೇ ಅದನ್ನು ನಾವು ಈ ಪ್ರಪಂಚಕ್ಕೆ ನೀಡಲು ಬಯಸುತ್ತೇವೆ. ಯಾಕೆಂದರೆ ನಾವು ಅದನ್ನು ಪ್ರೇರಣೆಯಿಂದ ಉತ್ಪನ್ನ ಮಾಡಿದ್ದೇವೆ, ಯಾವುದನ್ನೋ ಹೊರಗೆಳೆಯಲು ಅಲ್ಲ, ಅಂತಹ ಸಮಯ ಬೇರೆ ಯಾವುದೇ ಸಂಗತಿಗಳು ಅನ್ವಯವಾಗುವುದಿಲ್ಲ. ಅವು ಸಾಧಿಸುವ ಗುರಿಗಳು ಅಲ್ಲ, ಬದಲಾಗಿ ನಿಮ್ಮಲ್ಲಿ ನಿಮ್ಮಷ್ಟಕ್ಕೇ ಉತ್ಪನ್ನವಾಗಿರುತ್ತವೆ. ನಾವು ಅದನ್ನು ಸೃಜಿಸಲಷ್ಟೇ ಬಯಸುತ್ತೇವೆ ಹೊರತು ಅದರ ಹಿಂದೆ ಯಾವುದೇ 'ಕಾರಣ'ವಿರುವುದಿಲ್ಲ. ನಮಗೆ ಅದು ಪೂರ್ಣವಾಗಿ ಅನುಭವವಾಗಲಿ ಎಂಬುದಕ್ಕಾಗಿ ನಾವದನ್ನು ಸೃಜಿಸುವುದಿಲ್ಲ. ನಾವು ಪೂರ್ತಿಯಾಗಿ ಅನುಭವಿಸುವುದರಿಂದ ಅವನ್ನು ಸೃಜಿಸುತ್ತೇವೆ ಮತ್ತು ನಾವು ಆ ಸ್ಥಾನವನ್ನು ಅದಕ್ಕೆ ನೀಡಲು ಬಯಸುತ್ತೇವೆ ಹೊರತು ಯಾವುದೇ ಅಪೇಕ್ಷೆ ನಮ್ಮಲ್ಲಿ ಇರುವುದಿಲ್ಲ.

ಇವೆರಡರ ನಡುವಿನ ವ್ಯತ್ಯಾಸವೇನೆಂದು ನಿಮಗೆ ಈಗ ಸ್ಪಷ್ಟವಾಗಿರುತ್ತದೆ ಹಾಗೂ ಪ್ರಸ್ತುತ ನಿಮ್ಮ ಗುರಿ ಏನಿರುತ್ತದೆ ಎಂಬ ಅರಿವು ನಿಮಗಾಗುತ್ತದೆ. ನಿಮ್ಮ ಬಹುತೇಕ ಗುರಿಗಳು ನಿರಾಶೆಯ ಶ್ರೇಣಿಯಿಂದ ಉತ್ಪನ್ನವಾಗಿದ್ದರೆ, ಚಿಂತೆ ಬೇಡ ಯಾಕೆಂದರೆ ಬಹುತೇಕ ಜನರ ಗುರಿ ನಿರಾಶೆಯಿಂದಲೇ ಬರುತ್ತವೆ, ಅದರಲ್ಲಿ ನಾನೂ ಸೇರಿದ್ದೇನೆ, ಯಾಕೆಂದರೆ ನನಗೆ ಬೇರೆ ಬಗೆಯವು ಪತ್ತೆಯಾಗಿರಲಿಲ್ಲ. ನಾವು ನಿರಾಶೆಯ ಬದಲು ಪ್ರೇರಣೆಯಿಂದ ನಮ್ಮ ಗುರಿ ಮತ್ತು ಕನಸನ್ನು ಹೇಗೆ ರೂಪಿಸಬಹುದೆಂಬುದು ನಮ್ಮ ಮುಂದಿರುವ ಪ್ರಶ್ನೆ?

ದೈವೀ ಪ್ರೇರಣೆಯಿಂದ ಗುರಿಯನ್ನಾಗಲೀ ಕನಸನ್ನಾಗಲೀ ರೂಪಿಸುವುದಕ್ಕೆ ನಿಮಗೆ ಯಾವುದೇ ಪ್ರಯತ್ನ ಬೇಕಿರುವುದಿಲ್ಲ. ನಮ್ಮಲ್ಲಿ ಸದಾ ಕಾಲ ಅಸೀಮಿತ ಪ್ರೇರಣೆಯೊಂದಿಗೆ ನೈಸರ್ಗಿಕ ವಿಚಾರಗಳು

ಪ್ರಸ್ತುತವಿರುತ್ತವೆ. ನೀವು ಮಕ್ಕಳನ್ನು ನೋಡಿ ಅವರಲ್ಲಿ ತಾವೇನು ಮುಂದೆ ಮಾಡಬೇಕೆಂದಿರುವ ಬಗ್ಗೆ ಪ್ರಚಂಡವಾದ ಕನಸುಗಳು ಮತ್ತು ಕಲ್ಪನೆಗಳು ಇದ್ದಿರುತ್ತವೆ. ಹೆಚ್ಚಿನ ಸಮಯ ತಾವು ಏನೂ ಮಾಡಲಾಗುವುದಿಲ್ಲ ಎಂಬುದು ಅವರ ಮನಸ್ಸಿಗೇ ಹೋಗುವುದಿಲ್ಲ. ನಮಗೂ ಮಕ್ಕಳಿಗೂ ಇರುವ ಒಂದೇ ವ್ಯತ್ಯಾಸವೆಂದರೆ ನಾವು ನಮ್ಮಲ್ಲಿರುವ ಈ ಪ್ರೇರಣೆಯ ವಿಚಾರಗಳನ್ನು ನಿಲ್ಲಿಸಲು ಕಲಿತಿದ್ದೇವೆ, ಅದರಲ್ಲಿ ನಮ್ಮ ಕನಸುಗಳು, ಆಶೆಗಳು ಮತ್ತು ಗುರಿಗಳು ಸೇರಿರುತ್ತವೆ, ಮತ್ತು ನಿಜಕ್ಕೂ ಅವನ್ನು ನಾವು ಪ್ರಪಂಚದಲ್ಲಿ ಪ್ರಕಟವಾಗುವುದಕ್ಕೆ ಬಯಸುತ್ತಿದ್ದೆವು. ನಾವೇನು ಸೃಜಿಸಲು ಬಯಸುತ್ತೇವೆ ಎನ್ನುವ ವಿಚಾರ ನಮ್ಮ ಮನಸ್ಸಿನಲ್ಲಿ ಕಡಿಮೆ ಪ್ರಮಾಣದಲ್ಲಿ ಸಾಗುತ್ತವೆ ಮತ್ತು ನಮಗೇಕೆ ಅದನ್ನು ಸಾಧಿಸಲು ಆಗುವುದಿಲ್ಲ ಎಂಬುದೇ ಹೆಚ್ಚಾಗಿ ನಮ್ಮಲ್ಲಿ ತುಂಬಿಹೋಗಿರುತ್ತವೆ.

ನಮ್ಮಲ್ಲಿ ಆಂತರಿಕವಾಗಿ ಅಸೀಮಿತವಾಗಿ ಪ್ರೇರಣೆಯ ಪ್ರವಾಹ ಇದ್ದಾಗ್ಯೂ, ನಮ್ಮೊಳಗಿನ ವಿಚಾರಗಳ ಬಗೆಗೆ ಯೋಚಿಸಲು ತೊಡಗುತ್ತೇವೆ, ಆತ್ಮ-ಶಂಕೆ, ಆತ್ಮವಿಶ್ವಾಸದ ಕೊರತೆ ಮತ್ತು ಚಿಂತೆ ಉತ್ಪನ್ನವಾಗುತ್ತಿರುತ್ತವೆ, ಅದರಿಂದಾಗಿ ಪ್ರವಾಹ ಬಾಧಿಸಲ್ಪಡುತ್ತದೆ. ಸೃಜಿಸುವ ಪ್ರೇರಣೆಯ ಪ್ರವಾಹವನ್ನು ನದಿಯಂತೆ ಭಾವಿಸಿ. ನದಿಗಳು ಯಾವತ್ತೂ ಪ್ರವಹಿಸುತ್ತಲೇ ಇರುತ್ತವೆ, ಅವುಗಳ ಮೇಲೆ ಆಣೆಕಟ್ಟನ್ನು ಮನುಷ್ಯ ಕಟ್ಟಿ ಅದರ ಪ್ರವಾಹವನ್ನು ನಿಲುಗಡೆಗೆ ತರುತ್ತಾನೆ.

ಆಣೆಕಟ್ಟನ್ನು ಕಟ್ಟಿದ ಬಳಿಕ ಕೇಳುತ್ತಾರೆ, ಎಲ್ಲಾ ಮೀನುಗಳು ಯಾಕಾಗಿ ಸತ್ತು ಹೋಗುತ್ತಿವೆ, ಜಾನುವಾರುಗಳು ಮಾಯವಾಗುತ್ತಿವೆ ಏಕೆ ಮತ್ತು ಕಾಡು ಕಡಿಮೆಯಾಗುತ್ತಿವೆ ಯಾಕೆ? ಅಂದಾಗ ನಾವು ನದಿಯನ್ನು ಅದರ ಮೊದಲಿನ ನೈಸರ್ಗಿಕ ಅವಸ್ಥೆಗೆ ತರಬೇಕಿದೆ ಮತ್ತು ಮೊದಲಿನ ಹಾಗೆಯೇ ಅದು ನಿಜವಾದ ಪ್ರಾಕೃತಿಕ ಆಜ್ಞೆಗೆ ಅನುಗುಣವಾಗಿ ಕೆಲಸ ಮಾಡಲು ಶುರು ಮಾಡಬೇಕಿದೆ.

ಇದು ನಮ್ಮ ಮನಸ್ಸು ಮತ್ತು ಗುರಿಗಳಿಗೂ ಅನ್ವಯಿಸುತ್ತದೆ. ನಾವು ಸದಾ ಕನಸನ್ನು ಕಾಣುತ್ತೇವೆ, ನಮ್ಮ ಬಳಿಯಲ್ಲಿ ಬಹಳಷ್ಟು ಗುರಿಗಳಿರುತ್ತವೆ ಮತ್ತು ನಾವೇನು ಮಾಡಬೇಕೆಂದೂ ನಮಗೆ ಗೊತ್ತಿದೆ, ಜೊತೆಗೆ ನಾವು ನಮ್ಮ ಆಂತರಿಕ ಬುದ್ಧಿಮತ್ತೆ ಮತ್ತು ಆಂತರಿಕ ಜ್ಞಾನವನ್ನು ಅಳವಡಿಸಿಕೊಂಡು ಯೋಚನೆಗಳಿಂದ ಮುಕ್ತರಾಗುತ್ತೇವೆ. ನಾವು ನಮ್ಮ ವಿಚಾರಗಳ ಬಗೆಗೆ ಯೋಚಿಸದಿದ್ದರೆ, ಕನಸುಗಳು, ಗುರಿಗಳು ಮತ್ತು ಬಯಕೆಗಳ ವಿಚಾರಗಳು ಸ್ವಾಭಾವಿಕ ರೂಪದಲ್ಲಿ ದೈವೀ ಪ್ರೇರಣೆಯಿಂದ ಉತ್ಪನ್ನವಾಗುತ್ತವೆ ಮತ್ತು

ತನ್ಮೂಲಕ ನೀವು ನಿರಾಶೆಯ ಬದಲಿಗೆ ಪ್ರೇರಣೆಯೊಂದಿಗೆ ಗುರಿಗಳನ್ನು 'ಸೃಜಿಸಲು' ಶಕ್ತರಾಗುತ್ತೀರಿ. ಯೋಚಿಸುವುದನ್ನು ಬಿಟ್ಟುಬಿಡುವ ದೃಷ್ಟಿಯಲ್ಲಿ ಒಂದು ಪ್ರಶ್ನೆ ನನಗೆ ಸಹಾಯಕವೆನಿಸಿದೆ ಮತ್ತು ನಾನೇನು ಸೃಜಿಸಲು ಸಾಧ್ಯವೋ ಅದರ ಸಾಧ್ಯತೆಗಳ ಅಸೀಮಿತ ಬಾವಿಗಳನ್ನು ಕೊರೆಯಲು ನನಗೆ ಉಪಯುಕ್ತವೆನಿಸಿದೆ, ಆ ಪ್ರಶ್ನೆಯೇ ಇದು:

"ನನ್ನಲ್ಲಿ ಸಾಕಷ್ಟು ಹಣವಿದ್ದಿದ್ದರೆ, ನಾನು ಪ್ರಪಂಚವನ್ನೆಲ್ಲ ಸುತ್ತಾಡಿ ಯಾತ್ರೆಯನ್ನು ಮುಗಿಸಿದ್ದರೆ, ನನ್ನ ಮನಸ್ಸಿನಲ್ಲಿ ಯಾವುದೇ ಭಯ ಇದ್ದಿರುತ್ತಿರಲಿಲ್ಲ ಮತ್ತು ನನ್ನ ಕೆಲಸಗಳ ಬದಲಿಗೆ ನನಗೇನೂ ಮಾನ್ಯತೆಗಳು ಸಿಗುತ್ತಿರಲಿಲ್ಲ, ಹಾಗಿದ್ದಾಗ ನಾನೇನು ಮಾಡುತ್ತಿದ್ದೆ ಅಥವಾ ನಾನು ಅದೇನು ಸೃಜಿಸಿದ ಹಾಗಾಗುತ್ತಿತ್ತು?"

ಯಾವಾಗೆಲ್ಲ ನಾನು ಈ ಪ್ರಶ್ನೆಯನ್ನು ಕೇಳಿದರೆ, ಉತ್ತರ ನನಗೆ ಸಿಕ್ಕಿಬಿಡುತ್ತಿತ್ತು. ನಮ್ಮ ಮನಸ್ಸಿನಲ್ಲಿ ಯಾವುದೇ ಪ್ರಶ್ನೆಗಳು ಉತ್ಪನ್ನವಾಗಲೀ ಪ್ರತಿಕ್ರಿಯೆಯಲ್ಲಿ ಯಾವುದೇ ಉತ್ತರ ಹೊಳೆಯದಿರುವುದು ಅಸಂಭವವಾಗಿರುತ್ತದೆ. ಹಾಗಾಗಿ ನೀವು ಈ ಪ್ರಶ್ನೆಯನ್ನು ಸ್ವತಃ ಕೇಳಿದಾಗ, ಏನೂ ಯೋಚಿಸದೆ ನಿಮಗೆ ಉತ್ತರ ಸಿಗುತ್ತದೆ, ಅದು ದಿವ್ಯ ಭೂಮಿಕೆಯಲ್ಲಿ ಉತ್ಪನ್ನವಾಗುವಂಥದ್ದು ಮತ್ತು ಅದರಿಂದ ನಿರಾಶೆಯ ಬದಲಿಗೆ ನಿಮ್ಮಲ್ಲಿ ಪ್ರೇರಣೆಯನ್ನು ಉತ್ಪತ್ತಿ ಮಾಡಬಲ್ಲುದು.

ಈ ಪ್ರಶ್ನೆಯಲ್ಲಿ ಶಬ್ದಗಳ ಜೋಡಣೆ ಹೆಚ್ಚು ಮಹತ್ವಪೂರ್ಣ, ಯಾಕೆಂದರೆ ಅದರಿಂದ ಯೋಚನೆ, ಭಯ, ವಿಮರ್ಶೆ ಮತ್ತು ಬಾಹ್ಯ ಕಾರಣಗಳು ನೀಗುತ್ತವೆ, ನೀವು ಯಾವುದೇ ವಿಷಯವನ್ನು ಯಾಕಾಗಿ ಮಾಡಬೇಕು, ಯಾಕೆಂದರೆ ಅದು ನಿಮ್ಮ ಉತ್ತರದ ಮೇಲೆ ಕೇಂದ್ರಿತವಾಗಿರುತ್ತದೆ ಹಾಗೂ ನೀವು ಭೌತಿಕ ಪ್ರಪಂಚದ ಪ್ರಭಾವದ ಹೊರತಾಗಿ ಉತ್ಪನ್ನ ಮಾಡಲು ಬಯಸುತ್ತೀರಿ (ಸಾಮಾನ್ಯವಾಗಿ ಯಾವುದೇ ಕಾರಣದಿಂದ ಅಲ್ಲ, ಬದಲಾಗಿ ನಿಮಗೆ ಅದರಿಂದ ಆನಂದ ಲಭ್ಯವಾಗುತ್ತದೆ).

ಈ ಪ್ರಶ್ನೆಯನ್ನು ಕೇಳಿ ಮತ್ತು ನಿಮಗೇನು ಉತ್ತರ ಸಿಗುತ್ತದೆಯೆಂದು ನೋಡಿ! ನಿಜವಾದ ಉತ್ತರ ನಿಮಗೇನು ಲಭಿಸುತ್ತದೆಯೋ ಅದರಿಂದ ನೀವು ಹೈರಾಣಾಗಿ ಹೋಗುತ್ತೀರಾ, ಆದರೆ ನಿಮ್ಮ ನಿಜವಾದ ಕನಸು ನಿಮ್ಮ ಮುಂದೆ ಎದ್ದು ನಿಂತರೆ, ನೀವು ಯೋಚಿಸುವ ಜಾಲದಲ್ಲಿ ಸಿಕ್ಕಿಬೀಳಲಾರಿರಿ.

ಯೋಚಿಸುವುದಕ್ಕೆ ಸೀಮೆಗಳೇ ಬೇಕಿಲ್ಲ, ಹಾಗಿದ್ದಾಗ ಮನಸ್ಸು ಏನನ್ನೂ ಸಾಧಿಸಲು ಸಾಧ್ಯವಿದೆ.

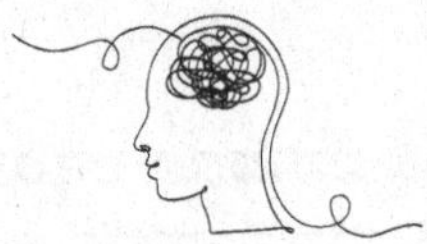

10

ಯಾವುದೇ ಷರತ್ತಿಲ್ಲದ ಪ್ರೇಮ ಮತ್ತು ಸೃಜನಶೀಲತೆ

“

ಮನುಷ್ಯ ಜಾತಿ ಏನಾದರೂ ಅತ್ಯಂತ ಶಕ್ತಿಯನ್ನು ಹೊಂದುವುದಕ್ಕೆ ಸಾಧ್ಯವೆಂದಾದರೆ ಅದು ಷರತ್ತಿಲ್ಲದ ಪ್ರೇಮದ ಶಕ್ತಿಯಿಂದ ಮಾತ್ರ ಸಾಧ್ಯ. ಜನರು ಯಾವುದೇ ಸೀಮೆಗಳಿಲ್ಲದೆ, ಮಿತಿಗಳಿಲ್ಲದೆ ಅಥವಾ ಪರಿಸ್ಥಿತಿಗಳ ಲಂಗುಲಗಾಮಿಲ್ಲದೆ ಯಾವಾಗ ಪ್ರೀತಿಸಲು ತೊಡಗುವರೋ ಆಗ ಅದು ಸಾಧ್ಯವಾಗುತ್ತದೆ.

”

ಟೋನಿ ಗ್ರೀನ್

ಬೇಷರತ್ ಪ್ರೇಮ

ಬೇಷರತ್ ಪ್ರೇಮದ ಕುರಿತು ನಾನು ಕಲಿತಿದ್ದೇ ನನ್ನ ಅದ್ಭುತ ಜೀವನ ಸಂಗಾತಿ ಮ್ಯಾಕೆನ್ನಾಳಿಂದ. ನನ್ನ ಜೀವನ ಪರ್ಯಂತ ನಾನು ಪ್ರಶ್ನಿಸುತ್ತಲೇ ಬಂದೆ. ನನ್ನ ಸುತ್ತಲಿನ ವಿಷಯಗಳೆಲ್ಲ ಸುಗಮವಾಗಿ ಸಾಗುತ್ತಿದ್ದವು, ಇಲ್ಲವಾದರೆ ನಾನು ಹುಚ್ಚನಾಗುತ್ತಿದ್ದೆ. ಬದುಕನ್ನು ನನಗೆ ಅರ್ಥ ಮಾಡಿಕೊಳ್ಳಲು ಸಾಧ್ಯವಾಗುತ್ತಿರಲಿಲ್ಲ ಅಥವಾ ಎಲ್ಲದರ ಹಿಂದಿನ ಕಾರಣಗಳ ದರ್ಶನವಾಗುತ್ತಿರಲಿಲ್ಲ.

ಆ ಕಾಲಕ್ಕೆ ಸುಮಾರು ಒಂದು ವರ್ಷಗಳ ಸಮಯ ನಾನು ಡೇಟಿಂಗ್‌ನಲ್ಲಿದ್ದಾಗ, ಎಲ್ಲರೂ ಕೇಳುವಂತೆ ನಾನೂ ಮ್ಯಾಕೆನ್ನಾಗೆ ಕೇಳಿದೆ, ಆಕೆ ನನ್ನನ್ನೇಕೆ ಪ್ರೀತಿಸುತ್ತಿದ್ದಾಳೆ ಅಂತ. ಯಾತಕ್ಕೆ ಅಂತ ತನಗೆ ಗೊತ್ತಿಲ್ಲವೆಂದು ಆಕೆ ಮುಗ್ಧವಾಗಿ ಹೇಳಿದಳು, ಪ್ರೀತಿಸುವುದೊಂದೇ ಗೊತ್ತು ಎಂದು ಹೇಳಿದಳು. ನಾನು ಆಕೆಯನ್ನು ಯಾಕಾಗಿ ಪ್ರೀತಿಸಿದ್ದೇನೆ ಎಂದು ಅವಳು ನನಗೆ ಕೇಳಿದಳು. ನನ್ನಲ್ಲಿ ಅದಕ್ಕೆ ಡಜನ್‌ಗಟ್ಟಲೆ ಬೇರೆ ಬೇರೆ ಕಾರಣಗಳಿದ್ದವು. ಅವಳ ಸುಂದರ ಮಂದಹಾಸದಿಂದ ತೊಡಗಿ, ಅವಳ ಆರಾಧಿಸತಕ್ಕ ನಗುವಿನವರೆಗೆ, ಅವಳ ಸ್ನಿಗ್ಧ ಹೃದಯದ ಬಗೆಗೆ, ಅವಳು ತನ್ನ ಕುಟುಂಬವನ್ನು ಪ್ರೀತಿಸುವ ಬಗೆಗೆ, ಅವಳ ಬುದ್ಧಿವಂತಿಕೆ, ಹೀಗೆ ಪಟ್ಟಿ ಬೆಳೆಯುತ್ತಲೇ ಹೋಯಿತು.

ಇದೀಗ ನಾವು ಕಳೆದ 7 ವರ್ಷಗಳಿಂದ ಡೇಟಿಂಗ್ ಮಾಡುತ್ತಿದ್ದೇವೆ. ನಾನು ಮೊತ್ತಮೊದಲು ಅವಳನ್ನು ಕೇಳಿದಾಗ, ಯಾಕಾಗಿ ನನ್ನನ್ನು ಪ್ರೀತಿಸುತ್ತಿದ್ದೀಯಾ ಎಂದು ಕೇಳಿದಾಗ, ಅದೇನು ಉತ್ತರವನ್ನು ಅವಳು ಹೇಳಿದ್ದಳೋ ಅದೇ ಉತ್ತರವನ್ನೇ ಇಂದಿಗೂ ಹೇಳುತ್ತಿದ್ದಾಳೆ. "ನನಗೆ ಗೊತ್ತಿಲ್ಲ, ನಾನು ನಿನ್ನನ್ನು ಪ್ರೀತಿಸುತ್ತಿದ್ದೇನೆ ಎಂದಷ್ಟೇ ನನಗೆ ಗೊತ್ತು- ಬಹಳಷ್ಟು."

ನನ್ನನ್ನೇಕೆ ಅವಳು ಪ್ರೀತಿಸುತ್ತಿದ್ದಾಳೆ ಎನ್ನುವುದೇ ಅವಳಿಗೆ ಗೊತ್ತಿಲ್ಲ ಎನ್ನುವ ಅಂಶ ನನ್ನನ್ನು ಬಹಳ ಸಮಯದಿಂದ ಕಾಡುತ್ತಿತ್ತು. ನಾನೇಕೆ

ಅವಳನ್ನು ಪ್ರೀತಿಸುತ್ತಿದ್ದೇನೆ ಎಂಬುದಕ್ಕೆ ನನ್ನಲ್ಲಿ ಕನಿಷ್ಠವೆಂದರೆ 50 ಕಾರಣಗಳಾದರೂ ಇವೆ. ಅವಳಿಗೆ ಒಂದೆರಡು ಕಾರಣಗಳನ್ನಾದರೂ ಪಟ್ಟಿ ಮಾಡಲು ಸಾಧ್ಯವಾಗುವುದಿಲ್ಲ. ಅದೇನಿದ್ದರೂ, ನಾನು ಅವಳಿಗೆ ತಿಳಿಯದಂತೆಯೇ ಅವಳನ್ನು ಬಹುವಾಗಿ ಪ್ರೀತಿಸುತ್ತಿದ್ದೆ. ಹಾಗೆಯೇ ನನ್ನ ಪ್ರೀತಿ ಇಂದಿಗೂ ಮುಂದುವರಿಯುತ್ತಲೇ ಹೋಗಿದೆ.

ನನ್ನನ್ನು ಅವಳು ಪ್ರೀತಿಸುವುದಕ್ಕಿರುವ ಕಾರಣಗಳನ್ನು ಅವಳೇಕೆ ಹೇಳಲಾಗುತ್ತಿಲ್ಲ ಎನ್ನುವುದರ ಕುರಿತು ನಾನು ಚಿಂತಿಸತೊಡಗಿದೆ. ಮ್ಯಾಕೆನ್ನಾನನ್ನು ನಾನೇಕೆ ಪ್ರೀತಿಸುತ್ತಿದ್ದೇನೆ ಎಂಬುದಕ್ಕಿರುವ ಕಾರಣಗಳನ್ನು ವಿಶ್ಲೇಷಿಸತೊಡಗಿದೆ. ಅದರಿಂದ ನನ್ನ ಬದುಕೇ ಬದಲಾಯಿತು.

ನಾನು ನನ್ನಷ್ಟಕ್ಕೇ ಕೇಳಲಾರಭಿಸಿದೆ, ನಾನು ಅವಳನ್ನು ಅವಳ ನಗುವಿಗಾಗಿ ಅಥವಾ ಇತರರಿಗೆ ಸಹಾಯ ಮಾಡುವ ಗುಣಕ್ಕಾಗಿ ಪ್ರೀತಿಸುತ್ತಿದ್ದೇನೆಯೇ? ಅವಳು ಒಂದು ದಿನ ನಗದಿದ್ದರೆ ಅಥವಾ ಒಂದು ವೇಳೆ ಯಾರಿಗೂ ಸಹಾಯ ಹಸ್ತ ನೀಡದಿದ್ದರೆ ಏನಾಗಬಹುದು? ಅವಳು ಹಾಗೆ ಮಾಡುವುದನ್ನು ನಿಲ್ಲಿಸಿದರೆ ನಾನು ನನ್ನ ಪ್ರೀತಿಯನ್ನು ಕಸಿದುಕೊಳ್ಳುವೆನೆ? ನಾನು ನನ್ನ ಪ್ರೀತಿಗೆ ಷರತ್ತುಗಳನ್ನು ಹಾಕಿದರೆ ಪ್ರಾಯಶಃ ನಾನು ನನ್ನ ಪ್ರೀತಿಯನ್ನು ನಿಲ್ಲಿಸಿಬಿಡಬಹುದೇನೋ. ಆದರೆ ಅದು ಸತ್ಯವಲ್ಲ.

ಆ ಕ್ಷಣದಲ್ಲಿ ನನಗೊಂದು ಸೂಕ್ಷ್ಮದ ಅರಿವಾಯಿತು, ಮ್ಯಾಕೆನ್ನಾ ತನ್ನ ಪ್ರೀತಿಗೆ ಕಾರಣವನ್ನು ಯಾಕಾಗಿ ಹುಡುಕಲಾರಳು ಎಂದರೆ ಅವಳ ಪ್ರೀತಿ ಬೇಷರತ್ ಆಗಿತ್ತು. ನನ್ನನ್ನು ಆಕೆ ಕೆಲವು ಕಾರಣಗಳಿಗಾಗಿ ಪ್ರೀತಿಸುವುದಿದ್ದರೆ, ಅವಳು ಆ ಗುಣಗಳು ನನ್ನಲ್ಲಿ ಇದ್ದ ಮಾತ್ರಕ್ಕೇ ನನ್ನನ್ನು ಪ್ರೀತಿಸುತ್ತಾಳೆ ಎಂದ ಹಾಗಾಗುತ್ತದೆ, ಇಲ್ಲವಾದರೆ ಇಲ್ಲ.

ಅವಳ ಪ್ರೀತಿ ನನ್ನ ಚರ್ಯೆಯನ್ನಾಗಲೀ, ನಾನು ಮಾಡುತ್ತಿರುವ ಇತರ ಕೆಲಸಗಳನ್ನಾಗಲೀ ಅವಲಂಬಿಸಿಲ್ಲ ಮತ್ತು ಅದು ಎಲ್ಲಾ 'ಕಾರಣಗಳನ್ನು ಮೀರಿದ್ದಾಗಿದೆ ಎಂಬುದು ನನಗೆ ವೇದ್ಯವಾಯಿತು. ನಾನು ಅವಳನ್ನು ಪ್ರೀತಿಸುವುದಕ್ಕಾಗಿ ಅವಳು ನನ್ನನ್ನು ಪ್ರೀತಿಸುತ್ತಿರಲಿಲ್ಲ. ಅಥವಾ ನಾನೇನು ಅವಳಿಗೆ ನೀಡಬಹುದೋ ಅದಕ್ಕಾಗಿಯೂ ಅವಳು ನನ್ನನ್ನು ಪ್ರೀತಿಸುತ್ತಿರಲಿಲ್ಲ. ಅವಳು ಬಹಳಷ್ಟು ಪ್ರೀತಿಯನ್ನು ತನ್ನೊಳಗೇ ಅನುಭವಿಸುತ್ತಿದ್ದಳು ಮತ್ತು ಆ ಪ್ರೀತಿಯನ್ನು ಬೇಷರತ್ ಆಗಿ ನನ್ನ ಮೇಲೆ ವರ್ಷಿಸುತ್ತಿದ್ದಳು.

ಈ ಭಾವನೆಯನ್ನು ಅಳೆಯುವುದಕ್ಕೆ ಅಥವಾ ಅದನ್ನು ಒರೆಗೆ ಹಚ್ಚುವುದಕ್ಕೆ ಸಾಧ್ಯವಾಗದಂತಹ ಪರಿಸ್ಥಿತಿ ನನ್ನದಾಗಿತ್ತು. ಈ ಅನುಭವದ ಕಾರಣದಿಂದಾಗಿ ನಾನು ಅವಳ ಬಗೆಗಿನ ನನ್ನ ಪ್ರೀತಿಯನ್ನು ಯಾವುದೇ ಕಾರಣವಿಲ್ಲದೆ ಬೇಷರತ್ ಆಗಿ ನೀಡಲು ನಿರ್ಧರಿಸಿದೆ. (ಯಾಕೆಂದರೆ ಷರತ್ತುಗಳಿದ್ದರೆ ಆ ಷರತ್ತುಗಳ ಅನುಪಸ್ಥಿತಿಯಲ್ಲಿ ನಾನು ಅವಳನ್ನು ಪ್ರೀತಿಸಲು ಆಗುತ್ತಿರಲಿಲ್ಲ). ಇದೀಗ ನನ್ನಲ್ಲಿ ಅದೆಷ್ಟು ಪ್ರೀತಿ ಹರಿಯತೊಡಗಿತ್ತೆಂದರೆ ಅದು ಬೇಷರತ್ ಪ್ರೀತಿಯಿಂದ ಪ್ರವಹಿಸುತ್ತಿತ್ತು. ಅದರಿಂದ ನಾನು ಎಂದಿಗೂ ಹಿಂದೇಟು ಹಾಕಲಾರದಂತಾಗಿತ್ತು. ಈ ಬೇಷರತ್ ಪ್ರೀತಿ ಯಾವುದೇ ಬಾಹ್ಯ ಕಾರಣಗಳಿಂದ ಬರುವಂಥದ್ದಲ್ಲ, ಅದು ಒಳಗಿನಿಂದ, ಅಗಣಿತ ಸ್ರೋತದಿಂದ ಹರಿಯುವಂಥದ್ದು.

ನಾವೆಲ್ಲರೂ ಅದೇ ಅಗಣಿತ ಪ್ರೇಮಕ್ಕೇ ಬೆಸೆದುಕೊಂಡವರು, ಅದೇ ದೇವರು, ವಿಶ್ವ ಅಥವಾ ಅದನ್ನು ನೀವು ಯಾವುದೇ ಹೆಸರಿನಿಂದಲೂ ಕರೆಯಬಹುದು. ಒಂದೇ ಒಂದು ಏನೆಂದರೆ ನಮ್ಮನ್ನೆಲ್ಲ ಆ ಬೇಷರತ್ ಪ್ರೇಮದ ಸ್ರೋತದಿಂದ ಬೇರ್ಪಡಿಸುವಂತಹ ವಿಷಯವೆಂದರೆ ನಮ್ಮಲ್ಲಿ ಹುಟ್ಟುವ ಯೋಚನೆಗಳು.

ಬೇಷರತ್ ಸೃಜನಶೀಲತೆ

ಬೇಷರತ್ ಸೃಜನಶೀಲತೆಯೇ ಅತ್ಯಂತ ಶುದ್ಧವಾದುದೆಂದು ಹೇಳಬಹುದು. ಬೇಷರತ್ ಸೃಜನಾತ್ಮಕತೆಯಿಂದ ಏನಾದರೂ ಉತ್ಪನ್ನವಾಯಿತೆಂದರೆ ನಾವು ಅದನ್ನು ಅಚ್ಚರಿಯಿಂದ ನೋಡುವ ಪ್ರಸಂಗ ಬರುತ್ತದೆ. ಬೇಷರತ್ ಸೃಜನಾತ್ಮಕತೆ ವಿನೂತನವಾಗಿರುತ್ತದೆ, ವಿಶಿಷ್ಟವಾಗಿರುತ್ತದೆ, ಹೊಸದಾಗಿರುತ್ತದೆ, ಧೈರ್ಯದಿಂದ ಕೂಡಿರುತ್ತದೆ, ವೈವಿಧ್ಯಮಯ, ಕ್ರಾಂತಿಕಾರಿಯಾಗಿರುತ್ತದೆ. ಕೆಲವೇ ಕೆಲವು ಮಂದಿಯಷ್ಟೇ ಈ ವಲಯದೊಳಗೆ ಸೃಷ್ಟಿಸಲು ಸಾಧ್ಯವಾಗುತ್ತದೆ ಯಾಕೆಂದರೆ ನಾವು ಯಾವಾಗಲೂ ಷರತ್ತಿಗೆ ಬದ್ಧವಾಗಿಯೇ ಸಾಗುತ್ತಿರುತ್ತೇವೆ.

ಉದಾಹರಣೆಗೆ, ನಾವು ಹೆಚ್ಚು ಹಣವನ್ನು ಗಳಿಸುವ ಗುರಿಯನ್ನಿಟ್ಟುಕೊಂಡು ಕ್ರಿಯಾತ್ಮಕವಾದರೆ, ನಾವು ನಮ್ಮ ಸಂಪಾದನೆಯನ್ನು ಹೆಚ್ಚಿಸಿದಂತಾಗುತ್ತದೆ. ಇದು ಷರತ್ತುಬದ್ಧ ಸೃಷ್ಟಿಯಾಗುತ್ತದೆ. ಯಾಕೆಂದರೆ ಹಣದಾಸೆಗಾಗಿಯೇ ಮಾಡುವ ಪ್ರಯತ್ನವದು. ಬಹುತೇಕ ಮಂದಿ ಬೇರೊಂದು ವಿಷಯಕ್ಕಾಗಿ ಅಥವಾ ತಮ್ಮ ಬಯಕೆಯನ್ನು ಈಡೇರಿಸಲು ಹಣದ ಸಂಪಾದನೆ ಮಾಡುತ್ತಾರೆ.

ಹಾಗಾಗಿ ಸ್ವಾಭಾವಿಕವಾಗಿ ಇದು ಷರತ್ತುಬದ್ಧವಾದ ಸೃಜನವಾಗುತ್ತದೆ. ಏನಾದರೊಂದು ಪಡೆಯುವ ಸಲುವಾಗಿ ಸೃಜಿಸುವಂಥದ್ದು. ಏನಾದರೊಂದು ಪಡೆಯುವುದಕ್ಕಾಗಿ ನಾವು ಸೃಜನ ಕ್ರಿಯೆಯಲ್ಲಿ ತೊಡಗಿದ್ದರೆ ಆ ಕ್ರಿಯೆಯ ಆನಂದವನ್ನು ಪಡೆಯಲಾರೆವು. ಯಾಕೆಂದರೆ ಅದು ಕೇವಲ ಒಂದನ್ನು ಪಡೆಯಲು ಕೈಗೊಳ್ಳುವ ಪ್ರಕ್ರಿಯೆಯಾಗುತ್ತದೆ ಹೊರತು ಆ ಪ್ರಕ್ರಿಯೆಯಲ್ಲೇ ಪರ್ಯಾವಸಾನ ಹೊಂದುವುದಿಲ್ಲ.

ಹಾಗಾಗಿಯೇ ಏನನ್ನೋ ಪಡೆಯುವುದಕ್ಕೆ ನಾವು ನಿರಂತರ ಬೆಂಬೆತ್ತುವುದು, ಅರೆಯುವುದು, ಬೇಗುದಿ ಪಡೆಯುವುದು, ಪ್ರಯತ್ನಿಸುವುದು ಮತ್ತು ಸದಾ ಒತ್ತಡದಲ್ಲೇ ಕಾಲಕಳೆಯುತ್ತೇವೆ. ನಾವು ನಮ್ಮ ಗುರಿಯನ್ನು ತಲುಪಿದ ಬಳಿಕವೂ, ಆ ಕೆಲವೇ ಕ್ಷಣಗಳಷ್ಟೇ ಆನಂದಿತರಾಗುತ್ತೇವೆ ನಂತರ ಮುಂದಿನ ಗುರಿಯನ್ನು ಬೆಂಬೆತ್ತಿ ಸಾಗುತ್ತೇವೆ. ಹೀಗೆ ಏಕೆಂದರೆ ನಾವೇನು ಬಯಸಿದ್ದೆವೋ ಅದು ನಮಗೆ ದಕ್ಕಿರುವುದಿಲ್ಲ.

ನಾವು ಕೊನೆಗೂ ಹಂಬಲಿಸುವುದು ಏನನ್ನು, ನಮ್ಮಲ್ಲಿ ತೃಪ್ತಿದಾಯಕ ಭಾವನೆಯನ್ನು. ಸುರಕ್ಷತೆ ಮತ್ತು ನೆಮ್ಮದಿಗಾಗಿ ನಾವು ಹೆಚ್ಚು ಹಣದ ಪ್ರಾಪ್ತಿಗೆ ಹೊಯ್ದಾಡುತ್ತೇವೆ. ನಾವು ನಮ್ಮ ಪರಿವಾರದವರೊಂದಿಗೆ ಯಾಕಾಗಿ ಸಮಯ ಕಳೆಯಲು ಬಯಸುತ್ತೇವೆಂದರೆ ಅದರಿಂದ ನಮಗೆ ಸಂತೋಷ ಸುಖ ಲಭಿಸುತ್ತದೆ. ನಾವು ಬಯಸುವ ವಿಷಯಗಳನ್ನು ಯಾಕಾಗಿ ಮಾಡುತ್ತೇವೆಂದರೆ ಅದರಿಂದ ನಮಗೆ ಮಾನಸಿಕ ತೃಪ್ತಿ ಸಿಗುತ್ತದೆ. ಇವೆಲ್ಲ ನಾವು ಹಂಬಲಿಸುವ ಅಂತಿಮ ಅನುಭವಗಳು. ಇವೆಲ್ಲ ನಮ್ಮಲ್ಲಿ ಆಂತರಿಕವಾಗಿ ಯಾಕಾಗಿ ಪ್ರವಹಿಸುತ್ತವೆ ಎಂದರೆ ಈ ಭಾವನೆಗಳು ಬಾಹ್ಯದಿಂದ ಬಂದಿರುವುದಲ್ಲ, ನಮ್ಮೊಳಗಿನಿಂದ ಉತ್ಪನ್ನವಾಗಿರುತ್ತವೆ. ಬಾಹ್ಯ ವಿಷಯಗಳು ನಮ್ಮಲ್ಲಿ ಭಾವನೆಗಳ ಉತ್ಪನ್ನಕ್ಕೆ ಪ್ರಚೋದಿಸಬಹುದು, ಆದರೆ ಅವೆಲ್ಲ ನಮ್ಮೊಳಗಿನಿಂದಲೇ ಉತ್ಪನ್ನವಾಗುವ ಭಾವನೆಗಳಾಗಿರುತ್ತವೆ. ವಿಪರ್ಯಾಸವೆಂದರೆ (ಬದುಕಿನ ದ್ವಂದ್ವದಲ್ಲಿ ಇದ್ದೇ ಇರುವಂಥದ್ದು), **ನಾವು ಯಾವುದನ್ನೇ ಬೇಷರತ್ ಆಗಿ ಅಥವಾ ಕಾರಣರಹಿತವಾಗಿ ಸೃಜಿಸಿದರೆ, ತಕ್ಷಣ ನಮ್ಮಲ್ಲಿ ಸಕಾರಾತ್ಮಕ ಭಾವನೆಗಳು ಉತ್ಪನ್ನವಾಗುತ್ತವೆ.**

ಬೇಷರತ್ ಸೃಜನವೆಂದರೆ ಯಾವುದೇ ಉದ್ಧೇಶವಿಲ್ಲದೆ ಸೃಜಿಸುವಂಥದ್ದು, ಅದನ್ನು ಸೃಜಿಸುವುದಕ್ಕಾಗಿಯೇ ನಾವು ಸೃಜಿಸುವಂಥದ್ದು. ಅದು ಹಣಕ್ಕಾಗಿ, ಹೆಸರಿಗಾಗಿ, ಪ್ರೀತಿಗಾಗಿ ಅಥವಾ ಬೇರೆ ಯಾವುದೇ ಕಾರಣಕ್ಕಾಗಿ ಸೃಜಿಸುವಂಥದ್ದಲ್ಲ. ಅದನ್ನು ನಾವು ಸೃಜಿಸಲು ಬಯಸುತ್ತೇವೆ ಆದ್ದರಿಂದ ಸೃಜಿಸುತ್ತೇವೆ. ಅಂತಹ ಸೃಜನ ಸಮೃದ್ಧವಾಗಿರುತ್ತದೆ. ಹಾಗೆ

ನಾವು ಸೃಜಿಸುವ ಸ್ಥಿತಿಯಲ್ಲಿ ನಮ್ಮೊಳಗೆ ಪರಿಪೂರ್ಣತೆಯ ಭಾವನೆ ಬಂದಿರುತ್ತದೆ ಮತ್ತು ಆ ಕ್ಷಣದಲ್ಲಿ ಅದೇನು ನಾವು ಅನುಭವಿಸಲು ಹಂಬಲಿಸಿದ್ದೆವೋ ಅದೂ ವ್ಯಕ್ತವಾಗಿರುತ್ತದೆ.

ಯೋಚನೆಯ ಸ್ಥಿತಿಯಲ್ಲಿ ಇಲ್ಲದಿದ್ದಾಗಷ್ಟೇ ನಾವು ಬೇಷರತ್ತಾಗಿ ಸೃಜಿಸಲು ಸಾಧ್ಯವಾಗುತ್ತದೆ. ಹೀಗೆ ಸೃಜಿಸುವುದು ವ್ಯರ್ಥವೆಂದು ನಮ್ಮ ಮಿದುಳು ಸೂಚಿಸಬಹುದು, ಆದರೆ ಅಲ್ಲೇ ಇರುವುದು ರಹಸ್ಯ. ಯಾವುದೇ ಕಾರಣವಿಲ್ಲದೆ ನಾವು ವಿಷಯಗಳಲ್ಲಿ ತೊಡಗಿರುವಾಗ, ನಮ್ಮ ಬದುಕು ನಿಜಕ್ಕೂ ಬೇಷರತ್ತಾಗಿ ಸಾಗುವ ನಿಟ್ಟಿನಲ್ಲಿರುತ್ತದೆ. ಇಲ್ಲೇ ನಾವು ವಿಶ್ವದೊಂದಿಗೆ/ ಭಗವಂತನ ಜೊತೆಗೆ ಬೆಸೆದು ಒಂದಾಗಿರುವ ಅನುಭವವನ್ನು ಪಡೆಯುತ್ತೇವೆ.

11

ಪ್ರಸ್ತುತದಲ್ಲಿ ನೀವು ಶಾಂತಿ, ಖುಷಿ, ಪ್ರೇಮ ಮತ್ತು ತೃಪ್ತಿಯನ್ನು ಅನುಭವಿಸಿದ ಬಳಿಕ ನೀವೇನು ಮಾಡುವಿರಿ?

“

ಯೋಚಿಸಬೇಡಿ. ಅದು ವಿಷಯಗಳನ್ನು ಸಂಕೀರ್ಣವಾಗಿಸುತ್ತದೆ. ಸುಮ್ಮನೆ ಅನುಭವಿಸಿ ಮತ್ತು ಹಾಗೆ ಅನುಭವಿಸುವಾಗ ನೆಮ್ಮದಿ ಸಿಕ್ಕರೆ ಅದೇ ಹಾದಿಯಲ್ಲಿ ಸಾಗಿರಿ.

”

ಆರ್.ಎಂ. ಡ್ರೆಕ್

ನೀವು ಈ ಪುಸ್ತಕದಲ್ಲಿನ ಸಿದ್ಧಾಂತಗಳನ್ನು ಅನುಸರಿಸುತ್ತಿದ್ದರೆ, ಯೋಚನಾ ರಹಿತರಾಗಿ ಶಾಂತಿಯನ್ನು ನೀವು ಅನುಭವಿಸುತ್ತಿರಬಹುದು. ಹಾಗಿಲ್ಲವೆಂದಾದರೆ, ನೀವು ನೆನಪಲ್ಲಿಟ್ಟುಕೊಳ್ಳಿ, ನಮ್ಮ ನಕಾರಾತ್ಮಕ ಭಾವನೆಗಳೆಲ್ಲ ನಮ್ಮ ಯೋಚನೆಗಳಿಂದ ಬರುತ್ತವೆ. ಈ ಅರಿವು ನಿಮಗಿದ್ದರೆ ಕಲ್ಮಶವಿರುವ ನೀರು ಹಾಗೆಯೇ ಬಿಟ್ಟರೆ ಕಸಕಡ್ಡಿಗಳೆಲ್ಲ ತಳದಲ್ಲಿ ತಂಗುವಂತೆ ಎಲ್ಲಾ ಯೋಚನೆಗಳು ನಿಷ್ಕ್ರಿಯವಾಗುತ್ತವೆ. ನೀವು ಭಯಪಡುವುದೆಲ್ಲ ನಿಮ್ಮ ಯೋಚನೆಗಳ ಕಾರಣದಿಂದಾಗಿಯೇ ಎಂದು ಸಿದ್ಧವಾದರೆ, ನಿಮ್ಮ ಅನುಭವಗಳೆಲ್ಲ ಸಹಜ ಶಾಂತಿಯುತವಾಗುವುದರಲ್ಲಿ ಎರಡು ಮಾತಿಲ್ಲ.

ಒಮ್ಮೆ ನೀವು ಶಾಂತಿಯನ್ನು ಅನುಭವಿಸಲು ತೊಡಗಿದರೆ, ಮುಂದೇನು ಮಾಡುವುದೆಂಬ ಶಂಕೆ ಮುಂದಕ್ಕೆ ಬರುತ್ತದೆ. ಅಂತಹ ಸ್ಥಿತಿಯಲ್ಲಿ ನೀವು ಚಿಂತೆ, ಆತಂಕ ಮತ್ತು ಸಂಶಯಗಳನ್ನು ಅನುಭವಿಸತೊಡಗುವಿರಿ. ನನ್ನ ಅನೇಕ ಕಕ್ಷಿದಾರರು, ನನ್ನನ್ನೂ ಸೇರಿಸಿಕೊಂಡು, ಒಮ್ಮೆ ದಡ ತಪ್ಪಿಹೋದರೆ ಪಯಣ ಎತ್ತಲೋ ಸಾಗತೊಡಗುತ್ತದೆ. **ಚಿಂತಿಸಬೇಡಿ, ಅವೆಲ್ಲವೂ ಸಹಜವೇ ಮತ್ತು ಅರಿವು ಮೂಡುವ ವೇಳೆ ಅವು ಅದರ ಭಾಗವಾಗಿಯೇ ಇರುತ್ತವೆ.**

ನೀವು ಈಗಾಗಲೇ ಯೋಚಿಸದಿರುವ ಕಠಿಣವಾದ ಭಾಗವನ್ನು ಕಲಿತಿದ್ದಾಗಿದೆ, ಅಂದರೆ ಯೋಚಿಸದಿರುವ ಅಭ್ಯಾಸ ಮತ್ತು ನಿಮ್ಮ ಬದುಕನ್ನು ನಿಯಂತ್ರಣದಲ್ಲಿಟ್ಟು ನಕಾರಾತ್ಮಕವಾಗಿ ಚಿಂತಿಸದಿರುವುದು.

ನಾವು ಜಗತ್ತಿನಿಂದ ತಿಳಿದಿರುವ ಸಮಸ್ತವನ್ನೂ ಹೊರಹಾಕಿ ಅನುಭವಿಸಿದ್ದರಿಂದಲೇ ಅವೆಲ್ಲ ಚಿಂತೆ, ಆತಂಕ ಮತ್ತು ಸಂಶಯಗಳು ತಲೆಹಾಕಲಿರುವ ಕಾರಣಗಳು. ನಿಜಕ್ಕೂ ನಮ್ಮೆಲ್ಲ ವೈಯಕ್ತಿಕ ಅಹಂಕಾರಗಳು ಆ ಕ್ಷಣದಲ್ಲೇ ಸತ್ತುಹೋಗಿರುತ್ತವೆ. ಒಂದು ನೈಸರ್ಗಿಕ ಪರಿಣಾಮವೆಂದರೆ, ಒಮ್ಮೆ ನಿಮ್ಮ ಅಹಂಕಾರಕ್ಕೆ ಚ್ಯುತಿ ಬಂದಾಗ ಅದು ಮತ್ತೆ ಅಧಿಕಾರ ಸ್ಥಾಪಿಸುವುದಕ್ಕೆ ಪ್ರಯತ್ನಿಸುತ್ತಿರುತ್ತದೆ.

ಅಹಂಕಾರದ ಒಂದು ವಿಶೇಷವೆಂದರೆ ಅದನ್ನು ನಾವೆಷ್ಟೇ ಓಡಿಸಲು ಯತ್ನಿಸಿದರೂ, ನಾವು ಶಾಂತಿಯನ್ನು ಅನುಭವಿಸುತ್ತಿರುವಾಗಲೂ, ಸಂಶಯ, ಚಿಂತೆ ಮತ್ತು ಆತಂಕ ನಮ್ಮನ್ನು ಕಾಡುತ್ತಲೇ ಇರುತ್ತವೆ. ಅಂತಹ ಕ್ಷಣದಲ್ಲೇ

ಅಹಂ (ಯೋಚನೆ) ನಿಮ್ಮ ಸಿಂಹಾಸನವನ್ನು ಆಕ್ರಮಿಸಲು ಯತ್ನಿಸಬಹುದು. ಆದರೆ ನೀವು ಅದಾಗಲೇ ನಿಮ್ಮ ಅಹಂಕಾರವನ್ನು (ನಿಮ್ಮ ಯೋಚನೆಗಳು) ಮುರಿದು ಹಾಕುವ ವಿಧಾನವನ್ನು ಕಲಿತ್ತಿದ್ದೀರಿ. ನಿಮ್ಮ ನಕಾರಾತ್ಮಕ ಭಾವನೆಗಳಿಗೆ ನಿಮ್ಮ ಯೋಚನೆಗಳೇ ಕಾರಣವಾಗಿರುತ್ತವೆ. ನಿಮ್ಮ ಮನಸ್ಸನ್ನು ಸೇರುವ ಯೋಚನೆಯ ಅವಧಿಯನ್ನು ನೀವು ಕಡಿಮೆ ಮಾಡಬಹುದೇ ಹೊರತು, ಅದು ಮನಸ್ಸನ್ನು ಸೇರದಂತೆ ಹಿಡಿದಿಡಲಾಗದು. ಅವೇ ನಿಮ್ಮಲ್ಲಿ ನಕಾರಾತ್ಮಕ ಭಾವನೆಗಳನ್ನು ಉತ್ಪತ್ತಿ ಮಾಡುತ್ತವೆ. ಯೋಚನೆಗಳ ಉತ್ಪನ್ನವನ್ನು ಸಂಪೂರ್ಣವಾಗಿ ನಿಷೇಧಿಸಲಾಗದು ಯಾಕೆಂದರೆ ಅವು ನಮ್ಮಲ್ಲಿ ಮೂಲದಲ್ಲೇ ಬೆಸೆದುಕೊಂಡಿರುತ್ತವೆ.

ಉದಾಹರಣೆಗೆ, ನಾವು ನಡೆವ ಹಾದಿಯಲ್ಲಿ ವಿಷಕಾರಿ ಹಾವೊಂದರ ಮೇಲೆ ಕಾಲಿಟ್ಟಾಗ ಚೀರುತ್ತೇವೆ. ಆದರೆ ಅದು ಕೇವಲ ಒಂದು ಹಗ್ಗವೆಂದು ಮನವರಿಕೆಯಾದಾಗ, ನಿಮ್ಮಲ್ಲಿ ಅದು ಹಾವೆಂಬ ಭ್ರಮೆಯನ್ನು ಉತ್ಪತ್ತಿ ಮಾಡಿದ್ದರಿಂದ ಆ ಯೋಚನೆಯೇ ನಿಮ್ಮಲ್ಲಿ ಭಯವನ್ನು ಹಟ್ಟುಹಾಕಿತು. ಹಾಗೆಯೇ ನೀವು ಯಥಾಪ್ರಕಾರ ನಿರ್ಭೀತಿಯಿಂದ ನಡೆದುಹೋಗುತ್ತೀರಿ. ನಮಗೆ ಆ ಆರಂಭದ ಪ್ರತಿಕ್ರಿಯೆಯನ್ನು ನಿಯಂತ್ರಿಸಲಾಗದು, ಆದರೆ ನಮಗೆ ಯಾವಾಗಲೂ ಸತ್ಯವನ್ನು ನೆನಪಿಡಬಹುದು ಮತ್ತು ನಾವು ನಮ್ಮ ಸ್ವಾಭಾವಿಕ ಸ್ಥಿತಿಗೆ ಮರಳಬಹುದು– ಅದೇ ಮುಖ್ಯವಾಗಿರುತ್ತದೆ.

ನಾವು ಸದಾ ಕಾಲ ಯೋಚಿಸುವುದಕ್ಕಾಗಿಯೇ ನಮ್ಮ ಹೆಚ್ಚಿನ ಶಕ್ತಿಯನ್ನು ಉಪಯೋಗಿಸುದರಲ್ಲಿ ನಿರತರಾಗಿದ್ದರೆ ನಮ್ಮಲ್ಲಿ ಶಾಂತಿಯ ಅನುಭವ ಆಗುತ್ತಿದ್ದಾಗಲೂ ಆತಂಕ, ಚಿಂತೆ ಮತ್ತು ಸಂಶಯಗಳು ತಲೆಯೆತ್ತುತ್ತಲೇ ಇರುತ್ತವೆ. ಬಹುತೇಕ ಮಂದಿ ತಮ್ಮ ಹೆಚ್ಚಿನ ಸಮಯವನ್ನು ಒತ್ತಡದಲ್ಲಿ (ಯೋಚನೆಯಲ್ಲಿ) ವಿನಿಯೋಗಿಸುವುದರಿಂದ, ಅದು ನಮ್ಮಲ್ಲಿನ ಬಹಳಷ್ಟು ಶಕ್ತಿಯನ್ನು ಹೀರಿಕೊಳ್ಳುತ್ತದೆ. ನಾವು ಯೋಚಿಸುವುದನ್ನು ನಿಲ್ಲಿಸಿದಾಗ, ಆ ಶಕ್ತಿ ಈಗ 'ಸ್ವತಂತ್ರ'ವಾಗುತ್ತದೆ, ಆದರೆ ಅದು ಇನ್ನೂ ಬೇರೆಡೆಗೆ ನಿರ್ದೇಶಿತವಾಗದೇ ಇರುವುದರಿಂದ ಮತ್ತೆ ನಾವು ನಮ್ಮ ಹಳೆಯ ಪದ್ಧತಿಯಂತೆ ಯೋಚನೆಗೇ ಶಕ್ತಿಯನ್ನು ವಿನಯೋಗಿಸಲು ತೊಡಗುತ್ತೇವೆ, ಅದೊಂದು ಷರತ್ತಿನ ಪ್ರಕಾರ ಸಾಗುತ್ತದೆ. ಅಂತಹ ಸಂದರ್ಭಗಳಲ್ಲಿ ನಾವೇನು ಮಾಡಬಹುದೆಂದರೆ ನಮ್ಮಲ್ಲಿ ಆವಿರ್ಭವಿಸಿದ ಹೊಸ ಶಕ್ತಿಯನ್ನು ನಮ್ಮ ಗುರಿ ಸಾಧನೆಗೆ ಪ್ರೇರಣೆಯಾಗಿ ಬಳಸಬಹುದು. ಇದೇ ಅತಿಯಾಗಿ ಯೋಚಿಸುದರಿಂದ ವ್ಯಯವಾಗುವ ಶಕ್ತಿಯನ್ನು ಸಮರ್ಥವಾಗಿ ಬಳಸಿಕೊಳ್ಳಬಹುದಾದ ವಿಧಾನ.

ಇದಕ್ಕೋಸ್ಕರ ಪ್ರೇರಣೆಯಿಂದ ಉತ್ಪನ್ನವಾದ ನಿಮ್ಮ ಗುರಿಯನ್ನು (ಕೆಲವೊಮ್ಮೆ ನಿರಾಶೆಯಿಂದ) ಅದಕ್ಕಾಗಿಯೇ ಬಳಸಲು ಯತ್ನಿಸಿ ಮತ್ತು ಅದು ನಿಮ್ಮ ಮನಸ್ಸಿನ ಮೇಲ್ಪದರಿನಲ್ಲಿ ಹಾಗೂ ನಿಮ್ಮಲ್ಲಿನ ಎಲ್ಲಾ ಶಕ್ತಿಯನ್ನು ಆ ಕಡೆಗೆ ಹರಿಯುವಂತೆ ನೀವು ಮಾಡಬಹುದು. ನಿಮ್ಮ ಮನಸ್ಸಿನಲ್ಲಿನ ನಿರಾಶೆಯಿಂದ ಮೂಡಿದ ಗುರಿಗಳತ್ತ ನಿಮ್ಮ ಶಕ್ತಿಯನ್ನು ಪ್ರವಹಿಸಲು ಬಿಟ್ಟರೆ, ನಿಮ್ಮಲ್ಲಿ ಯೋಚನೆಗಳೇ ಉತ್ಪನ್ನವಾಗಿ ಅವು ನಕಾರಾತ್ಮಕ ಭಾವನೆಗಳಿಗೆ ಕಾರಣವಾಗುತ್ತವೆ.

"ಆಚರಣೆಗಳನ್ನು ಸಕ್ರಿಯಗೊಳಿಸುವ" ಮೂಲಕ ಜನರಿಗೆ ಈ ಹಂತದಲ್ಲಿ ಉಪಯೋಗವಾಗುವುದಿದೆ. ಸಕ್ರಿಯಗೊಳಿಸುವ ಆಚರಣೆಯನ್ನು ಬೆಳಗ್ಗಿನ ಮಾಮೂಲು ಕ್ರಿಯೆಗಳಲ್ಲಿ ಹಮ್ಮಿಕೊಂಡರೆ ಯೋಚನಾರಹಿತ ಸ್ಥಿತಿ ಪ್ರವಹಿಸುವ ಸಾಧ್ಯತೆಗಳಿರುತ್ತವೆ. ತಕ್ಷಣ ಅದು ನಿಮಗೆ ಸಕಾರಾತ್ಮಕ ದಿಶೆಯಲ್ಲಿ ಸಾಗುವುದಕ್ಕೆ ಸಹಾಯ ಮಾಡುತ್ತದೆ ಹಾಗೆಯೇ ದಿನವಿಡೀ ನೀವು ಅದೇ ಸ್ಥಿತಿಯಲ್ಲಿ ಮುಂದುವರಿಯುವುದಕ್ಕೆ ಸಾಧ್ಯವಾಗುತ್ತದೆ. ಯಾವುದೇ ವಸ್ತು ಚಾಲನೆಯ ಸ್ಥಿತಿಯಲ್ಲಿದ್ದರೆ ಅದು ಚಲಿಸುತ್ತಲೇ ಇರುತ್ತದೆ. ಆಧ್ಯಾತ್ಮಿಕ ಗುರುಗಳು ಮತ್ತು ಮಹಾನ್ ಸಾಧಕರು ಯಾತಕ್ಕಾಗಿ ಮುಂಜಾನೆಯಿಂದಲೇ ಯೋಚನಾರಾಹಿತ್ಯದ ಶಕ್ತಿಯ ಚಲನೆಯ ಮಾಮೂಲು ತೆಕ್ಕೆಗೆ ಯೋಜಿಸಿಕೊಂಡಿರುತ್ತಾರೆ ಎಂಬುದು ನನಗೆ ಯೋಚನಾರಾಹಿತ್ಯದ ಬಗೆಗೆ ತಿಳಿಯುವುದಕ್ಕೆ ಮುನ್ನ ಗೊತ್ತಿರಲಿಲ್ಲ.

ಇಲ್ಲೊಂದು ಒಳ್ಳೆಯ ಸಮಾಚಾರವಿದೆ: ಇದೀಗ ನಿಮ್ಮೆಲ್ಲ ಶಕ್ತಿಗಳು ಯೋಚನೆಗಳಿಗೆ ಬೆಸೆದುಕೊಂಡಿಲ್ಲವಾದ್ದರಿಂದ, ನೀವು ಈಗ ನಿಮ್ಮ ಮುಕ್ತವಾದ ಶಕ್ತಿಯನ್ನು ಪ್ರೇರಣೆಯ ಮೂಲಕ ಹೊಸ ಗುರಿಗಳನ್ನು ರೂಪಿಸಿಕೊಳ್ಳಲು ಉಪಯೋಗಿಸಲು ಸಾಧ್ಯವಿದೆ ಅಂತೆಯೇ ನಿಮ್ಮ ಭಾವೀ ಬದುಕಿನಲ್ಲಿ ಸುಖ, ಸಂತೋಷ, ನೆಮ್ಮದಿ ಎಲ್ಲವನ್ನೂ ಪಡೆಯಲು ಸಾಧ್ಯವಾಗುತ್ತದೆ.

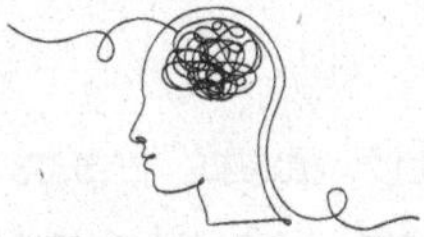

12

ಯಾವುದೇ ವಿಷಯ ಉತ್ತಮ ಅಥವಾ ಕೆಟ್ಟದ್ದು ಎಂದು ಇರುವುದಿಲ್ಲ

“

ಯಾವುದೇ ವಿಷಯ ಉತ್ತಮ ಅಥವಾ ಕೆಟ್ಟದ್ದು ಎಂದು ಇರುವುದಿಲ್ಲ ಆದರೆ ನಿಮ್ಮ ಯೋಚನೆಗಳಷ್ಟೇ ಅವನ್ನು ಹಾಗೆ ಮಾಡುತ್ತವೆ.

”

ವಿಲಿಯಮ್ ಶೇಕ್ಸ್‌ಪಿಯರ್

ಇಲ್ಲೊಂದು ಉಪಮೆ ಇದೆ, ಅದು ವಿಷಯಗಳನ್ನು ಸರಿಯಾದ ದೃಷ್ಟಿಕೋನದಲ್ಲಿ ಇರಿಸುತ್ತದೆ. ಪಿಯಾನೋದಲ್ಲಿ 88 ಕೀಲಿಗಳಿರುತ್ತವೆ. ನಾವು ಪಿಯಾನೋವನ್ನು ನೋಡುತ್ತ ಅವುಗಳಲ್ಲಿ ಯಾವುದೇ ಒಂದು ಕೀಲಿ ಇದು 'ಸರಿಯಾಗಿಲ್ಲ' ಎಂದು ಹೇಳುವುದಿಲ್ಲ. ಯಾವುದೇ ಹಾಡನ್ನು ನುಡಿಸುವಾಗ ಆ ಗೀತೆಗೆ ಅನುಗುಣವಾಗಿ ಯಾವುದೇ ಕೀಲಿ ಸರಿಯಾಗಿ ನುಡಿಯದಿದ್ದರಷ್ಟೇ ಈ 'ಕೀಲಿ' ಸರಿಯಾಗಿಲ್ಲ ಆ ಧ್ವನಿ ಗೀತೆಯಲ್ಲಿ ಇಲ್ಲ ಎನ್ನಲು ಸಾಧ್ಯವಾಗುತ್ತದೆ.

ಹಾಗೆಯೇ ಆಂತರಿಕ ದೃಷ್ಟಿಯ ಪಿಯಾನೋದಲ್ಲಿ ಯಾವುದೋ ಕೀಲಿ ತಪ್ಪಾಗಿರುವುದಿಲ್ಲ. ಕೇವಲ ಕೀಲಿಗಳು ಮತ್ತು ನೋಟ್ಸ್‌ಗಳಿರುತ್ತವೆ ಅಷ್ಟೇ. ಅದರಲ್ಲಿ ಸುಸ್ಪಷ್ಟ ಸುಖದಾಯಕ ಧ್ವನಿಗಳಿರುತ್ತವೆ, ಅವನ್ನು ಜೊತೆಯಲ್ಲಿ ನುಡಿಸಬೇಕಷ್ಟೇ.

ಪಿಯಾನೋದಲ್ಲಿ ಯಾವುದೇ ತಪ್ಪಾದ ಕೀಲಿ ಇಲ್ಲದಿರುವಂತೆ, ಬದುಕಿನಲ್ಲೂ ನಮಗೆ ಸುಖ ಅಥವಾ ದುಃಖವನ್ನು ನೀಡುವ ಯಾವುದೇ ತಪ್ಪಾದ ನಿರ್ಣಯಗಳಿರುವುದಿಲ್ಲ. ಕೇವಲ ಯೋಚನೆಗಳಿರುತ್ತವೆ, ಅವುಗಳಷ್ಟೇ ನಮಗೆ ಸುಖ ಅಥವಾ ದುಃಖದ ಭಾವನೆಗಳನ್ನು ನೀಡುತ್ತವೆ. ನಾವು ವಿಷಯಗಳನ್ನು ಸರಿ ಅಥವಾ ತಪ್ಪು ಇಲ್ಲವೇ ಉತ್ತಮ ಅಥವಾ ಕೆಟ್ಟದ್ದು ಎನ್ನುವ ಬಾಟ್ಲಿಗಳಲ್ಲಿ ಬೇರ್ಪಡಿಸಿಟ್ಟರೆ ಮಾತ್ರ ಅಲ್ಲಿ ದ್ವೈತ ಉತ್ಪನ್ನವಾಗುತ್ತದೆ ತನ್ಮೂಲಕ ಬದುಕಿನಲ್ಲಿ ಪರಿಸ್ಥಿತಿಗಳು ಉತ್ಪನ್ನವಾಗುತ್ತವೆ, ಅದರಿಂದ ನಮಗೆ ಹೇಗೆ ಅನುಭವವಾಗುತ್ತದೆ ಎಂಬುದು ನಿರ್ಧಾರವಾಗುತ್ತದೆ.

ಉದಾಹರಣೆಗಾಗಿ, ವಿರೋಧ ಪಕ್ಷದ ರಾಜನೈತಿಕ ದಳ ತಪ್ಪು ಅಥವಾ ಕೆಟ್ಟದ್ದು ಎಂದು ನಾವು ತೀರ್ಮಾನಿಸುವಾಗ, ಅದರಿಂದ ನಮ್ಮೊಳಗೆ ಶತ್ರುತ್ವದ ಭಾವನೆ ಉತ್ಪನ್ನ ಮಾಡಬಹುದು ಮತ್ತು ನಮ್ಮಲ್ಲಿ ನಕಾರಾತ್ಮಕ ಭಾವನೆಗಳ ಮಿಶ್ರಣ ಅನುಭವಕ್ಕೆ ಬರುವ ಸಾಧ್ಯತೆಗಳಿರುತ್ತವೆ.

ಇನ್ನೊಂದೆಡೆ, ನಾವು ಪಿಯಾನೋದ ಕೀಲಿಗಳನ್ನು ನೋಡವಂತೆಯೇ ಬೇರೆ ಬೇರೆ ರಾಜನೀತಿಯ ದಳಗಳನ್ನು ಕಂಡರೆ, ಮತ್ತು ಯಾವುದೇ ದಳ ಆಂತರಿಕ ರೀತಿಯಿಂದ 'ತಪ್ಪು' ಅಲ್ಲವೆಂದು ನಾವು ಭಾವಿಸಿದರೆ ಆ

ಸಮಯದಲ್ಲಿ ನಾವು ಶಾಂತಿ, ಆನಂದ ಮತ್ತು ಪ್ರೇಮದ ಅನುಭವವನ್ನು ಪಡೆಯುತ್ತೇವೆ. ನಾವು ವಿಕಲ್ಪಿತ ದೃಷ್ಟಿಕೋನದಿಂದ ನೋಡತೊಡಗಿದರೆ, ಹಿಂದೆ ನಾವೆಂದೂ ಕಂಡಿರದ ಮತ್ತು ನಮ್ಮ ನಿಜವಾದ ಪ್ರಕೃತಿಯಲ್ಲಿ ಅದಿಲ್ಲವೆಂದಾದರೆ ನಾವು ಆಳವಾದ ಅನುಭವಕ್ಕೆ ಒಳಗಾಗಬೇಕಾದ ಪ್ರಮೇಯವೊದಗುತ್ತದೆ.

ನಾವು ಎತ್ತರದ ಪರ್ವತದ ಮೇಲಕ್ಕೆ ಏರುತ್ತಿರುವಾಗ ಅಲ್ಲಲ್ಲಿ ಸುಂದರವಾದ ತಾಣಗಳು ಸಿಕ್ಕಾಗ ಅಲ್ಲಿ ತಂಗುತ್ತೇವೆ ಮತ್ತು ಅಲ್ಲಿನ ಸೌಂದರ್ಯವನ್ನು ಅನಿಭವಿಸುತ್ತೇವೆ,

ಇದೂ ಅದೇ ರೀತಿಯದ್ದಾಗಿರುತ್ತದೆ. ಯಾವುದೇ 'ತಪ್ಪಾದ' ಜಾಗವಿಲ್ಲ, ಅಲ್ಲಿ ಎಲ್ಲಿಬೇಕಾದರೂ ನಾವು ತಂಗಿ ಅಲ್ಲಿನ ನಿಸರ್ಗದ ಭವ್ಯತೆಯನ್ನು ಕಾಣಬಹುದಾಗಿದೆ. ಎಲ್ಲವೂ ತೆರೆದ ಜಾಗವಾಗಿರುವುದರಿಂದ ಅಲ್ಲಿ ಬೇರೆ ಬೇರೆ ಬಗೆಯ ದೃಶ್ಯಗಳು ನಮಗೆ ಪ್ರಥಮ ನೋಟದಲ್ಲೇ ಆಕರ್ಷಿಸಬಹುದು.

ಬದುಕಿನಲ್ಲಿ ತಪ್ಪು ಅಥವಾ ಸರಿ, ಉತ್ತಮ ಅಥವಾ ಕೆಟ್ಟದ್ದು ಎನ್ನುವ ತಾರತಮ್ಯವಿಲ್ಲದೆ ಸತ್ಯದ ಅನ್ವೇಷಣೆಯಲ್ಲಿರಬೇಕು. ನಾವು ಸರಿ ಅವರು ಸರಿಯಿಲ್ಲ ಅಥವಾ ಅವರು ಅದೃಷ್ಟವಂತರು, ನಾವು ದುರದೃಷ್ಟರು ಎನ್ನುವ ಬದಲು ಅವುಗಳಲ್ಲಿನ ಸತ್ಯವನ್ನು ಪತ್ತೆ ಮಾಡಲು ಯತ್ನಿಸಬೇಕು. ಬಹುತೇಕ ಮಂದಿ ತಾವು ಯೋಚಿಸಿದ್ದೇ ಸತ್ಯವೆಂದು ವಿಶ್ವಾಸ ತಾಳುವುದರ ಬಗ್ಗೆ ನಾನು ಎಚ್ಚರಿಕೆ ನೀಡಲು ಬಯಸುತ್ತೇನೆ. ಬಹಳಷ್ಟು ಸಂದರ್ಭಗಳಲ್ಲಿ ಬದುಕಿನ ಹೆಚ್ಚಿನ ಗಹನವಾದ ತಿಳುವಳಿಕೆಯಿಲ್ಲದೆ ಬಹುತೇಕ ಮಂದಿ ಯೋಚಿಸುವುದಿದೆ, ಅವು ಸತ್ಯವಾಗಿರುವುದಿಲ್ಲ, ಅವು ಸತ್ಯದ ಹಾಗೆ ಗೋಚರಿಸುತ್ತವೆ ಅಷ್ಟೇ.

ಸತ್ಯ ವ್ಯಕ್ತಿಗತವಾಗಿರುವುದಿಲ್ಲ. ಅದು ಒಬ್ಬ ವ್ಯಕ್ತಿಗೆ ಸತ್ಯವಾಗಿದ್ದು ಇನ್ನೊಬ್ಬನಿಗೆ ಸತ್ಯವಾಗಿರದಿದ್ದಲ್ಲಿ, ಅದು ಸರ್ವವ್ಯಾಪಿ ಸತ್ಯವಾಗಿರುವುದಿಲ್ಲ. ಈ ಗ್ರಹದಲ್ಲಿ ಇರುವ ಚೈತನ್ಯ ಮನುಷ್ಯನಿಗೆ ಸರ್ವವ್ಯಾಪಿ ದೃಷ್ಟಿಯಿಂದ ಸತ್ಯವಾಗಿರುತ್ತದೆ. ಅದರ ಅನ್ವೇಷಣೆಯನ್ನು ಹೇಗೆ ಬೇಕಿದ್ದರೂ ಮಾಡಿ, ವಾಸ್ತವಿಕ ರೂಪದಲ್ಲಿ ಅದು ಸತ್ಯವೇ ಆಗಿರುತ್ತದೆ. ಹಾಗಿರುವ ಪ್ರತಿ ವಿಷಯವೂ ನಿಮ್ಮ ಪತ್ತೆಗೆ ಅನುಗುಣವಾಗಿಯೇ ಲಭ್ಯವಾಗುತ್ತವೆ. ನೀವು ಅನ್ವೇಷಿಸುವ ಏಕಮಾತ್ರ ಜಾಗವೆಂದರೆ ಅದು ನಿಮ್ಮ ಅಸ್ತಿತ್ವದ ಒಳಗೆ ಆಳದಲ್ಲಿ ಇದ್ದಿರುತ್ತದೆ, ಆದ್ದರಿಂದ ಅದನ್ನು ಯಾವತ್ತೂ ಹೊರಗಡೆ ಅನ್ವೇಷಿಸಲು ಪ್ರಯತ್ನಿಸುವುದು ಬೇಕಿಲ್ಲ.

ನಿಮ್ಮ ಮುಂದೆ ಯಾವುದೇ ವಿಷಯವಿದ್ದಾಗ, ಅದು ನಕಾರಾತ್ಮಕ ಭಾವನೆಯನ್ನು ಸ್ಫುರಿಸಬಹುದಾದರೆ, ನೀವು ನಿಮ್ಮ ಆತ್ಮದ ಆಳಕ್ಕೆ ಸಾಗಿ ಅಲ್ಲಿರುವ ಸರ್ವವ್ಯಾಪಿ ಸತ್ಯದ ಅನ್ವೇಷಣೆಗೆ ತೊಡಗಬೇಕು. ನೀವು ಬಾಹ್ಯದಲ್ಲಿ ಅನ್ವೇಷಿಸಲು ತೊಡಗಿದಿರೆಂದರೆ ಅಥವಾ ನಿಮಗೆ ಹಾಗೆ ಅನುಭವವಾಗುವುದಕ್ಕಿರುವ ಮೂಲ ಕಾರಣಗಳನ್ನು ಕಂಡುಕೊಳ್ಳಲು ನೀವು ಬಾಹ್ಯದಲ್ಲೇ ಅಗೆಯುವುದಕ್ಕೆ ಯತ್ನಿಸಿದರೆ, ನೀವು ಅನಂತ ಕಾಲದವರೆಗೆ ಅನ್ವೇಷಣೆ ಮಾಡುತ್ತಲೇ ಇರುವಂತಾಗುತ್ತದೆ, ಆದರೆ ಅದು ನಿಮಗೆ ಎಂದಿಗೂ ಸಿಗುವುದಿಲ್ಲ.

ನಕಾರಾತ್ಮಕ ಭಾವನೆಗಳು ತಪ್ಪುಭಾವನೆಗಳ ದ್ಯೋತಕವಾಗಿರುತ್ತವೆ. ನಾವು ನಕಾರಾತ್ಮಕ ಭಾವನೆಗಳಲ್ಲಿ ಬಂಧಿಯಾಗಿರುವಾಗ, ನಾವೇನು ಯೋಚಿಸುತ್ತೇವೋ ಅದರಲ್ಲೇ ನಾವು ವಿಶ್ವಾಸವನ್ನು ಹೊಂದಿರುತ್ತೇವೆ ಎಂದರ್ಥ. ನಮ್ಮ ಅನುಭವಗಳು ಎಲ್ಲಿಂದ ಬರುತ್ತವೆ ಎಂಬುದಕ್ಕೆ ಆ ಕ್ಷಣದಲ್ಲಿ ನಾವು ಮರೆತುಬಿಡುತ್ತೇವೆ ಮತ್ತು ಹಾಗೆ ಯೋಚಿಸುವುದೂ ನಮ್ಮ ನಕಾರಾತ್ಮಕ ಭಾವನೆಗಳ ಕಾರಣದಿಂದಾಗಿಯೇ ಆಗಿರುತ್ತದೆ.

ನಾವೇನು ಅನುಭವಿಸುತ್ತೇವೆಯೋ ಅದರ ಮೂಲ ಕಾರಣವೆಂದರೆ ನಮ್ಮ ಯೋಚನೆಗಳೇ ಎಂಬುದನ್ನು ನಾವು ನೆನಪಲ್ಲಿಡಬೇಕಾದ ಅಂಶ. ಒಮ್ಮೆ ಇದು ನಿಮ್ಮ ಅವಗಾಹನೆಯಲ್ಲಿದೆ ಎಂದು ನಿಮಗೆ ವೇದ್ಯವಾದರೆ ನೀವು ಯೋಚನೆಯೊಂದಿಗೆ ಹೋರಾಡುವ ಅಗತ್ಯವಿರುವುದಿಲ್ಲ. ಯೋಚಿಸುವುದರಿಂದಲೇ ನಿಮ್ಮಲ್ಲಿ ಕೆಟ್ಟ ಭಾವನೆಗಳು ಉತ್ಪನ್ನವಾಗುತ್ತವೆ ಎಂಬ ಎಚ್ಚರಿಕೆ ನಿಮ್ಮಲ್ಲಿದ್ದರೆ ಸಾಕು. ಪ್ರೇಮದಿಂದ ಅವನ್ನು ಸ್ವಾಗತಿಸಿ ಮತ್ತು ಹಾಗಿದ್ದಾಗ ನಿಮ್ಮ ಕಣ್ಣೆದುರೇ ಅವೆಲ್ಲ ಸುಲಭವಾಗಿ ಕರಗಿಹೋಗುತ್ತವೆ. ಆಮೇಲೆ ನೀವು ಬಹಳ ಕಡಿಮೆ ಅವಧಿಯಲ್ಲಿ ಶಾಂತಿ, ಪ್ರೇಮ ಮತ್ತು ಆನಂದದ ನಿಮ್ಮ ಸ್ವಾಭಾವಿಕ ಅವಸ್ಥೆಯನ್ನು ಹೊಂದಲು ಸಾಧ್ಯವಾಗುತ್ತದೆ.

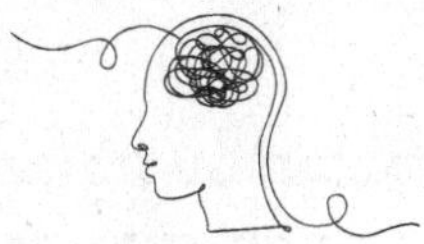

13

ಯೋಚಿಸದೇ ನೀವೇನು ಮಾಡಬೇಕೆಂದು ನಿಮಗೆ ಹೇಗೆ ತಿಳಿಯಬೇಕು?

“

ಅಂತಃಜ್ಞಾನವಿರುವ ಮನಸ್ಸು ಒಂದು ಪವಿತ್ರ ಉಡುಗೊರೆ ಎನ್ನಬೇಕು ಮತ್ತು ತರ್ಕ ಮಾಡುವ ಮನಸ್ಸು ಒಂದು ವಿನೀತ ಸೇವಕನೆನ್ನಬಹುದು. ನಮ್ಮ ಸಮಾಜ ಹೇಗಿದೆ ಎಂದರೆ ಸೇವಕನಿಗೆ ಸನ್ಮಾನದಿಂದ ಆಧರಿಸುತ್ತದೆ ಮತ್ತು ಅಮೂಲ್ಯವಾದ ಉಡುಗೊರೆಯನ್ನು ಮರೆತುಬಿಟ್ಟಿದ್ದೇವೆ.

”

ಅಲ್ಬರ್ಟ್ ಐನ್‌ಸ್ಟೀನ್

ಈ ಪ್ರಪಂಚದಲ್ಲಿ ಯಾವುದೂ ಸರಿ ಅಥವಾ ತಪ್ಪು ಎಂದಿರುವುದಿಲ್ಲವೆಂದು ನಾವು ಹಿಂದಿನ ಅಧ್ಯಾಯದಲ್ಲಿ ಹೇಳಿಕೊಂಡಿದ್ದೆವು. ಈ ಅಧ್ಯಾಯ ನಮ್ಮ ತಿಳುವಳಿಕೆಯನ್ನು ಇನ್ನಷ್ಟು ಆಳವಾಗಿಸಿ ಯೋಚಿಸದಿದ್ದರೆ ನಾವೇನು ಮಾಡಬೇಕು ಎಂಬುದರ ಮೇಲೆ ಬೆಳಕು ಚೆಲ್ಲುತ್ತದೆ.

ಹೇಗೆ ಪಿಯಾನೋದ ಕೀಲಿಗಳಲ್ಲಿ ತಪ್ಪಾದ ಕೀಲಿಗಳಿರುವುದಿಲ್ಲವೋ ಹಾಗೆಯೇ ನಾವು ತೆಗೆದುಕೊಳ್ಳಬಹುದಾದ ಯಾವುದೂ ಸರಿಯಾದ ಅಥವಾ ತಪ್ಪಾದ ನಿರ್ಣಯವಲ್ಲ. ಆದರೆ ಕೆಲವು ಕೀಲಿಗಳು ಅಥವಾ ನಿರ್ಣಯಗಳು ಮೂಲಭೂತವಾಗಿ ಮಿಕ್ಕ ಕೀಲಿಗಳಿಂದ ಹೆಚ್ಚು ಸುಖಮಯವಾಗಿರುತ್ತವೆ. ಯಾವುದೂ ಸರಿ ಅಥವಾ ತಪ್ಪು ಎಂದಲ್ಲ, ಇದು ನಮ್ಮನ್ನು ಸರಿಯಾದುದನ್ನು ಆಯ್ದುಕೊಳ್ಳಲು ಸಾಕಷ್ಟು ಬರುವ ಒತ್ತಡದಿಂದ ಪಾರು ಮಾಡುತ್ತದೆ.

ನಿರ್ಣಯವನ್ನು ತೆಗೆದುಕೊಳ್ಳುವ ಸಮಯ ನಾವು ಶೂನ್ಯ ಯೋಚನೆಯಲ್ಲಿ ಮುಳುಗಿರಬೇಕಾಗುತ್ತದೆ. ನಾವು ನಿರ್ಣಯ ತೆಗೆದುಕೊಳ್ಳುವವರೆಗೆ, ನಾವು ಯೋಚಿಸುವ, ವಿಶ್ಲೇಷಣೆ ಮಾಡುವ, ಸಕಾರಾತ್ಮಕ ಮತ್ತು ನಕಾರಾತ್ಮಕ ಮಗ್ಗುಲಿನ ಸೂಚಿಗಳನ್ನು ತಯಾರಿಸುವಾಗ ಮತ್ತು ಪ್ರತಿಯೊಬ್ಬರಿಂದ ಸಲಹೆಯನ್ನು ಪಡೆದುಕೊಳ್ಳಲು (ಅದರಲ್ಲಿ ನಮ್ಮ ಸಾಕು ಪ್ರಾಣಿಗಳೂ ಸೇರಿರುತ್ತವೆ) ಪ್ರಯತ್ನಿಸುವಾಗ, ಅದರಲ್ಲಿ ಆತಂಕ ಮತ್ತು ತಡೆಗಳು ಎದುರಾಗುತ್ತವೆ. ಕೆಲವು ವಿಶಿಷ್ಟ ಸಂದರ್ಭಗಳಲ್ಲಿ ನಾವೇನು ಮಾಡಬೇಕು ಎಂಬುದನ್ನು ಗಹನವಾಗಿ ತಿಳಿದಿರುತ್ತೇವೆ. ಅದನ್ನೇ ನಿಮ್ಮ ಅಂತಃರ್ಜ್ಞಾನ, ಆಂತರಿಕ ಅರಿವು ಅಥವಾ ಆಂತರಿಕ ಬುದ್ಧಿಮತ್ತೆ ಎನ್ನಲಾಗುತ್ತದೆ. ನಾವು ಸಾಮಾನ್ಯವಾಗಿ ಬಾಹ್ಯ ಪ್ರಪಂಚದಿಂದ ನಮ್ಮ ಅಂತಃರ್ಜ್ಞಾನದ ಬಲವನ್ನು ಹೆಚ್ಚಿಸುತ್ತೇವೆ ಮತ್ತು ಪ್ರತಿಯೊಬ್ಬರ ಅಭಿಪ್ರಾಯವನ್ನು ತೆಗೆದುಕೊಂಡು ನಮ್ಮ ಮಾನಸಿಕ ಅವಸ್ಥೆಯನ್ನು ಡೋಲಾಯಮಾನ ಆಗಿಸುತ್ತೇವೆ.

ನೀವೇನು ಮಾಡಬೇಕೆಂದು ನಿಮಗೇ ಗೊತ್ತಿದೆ. ಬೇರೆ ಯಾರೂ ನಿಮಗೆ ಅದನ್ನು ಹೇಳಿಕೊಡಬೇಕಿಲ್ಲ. ಮಾರ್ಗದರ್ಶಕ ಮತ್ತು

ಕೋಚ್‌ಗಳು ಇರಬಹುದು ನಿಮಗೆ ಹಾದಿಯಲ್ಲಿ ಮಾರ್ಗದರ್ಶಕರಾಗಿ, ಆದರೆ ಸರ್ವಶ್ರೇಷ್ಠ ಕೋಚ್ ಮತ್ತು ಮಾರ್ಗದರ್ಶಕ ನಿಮಗೆ ನಿಮ್ಮ ಅಂತಃಜ್ಞಾನವನ್ನು ಆಲಿಸಬೇಕೆಂದು ಹೇಳುತ್ತಾರೆ ಮತ್ತು ಉತ್ತರಕ್ಕಾಗಿ ನೀವು ನಿಮ್ಮ ಒಳಗಡೆಯೇ ಹುಡಕಾಟ ನಡೆಸಬೇಕೆಂದು ಹೇಳುತ್ತಾರೆ (ಸತ್ಯ ಯಾವಾಗಲೂ ನಿಮ್ಮೊಳಗಡೆಯೇ ಇರುತ್ತದೆ). ಹಾಗಾಗಿ ನಮ್ಮಲ್ಲಿ ಬಹುತೇಕ ಮಂದಿ, ನಮ್ಮ ಅಂತಃಜ್ಞಾನದ ಆಧಾರದಲ್ಲಿ ನಮಗೇನು ಮಾಡಬೇಕೆಂದು ತಿಳಿದಿದ್ದರೆ ಮತ್ತಿನ್ನೇನು ಬೇಕೆಂದು ಕೇಳುತ್ತಾರೆ, ಆದರೆ ನಾವು ಯಾವತ್ತೂ ಅದನ್ನು ಪರಿಗಣಿಸಲಿಲ್ಲ ಮತ್ತು ಬೇರೆ ಯಾರದೋ ಸಲಹೆಯನ್ನು ಕೇಳಿಕೊಂಡು ನಿರ್ಣಯವನ್ನು ತೆಗೆದುಕೊಂಡೆವು, ಅದು ಆಮೇಲೆ ತಪ್ಪೆಂದು ಮನವರಿಕೆಯಾಯಿತು.

ನೀವೆಲ್ಲಿಗೆ ಸಾಗುವ ಅವಶ್ಯಕತೆಯಿದೆಯೋ ಅಲ್ಲಿಯವರೆಗೆ ನಿಮ್ಮ ಅಂತಃಜ್ಞಾನ ಯಾವತ್ತೂ ಒಯ್ಯುತ್ತದೆ. ಅದೊಂದು ಆಂತರಿಕ ಜಿಪಿಎಸ್ ತರಹ ಇರುತ್ತದೆ. ಅದರಲ್ಲಿ ನೀವು ಯಾವ ಶಾರ್ಟ್‌ಕಟ್‌ನಲ್ಲಿ ಸಾಗಬೇಕು ಮತ್ತು ನಿಮಗೆ ಸುಲಭವಾದ ಮಾರ್ಗ ಯಾವುದು ಎಲ್ಲವನ್ನೂ ಅದು ನಿಮಗೆ ತಿಳಿಸಿಕೊಡುತ್ತದೆ. ನಾವೆಲ್ಲಿಗೆ ಸಾಗಬಯಸುತ್ತೇವೆಯೋ ಅಲ್ಲಿಗೆ ನಮ್ಮ ಆಂತರಿಕ ಜಿಪಿಎಸ್ ಸರಿಯಾಗಿ ತಲುಪಿಸುತ್ತದೆ, ಸಂದೇಹ ಬೇಡ. ಆದರೆ ಅದು ನಮ್ಮನ್ನು ಅಲ್ಲಿಗೆ ಹೇಗೆ ತಲುಪಿಸುತ್ತದೆ ಇಲ್ಲವೇ ಯಾವ ಮಾರ್ಗವನ್ನು ಅದು ಆಯ್ಕೆ ಮಾಡಿಕೊಳ್ಳಬಹುದು ಎಂಬುದರ ಬಗೆಗೆ ಯಾವುದೇ ಗ್ಯಾರಂಟಿ ಇರುವುದಿಲ್ಲ. ನಮ್ಮ ಗಮ್ಯ ಸ್ಥಾನದವರೆಗೆ ಅನೇಕ ಅಸೀಮಿತ ಪರಿಸ್ಥಿತಿಗಳನ್ನು ಎದುರಿಸಬೇಕಾಗಬಹುದು, ಆದರೆ ನೀವು ನಿರ್ಭಯ–ರಾಗಿರಿ, ನಿಮ್ಮ ಜಿಪಿಎಸ್ ಖಂಡಿತವಾಗಿಯೂ ಅಲ್ಲಿಯವರೆಗೆ ತಲುಪಿಸುತ್ತದೆ.

ಮಹತ್ವಪೂರ್ಣ ಟಿಪ್ಪಣಿ

ಸಮಾಜ ಸಾಮಾನ್ಯವಾಗಿ ನಮ್ಮ ಅಂತಃಜ್ಞಾನವನ್ನು ಪರಿಗಣಿಸುವುದಿಲ್ಲ, ಅದು ಮುಖ್ಯವಾಗಿ ಮಾನ್ಯತೆ ಪಡೆಯದಿರುವವರೆಗೆ. ಅಂದಾಗ ನೀವು ಯಾವುದೇ ವಿಷಯವನ್ನು ಸತ್ಯವೆಂದು ತಿಳಿದಾಗ, ಅದಕ್ಕೆ ಪೂರಕವಾಗಿ ಬಾಹ್ಯದಿಂದ ಬೆಂಬಲವನ್ನು ಪಡೆಯುವಾಗ, ಮುಂದಿನ ಹೆಜ್ಜೆ ಏನಿರಬೇಕೆಂದು ನಿಮಗೆ ಹೆಚ್ಚುಕಡಿಮೆ ಬೇರೆ–ಬೇರೆ ಕಡೆಗಳಿಂದ ಸಲಹೆಗಳು ಸಿಗುತ್ತವೆ. ಬಾಹ್ಯದಿಂದ ಉತ್ತರವನ್ನು ಪಡೆಯುವ ಜಾಯಮಾನ ಬೇಡ. ನಿಮ್ಮ ಅಂತಃಜ್ಞಾನ, ನಿಮ್ಮ ಆಂತರಿಕ ಭಾವನೆ, ನಿಮ್ಮ ಆಂತರಿಕ ಬುದ್ಧಿಮತ್ತೆ

ಸೃಷ್ಟಿ/ಭಗವಂತನ ಆಜ್ಞಾನುಸಾರವಾಗಿ ಮಾಡಿ. ಹೀಗೆ ನೀವು ಮಾಡಿದ್ದೇ ಆದಲ್ಲಿ ನೀವು ನಿಮ್ಮ ಬದುಕಿನಲ್ಲಿ ಎಂದಿಗೂ ಊಹಿಸಲೂ ಸಾಧ್ಯವಾಗದ ಅಥವಾ ಕನಸಿನಲ್ಲೂ ಕಂಡಿರದ ಪವಾಡಗಳು ಜರಗುವುದನ್ನು ಕಾಣುವಿರಿ. ಯಾರಿಗೆಲ್ಲ ಇದನ್ನು ನಿಜವಾದ ಆಸ್ಥೆ ಮತ್ತು ಸಾಹಸಗಳೊಂದಿಗೆ ಮಾಡಲು ಸಾಧ್ಯವೋ ಅವರಿಗೆ ತಾವು ಯಾವ ಅನ್ವೇಷಣೆಯಲ್ಲಿ ತೊಡಗಿದ್ದರೋ ಅದೇ ಆನಂದ, ಶಾಂತಿ ಮತ್ತು ಪ್ರೇಮದ ಅನುಭವವಾಗುತ್ತದೆ. ಅವರು ಬದುಕಿನಲ್ಲಿ ಪವಾಡಗಳ ಆನಂದವನ್ನು ಸವಿಯಲು ತೊಡಗುತ್ತಾರೆ.

ಯೋಚಿಸುವ ಬದಲು ನಾವೇನು ಮಾಡಬೇಕೆಂಬುದನ್ನು ಹೇಗೆ ಪತ್ತೆಹಚ್ಚಲು ಸಾಧ್ಯ?

ನಮ್ಮಲ್ಲಿ ಬಹುತೇಕ ಮಂದಿಗೆ ತಾವೇನು ಮಾಡಬೇಕೆಂಬುದು ತಿಳಿದಿದೆ, ಆದರೆ ನಾವು ಮಾತ್ರ ಭಯಪಡುತ್ತೇವೆ. ಉದಾಹರಣೆಗೆ ನಾವು ನಮ್ಮ ಬೊಜ್ಜನ್ನು ಕರಗಿಸಲು ಬಯಸುತ್ತೇವೆ ಎಂದಿಟ್ಟುಕೊಳ್ಳೋಣ. ನಮ್ಮಲ್ಲಿ ಅನೇಕರಿಗೆ ತಾವೇನು ಮಾಡಬೇಕೆಂದು ತಿಳಿದಿದೆ. ಬೊಜ್ಜನ್ನು ಇಳಿಸುವ ಪರಿಕ್ರಮ ಅದೇನು ದೊಡ್ಡ ರಾಕೆಟ್‌ನ್ನು ಹಾರಿಸುವ ಕೆಲಸವಲ್ಲ. ಅಥವಾ ಯಾವುದೇ ರಹಸ್ಯ ಲಿಪಿಯಲ್ಲಿ ಬರೆದೂ ಇಟ್ಟಿಲ್ಲ. ನಮ್ಮಲ್ಲಿ ಅನೇಕರಿಗೆ ತಾವೆಷ್ಟು ಕ್ಯಾಲರಿ ತಿನ್ನುತ್ತೇವೆ ಎಂಬುದು ಗೊತ್ತಿರುತ್ತದೆ, ನಾವು ಅದಕ್ಕೂ ಹೆಚ್ಚು ಕ್ಯಾಲರಿಯನ್ನು ಕರಗಿಸುವ ಯತ್ನ ಮಾಡಬೇಕು. ವ್ಯಾಯಾಮ ಮಾಡಬೇಕು ಮತ್ತು ಆರೋಗ್ಯಕರ ಮಿತ ಆಹಾರವನ್ನು ಸೇವಿಸಬೇಕು. ಅದರಿಂದ ನಮ್ಮ ತೂಕ ಕಡಿಮೆಯಾಗುತ್ತದೆ. ಬದುಕಿನಲ್ಲಿ ಯಾವುದೇ ವಿಷಯವನ್ನು ಹೇಗೆ ನಿಭಾಯಿಸಬೇಕೆಂದು ನಿಮಗೆ ಸ್ವಾಭಾವಿಕವಾಗಿಯೇ ತಿಳಿದಿರುತ್ತದೆ. ಆದರೆ ನೀವು ಅದನ್ನು ಕಾರ್ಯರೂಪಕ್ಕೆ ತರಲು ಒಂದೋ ಹೆದರುತ್ತೀರಿ ಅಥವಾ ನಿಮಗೆ ಅದನ್ನು ಮಾಡಲು ಸಾಧ್ಯವೇ ಎಂಬ ಬಗ್ಗೆ ನಿಮಗೆ ವಿಶ್ವಾಸದ ಕೊರತೆ ಇರುತ್ತದೆ.

ಮೊದಲ ವಿಷಯವೆಂದರೆ ನಿಮಗೇನು ಮಾಡಬೇಕು ಎಂಬುದು ನಿಮಗೆ ತಿಳಿದಿದೆ ಎಂದು ವಿಶ್ವಾಸ ತಳೆಯಬೇಕು. ಅದನ್ನು ಮಾಡಲು ಸಾಧ್ಯವೇ ಅಥವಾ ನಿಮಗೆ ಅದನ್ನು ನಿರ್ವಹಿಸುವ ಕ್ಷಮತೆಯಿದೆಯೇ ಎನ್ನುವ ಕುರಿತು ನೀವು ಸಂಶಯಗ್ರಸ್ತರಾಗಿ ಯೋಚಿಸುತ್ತೀರಿ. ಒಂದು ವೇಳೆ ನಿಮಗೆ ಆ ಸ್ಥಿತಿಯ ಬಗ್ಗೆ ಯಾವುದೇ ಆತ್ಮಶಂಕೆ ಇರಲಿಲ್ಲವೆಂದಾದರೆ ಮತ್ತು ನೀವೇನು ಮಾಡಬೇಕೆಂದು ನಿಮಗೆ ತಿಳಿಯದೇ ಹೋದರೆ, ಮುಂದಿನ ಹೆಜ್ಜೆ ಎಂದರೆ ನಿಮ್ಮ ಆಂತರಿಕ ಬುದ್ಧಿಮತ್ತೆ (ಅಸೀಮಿತ ಪ್ರಜ್ಞೆ) ಗೆ ಶರಣುಹೋಗುವುದು ಉತ್ತಮ. ಅದು ನಿಮಗೆ ಉತ್ತರವನ್ನು

ನೀಡುತ್ತದೆ, ಅದು ನಿಮಗೆ ಅವಶ್ಯ ಬೇಕಿರುತ್ತದೆ. ನಮಗೆ ಅಸೀಮಿತ ಸಂಖ್ಯೆಯಲ್ಲಿ ವಿಚಾರಗಳ ಕಡೆಗೆ ತಲುಪುವ ಯೋಗ್ಯತೆ ಇದ್ದಿರುತ್ತದೆ, ಹಾಗಾಗಿ ವಿಚಾರಗಳ ನಿಶ್ಚಿತ ರೂಪದಲ್ಲಿ ಯಾವುದೇ ಕೊರತೆಯಿರುವುದಿಲ್ಲ. ಹಾಗಾಗಿ ನೀವು ಯಾವುದೇ ಕ್ಷಣದಲ್ಲಿ ಏನನ್ನು ಬೇಕಾದರೂ ಮಾಡಲು ಸಾಮರ್ಥ್ಯವನ್ನು ಹೊಂದಿರುತ್ತೀರಿ. ನಮಗೆ ಅಂತಹ ಅಪಾರ ಜ್ಞಾನದತ್ತ ತಲುಪುವುದನ್ನು ತಡೆಯುವ ಏಕಮಾತ್ರ ವಿಷಯವೆಂದರೆ ನಮ್ಮ ಸ್ವಂತ ಯೋಚನೆಗಳೇ ಆಗಿವೆ.

ಹೆನ್ರೀ ಫೋರ್ಡ್ ಹೇಳಿದರು, "ನೀವು ಮಾಡಲು ಸಾಧ್ಯ ಅಥವಾ ಸಾಧ್ಯವಿಲ್ಲ ಎನ್ನುವ ಎರಡೂ ಮಾತುಗಳು ಸರಿಯಾಗಿಯೇ ಇರುತ್ತವೆ." ನಮ್ಮ ಬದುಕಿನಲ್ಲಿ ನಮಗೆ ಮಾಡಲು ಸಾಧ್ಯವಿಲ್ಲವೆಂದಾಗ ನಾವು ಆ ಅಸೀಮಿತ ಸಾಧ್ಯತೆಗಳನ್ನು ತಳ್ಳಿಹಾಕಿದಂತೆಯೇ ಸರಿ. ಆದರೆ ಯಾವಾಗ ನಾವು ನಮ್ಮ ಮನಸ್ಸಿನ ಬ್ರೇಕನ್ನು ನೀಗಿಸುತ್ತೇವೋ ಮತ್ತು ನಮ್ಮ ಯೋಚನೆ ನಮ್ಮನ್ನು ಹಿಂದಕ್ಕೆ ಎಳೆಯುತ್ತಿದೆ ಎಂದು ತಿಳಿದಾಗ ನಾವು ನಮ್ಮ ಸಮೃದ್ಧಿ ಮತ್ತು ನಮ್ಮ ನೈಸರ್ಗಿಕ ಅವಸ್ಥೆಯ ಅಸೀಮಿತ ಸಾಧ್ಯತೆಗಳಿಗೆ ಮರಳುತ್ತೇವೆ ಹಾಗೂ ಆ ಕ್ಷಣದಲ್ಲೇ ನಾವೇನು ಮಾಡಬೇಕೆಂಬ ಉತ್ತರ ಸಿಕ್ಕಿಬಿಡುತ್ತದೆ.

ಸಂಕ್ಷೇಪದಲ್ಲಿ ಹೇಳುವುದಾದರೆ, ನಿಮಗೆ ಮೊದಲೇ ಗೊತ್ತಿದೆ ಎಂದು ಗೊತ್ತಿರಲಿ ಮತ್ತು ನಿಮಗೆ ಗೊತ್ತಿಲ್ಲದೇ ಹೋದರೆ ಗೊತ್ತಾಗುವ ಅಗತ್ಯವಿದೆ ಮತ್ತು ಅದನ್ನು ನೀವು ಗೊತ್ತುಮಾಡಿಕೊಳ್ಳಲು ಶಕ್ತರಿರುತ್ತೀರಿ.

ನೀವು ಯಾವತ್ತೂ ಗೊತ್ತು ಮಾಡಿಕೊಳ್ಳಲು ಸಾಧ್ಯವೆಂದು ಗೊತ್ತಿದ್ದರೆ, ನೀವೇನು ಗೊತ್ತುಮಾಡಿಕೊಳ್ಳಲು ಅಪೇಕ್ಷಿಸುತ್ತೀರೋ ಅದು ನಿಮಗೆ ಗೊತ್ತಾಗಿಯೇ ಬಿಡುತ್ತದೆ. ನಿಮ್ಮ ಅಂತಃರ್ಜ್ಞಾನ ಮತ್ತು ಆಂತರಿಕ ಬುದ್ಧಿಮತ್ತೆಯ ಬಗೆಗೆ ವಿಶ್ವಾಸವಿರಲಿ. ಅದು ನಿಮ್ಮಲ್ಲಿ ಸದಾ ಇರುತ್ತದೆ ಮತ್ತು ಇರಲೇಬೇಕು. ಯಾವಾಗ ನಿಮಗೆ ಅದರ ಅವಶ್ಯವಿದೆಯೋ ಅದು ಖಂಡಿತವಾಗಿಯೂ ಅಲ್ಲಿರುತ್ತದೆ ಎಂಬ ವಿಶ್ವಾಸ ನಿಮ್ಮಲ್ಲಿರಲಿ.

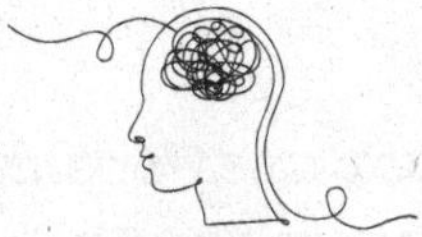

14

ನಿಮ್ಮ ಅಂತಃಜ್ಞಾನವನ್ನು ಹೇಗೆ ಅನುಸರಿಸುವುದು?

“

ನಿಮ್ಮ ಹೃದಯ ಮತ್ತು ಅಂತಃಜ್ಞಾನವನ್ನು ಅನುಸರಿಸುವ ಸಾಹಸವಿದ್ದಿರಲಿ. ನೀವೇನು ಆಗಬಯಸಿದ್ದೀರಿ ಎಂಬುದು ಅವುಗಳಿಗೆ ಮೊದಲೇ ಗೊತ್ತಿರುತ್ತದೆ. ಮತ್ತೆಲ್ಲ ವಿಷಯಗಳು ಗೌಣವಾಗಿರುತ್ತವೆ.

”

ಸ್ಟೀವ್ ಜಾಬ್ಸ್

ನಾವು ಪ್ರಪಂಚದಲ್ಲಿ ಸಮೃದ್ಧಿಯನ್ನು ಹೊಂದಲು ಯೋಚಿಸುವ ಅಗತ್ಯವಿಲ್ಲವೆಂದು ನಾವು ಒಂದು ಅಧ್ಯಾಯದಲ್ಲಿ ಮಾತಾಡಿದ್ದೆವು ಮತ್ತು ಹಾಗೆ ಸಮೃದ್ಧಿಯನ್ನು ಹೊಂದುವುದಕ್ಕೆ ನಮ್ಮೊಳಗಿನ ಯೋಚನೆಯ ಪ್ರಕ್ರಿಯೆಯನ್ನು ನೀಗಿಸಬೇಕು. ಪ್ರವಾಹದ ಸ್ಥಿತಿ ಶುದ್ಧ ಏಕತ್ವದ ಅವಸ್ಥೆಯಾಗಿರುತ್ತದೆ. ಅದಕ್ಕೆ ನಮ್ಮ ಆಸುಪಾಸಿನ ಪ್ರತಿಯೊಂದು ವಿಷಯದೊಂದಿಗೆ ನೇರ ಸಂಬಂಧವಿರುತ್ತದೆ. ಯಾಕೆಂದರೆ ಅಂತಹ ಅವಸ್ಥೆಯಲ್ಲಿ ಯಾವುದೇ ಅನ್ಯಥಾ ಭಾವನೆ ಇರುವುದಿಲ್ಲ. ಅಲ್ಲಿ ಭಗವಂತ/ಸೃಷ್ಟಿ/ಅನಂತ ಬುದ್ಧಿಮತ್ತೆಯ ನೇರ ಸಂಬಂಧ ಮತ್ತು ಸಾಮರಸ್ಯವಿರುತ್ತದೆ.

ಯೋಚಿಸುವುದು ನಮ್ಮ ಮತ್ತು ದಿವ್ಯತೆಯ ನಡುವಿನ ಸಂಬಂಧವನ್ನು ಕಡಿದು ಹಾಕುತ್ತದೆ, ಅದರಿಂದ ನಾವು ಆತಂಕ, ಕುಂಠಿತ ಭಾವನೆ, ಕ್ರೋಧ, ದ್ವೇಷ ಮುಂತಾದ ಬಹಳಷ್ಟು ನಕಾರಾತ್ಮಕ ಭಾವನೆಗಳನ್ನು ಅನುಭವಿಸುತ್ತೇವೆ. ಅದು ನಮಗೆ ಪ್ರತಿದಿನವೂ ಅನುಭವಕ್ಕೆ ಬರುತ್ತಲಿರುತ್ತದೆ. ಅದನ್ನೇ ಕೆಲವು ಧರ್ಮಗಳು ನರಕದ ವರ್ಣನೆಯನ್ನು ಭಗವಂತನಿಂದ ಬೇರ್ಪಡುವ ರೂಪದಲ್ಲಿ ಮಾಡುತ್ತವೆ.

ಮುಂದೆ ಸರಳತೆಯ ದೃಷ್ಟಿಯಿಂದ ಪ್ರವಾಹದ ಶಬ್ದದ ಬದಲು ಶೂನ್ಯ ಯೋಚನೆ ಶಬ್ದವನ್ನು ಉಪಯೋಗಿಸುತ್ತೇನೆ, ಅದು ಈ ಪುಸ್ತಕದ ದೃಷ್ಟಿಕೋನದಿಂದ ಪರ್ಯಾಯ ಶಬ್ದವೆಂದು ಪರಿಗಣಿಸಬಹುದು.

ಶೂನ್ಯ ಯೋಚನೆ ಅಥವಾ ಪ್ರವಾಹದ ಅವಸ್ಥೆಯನ್ನು ಕೆಲವು ಮಂದಿ ಮುಖ್ಯ ವಾಹಿನಿಯೊಂದಿಗೆ ಬೆಸೆಯುತ್ತಾರೆ, ಅದು ನಮಗೆ ಪ್ರಿಯವೆನಿಸುತ್ತದೆ. ಹಾಗೆ ಮಾಡುವಾಗಷ್ಟೇ ನಾವು ಪ್ರವಾಹದ ಜೊತೆಗಿರುತ್ತೇವೆ ಎನ್ನುತ್ತಾರೆ ಅವರು. ಇದು ನಿಜವಲ್ಲ. ನಾವು ಯಾವುದೇ ಸಮಯದಲ್ಲೂ ಶೂನ್ಯ ಯೋಚನೆಯ ಅವಸ್ಥೆಗೆ ಹೋಗಲು ಸಾಧ್ಯವಿದೆ. ನಾವು ಶೂನ್ಯ ಯೋಚನೆಯ ಸ್ಥಿತಿಗೆ ಹೋಗುವುದೇ ವರ್ತಮಾನದ ಕ್ಷಣವಾಗಿರುತ್ತದೆ. ನೀವು ವರ್ತಮಾನದ ಕ್ಷಣದಲ್ಲಷ್ಟೇ ವಾಸ್ತವವನ್ನು ಕಾಣಲು ಸಾಧ್ಯ ಮತ್ತು ನಾವು ಸಕ್ರಿಯವಾಗಿ ಯೋಚಿಸುತ್ತಿದ್ದರೆ ನಾವು ಒಂದೋ ಅತೀತದಲ್ಲಿರುತ್ತೇವೆ ಇಲ್ಲವೇ

ಭವಿಷ್ಯದಲ್ಲಿರುತ್ತೇವೆ (ಅದರ ಅಸ್ತಿತ್ವವಿರುವುದಿಲ್ಲ). ಕೇವಲ ವರ್ತಮಾನದ ಕ್ಷಣದಲ್ಲಷ್ಟೇ ಸತ್ಯವನ್ನು ಶೋಧಿಸಲು ಸಾಧ್ಯವಿದೆ. ಆದ್ದರಿಂದಲೇ ಎಲ್ಲಾ ಆಧ್ಯಾತ್ಮಿಕ ಗುರುಗಳು ಮತ್ತು ನಾಯಕರು ಯಾವಾಗಲೂ ಧ್ಯಾನ, ಪ್ರಾರ್ಥನೆ ಮತ್ತು ವರ್ತಮ್ಮಾನದ ಕ್ಷಣದಲ್ಲಿ ಇರುವಂತೆ ಬೋಧಿಸುತ್ತಾರೆ. ಬೈಬಲ್‌ನಲ್ಲಿ ಮೋಸೆಸ್ ಭಗವಂತನ ಹೆಸರೇನು ಎಂದು ಕೇಳಿದಾಗ, "ನಾನೇ ಅವನು" ಎನ್ನುವ ಉತ್ತರ ಬಂತು. ಭಗವಂತ ಅವನು ಆಗಿದ್ದನು ಅಥವಾ ಅವನು ಆಗುವನು ಎಂದು ಉತ್ತರಿಸಲಿಲ್ಲ (ಯಾಕೆಂದರೆ ಅವನ ಅಸ್ತಿತ್ವವೇ ಇರಲಿಲ್ಲ), ಕೇವಲ "ನಾನೇ ಅವನು" ಎಂದ. ಭಗವಂತ, ಸತ್ಯ, ಸೃಷ್ಟಿ, ಸ್ವಾತಂತ್ರ್ಯ, ಶಾಂತಿ, ಖುಷಿ ಮತ್ತು ಪ್ರೇಮ (ಇವೆಲ್ಲ ಶಬ್ದಗಳು ಪರ್ಯಾಪ್ತವಾಗಿವೆ) ಕೇವಲ ವರ್ತಮಾನದಲ್ಲಷ್ಟೇ ಪಡೆಯಲು ಸಾಧ್ಯ, ಹಾಗಾಗಿ ಅವುಗಳ ಅನುಭವವನ್ನು ವರ್ತಮಾನದಲ್ಲಿದ್ದುಕೊಂಡೇ ಪಡೆಯಲು ಸಾಧ್ಯ.

ನೀವು ನಿಮ್ಮ ಅಂತಃರ್ಜ್ಞಾನವನ್ನು ಅನುಸರಿಸುವುದೆಂದರೆ ನೀವು ನಿಮ್ಮ ಮೇಲೆ ಭರವಸೆಯನ್ನು ಹೊಂದಿರುತ್ತೀರಿ ಎಂದರ್ಥ. ತಾತ್ಪರ್ಯವೆಂದರೆ, ನಿಮ್ಮೊಳಗಿನ ನಂಬಿಕೆ ನಿಮ್ಮಲ್ಲಿ ಸದಾ ಆಂತರಿಕ ಬುದ್ಧಿಮತ್ತೆಯಾಗಿದ್ದಿರುತ್ತದೆ, ಅದು ನಿಮ್ಮ ಬದುಕಿನ ಪ್ರತಿಯೊಂದು ವಿಷಯಕ್ಕೆ ಮಾರ್ಗದರ್ಶನ ನೀಡುತ್ತಿರುತ್ತದೆ. ಅದುವೇ ಶೂನ್ಯ ಯೋಚನೆಯ ಪ್ರವಾಹದ ಅವಸ್ಥೆ ಎನ್ನಬಹುದು.

ಬನ್ನಿ ಈ ಅವಸ್ಥೆಯನ್ನು ನಾವು ಹೇಗೆ ವ್ಯಾವಹಾರಿಕವಾಗಿ ಅನುಸರಿಸಬಹುದೆಂದು ನೋಡೋಣ. ಹಾಗೆಯೇ ನಮ್ಮ ದೈನಂದಿನ ಕಲಾಪಗಳಲ್ಲಿ ನಾವು ಹೇಗೆ ವ್ಯವಹರಿಸಬಹುದೆಂದು ಕೂಡಾ ನೋಡೋಣ. ನಮ್ಮ ಅಂತಃರ್ಜ್ಞಾನ ಮತ್ತು ಆಂತರಿಕ ಬುದ್ಧಿಮತ್ತೆಯನ್ನು ಹೇಗೆ ಅನುಸರಿಸುವುದು ಮತ್ತು ಹೇಗೆ ಅದನ್ನು ಕಾರ್ಯಗತ-ಗೊಳಿಸಿವುದೆಂದು ತಿಳಿಯೋಣ.

ನೀವು ನಿಮ್ಮ ಅಂತಃರ್ಜ್ಞಾನವನ್ನು ಅನುಸರಿಸುತ್ತಿರುವಾಗ, ನೀವು ನಿಮ್ಮ ವ್ಯಕ್ತಿಗತ ಸ್ವಯಂಕ್ಕಿಂತಲೂ ಹೆಚ್ಚು ಬೇರೆ ಯಾವುದೋ ವಿಷಯದಲ್ಲಿ ಪೂರ್ಣವಾಗಿ ಮುಳುಗಿರುತ್ತೀರಿ ಎಂದರ್ಥ. ನೀವು ಶೂನ್ಯ ಯೋಚನೆ(ಪ್ರವಾಹ)ಯ ಅವಸ್ಥೆಯಲ್ಲಿರುತ್ತೀರಿ ಮತ್ತು ಭಗವಂತನ ಜೊತೆಗೆ ನೇರ ಸಂಬಂಧವನ್ನು ಹೊಂದಿರುತ್ತೀರಿ. ಅಂತಹ ಸನ್ನಿವೇಶದಲ್ಲಿ ಯಾವುದನ್ನೂ ಯೋಚಿಸದೆ ನೀವೇನನ್ನು ಮಾಡಬೇಕೆಂದು ತಿಳಿದಿರುತ್ತದೆ, ಹಾಗೆಯೇ ಅಸೀಮಿತ ಪ್ರಜ್ಞೆ ನಿಮಗೆ ಮಾರ್ಗದರ್ಶನ ಮಾಡುತ್ತಿರುತ್ತದೆ. ನಾವು ಈ ಕ್ಷೇತ್ರದಲ್ಲಿರುವಾಗ, ನಾವೇನೂ ಮಾಡುತ್ತಿಲ್ಲವೆಂದೆಣಿಸುತ್ತದೆ

ಬರುತ್ತೇವೆ. ಇದೇ ಮಾನದಲ್ಲಿ ಅದು ಕೊನೆಯ ತನಕ ಉಳಿಯುತ್ತದೆಯೇ? ನಮ್ಮಲ್ಲಿ ಏನಿದೆ ಅದೇ ಸಫಲತೆ, ಆನಂದ ಮತ್ತು ಸಂತುಷ್ಟಿಯ ನಿಜವಾದ ಅಳತೆಗೋಲು ಆಗಿರುವುದಿಲ್ಲ. ನಾವು ಒಳಗಿನಿಂದ ಏನನ್ನು ಅನುಭವಿಸುತ್ತೇವೆ ಅದೇ ನಮ್ಮ ಅಳತೆಗೋಲಾಗಿರುತ್ತದೆ.

ನಾವು ಬಹಳಷ್ಟು ವಿಷಯಗಳನ್ನು ನಿಯಂತ್ರಿಸಲು ಆಗುವುದಿಲ್ಲ ಎನ್ನುವ ಎರಡನೇ ಮಾತನ್ನು ನಾನು ಹೇಳಿದೆ, ಆದರೆ ನಮ್ಮ ಬದುಕಿನಲ್ಲಿ ನಮಗೇನು ಬೇಕಿದೆ ಅದರಲ್ಲಿ ಹಸ್ತಕ್ಷೇಪ ಮಾಡಲು ಸಾಧ್ಯವಿದೆ. ಅದನ್ನು ಹೇಗೆ ನಿರ್ವಹಿಸಲು ಸಾಧ್ಯವೆನ್ನುವುದು ಮುಖ್ಯವಲ್ಲ. ಉದಾಹರಣೆಗೆ ನಮ್ಮಲ್ಲಿ ಕಲ್ಪನೆ ಮಾಡುವಂತಹ ಸಾಮರ್ಥ್ಯದ ಉಡುಗೊರೆ ಇದೆ (ಅಸೀಮಿತವಾದ ಪ್ರಜ್ಞೆಯ ತನಕ ತಲುಪಲೂ ಬಹುದು), ಅಂದರೆ ಬದುಕಿನಲ್ಲಿ ನಾವು ಬಯಸುವ ಯಾವುದೇ ವಿಷಯವನ್ನು ಕಲ್ಪಿಸಿಕೊಳ್ಳಬಹುದು. ಇದೊಂದು ಅದ್ಭುತ ವರದಾನವಾಗಿದೆ. ಇಲ್ಲಿ ಯಾವುದೇ ತಕರಾರು ಇರುವುದಿಲ್ಲ. ಆದರೆ ಅವನ್ನು ಹೇಗೆ ಸಾಕಾರಗೊಳಿಸಬೇಕೆಂದು ನಾವು ಯೋಚಿಸಬೇಕಾಗುತ್ತದೆ. ಈ ಹಂತದಲ್ಲಿ ಬಹುತೇಕ ಮಂದಿ ಸೋಲನ್ನು ಅನುಭವಿಸುತ್ತಾರೆ. ಅಥವಾ ಆ ದಿಕ್ಕಿನಲ್ಲಿ ಸಾಗುತ್ತ ಶಕ್ತಿಯ ಉಪಯೋಗ ಮಾಡುತ್ತ ಕಷ್ಟವನ್ನು ಅನುಭವಿಸುತ್ತಾರೆ. ಬದುಕಿನಲ್ಲಿ ನಾವೇನು ಬಯಸುತ್ತೇವೆ ಅದನ್ನು ಪಡೆಯಲು ನಮಗೆ ಬಹಳಷ್ಟು ಶ್ರಮಪಡಬೇಕು, ಕಷ್ಟವನ್ನು ಅನುಭವಿಸಬೇಕೆಂದು ಜನರು ಭಾವಿಸುತ್ತಾರೆ. ಅದು ನಿಜವಲ್ಲ. ಅದು ಯಾವಾಗ ನಿಜವಾಗುತ್ತದೆ ಎಂದರೆ, ಬದುಕಿನಲ್ಲಿ ನಾವೇನು ಬಯಸುತ್ತೇವೋ, ಅದನ್ನು ಹೇಗೆ ಪಡೆಯುವುದು ಅಥವಾ ಅದು ಸಿಗುತ್ತೋ ಇಲ್ಲವೋ ಎಂಬ ಅನುಮಾನವನ್ನು ಹೊಂದುವ ಬಗ್ಗೆ ಯೋಚಿಸಿ ಮುಂದುವರಿಯುವುದರಿಂದ ಹಾಗಾಗುತ್ತದೆ. ನಮಗಿಷ್ಟೇ ನಾವೇನು ಬಯಸುತ್ತೇವೆ ಎನ್ನುವುದು; ಅದು ನಮಗೆ ಸಿಗಬಲ್ಲುದು ಎಂಬುದನ್ನು ಯೋಚಿಸುವುದು ನಮ್ಮ ಕೆಲಸವಲ್ಲ. ಸೃಷ್ಟಿಯ ಮೇಲೆಯೇ ಭರವಸೆ ಇಡುವುದು. ಇದೊಂದು ಸರ್ವಶ್ರೇಷ್ಠ ಪ್ರಕರಣವೆನ್ನಬಹುದು ಯಾಕೆಂದರೆ ಬದುಕಿನಲ್ಲಿ ನೀವೇನು ಬಯಸುತ್ತೀರೋ, ಅದನ್ನು ಸಾಕಾರಗೊಳಿಸಲು ಅಸಂಖ್ಯ ವಿಧಾನಗಳಿರುತ್ತವೆ. ಹಾಗಾಗಿ ನಮ್ಮ ಈ ಚಿಕ್ಕ ಮಿದುಳಿನಲ್ಲಿ ಅವನ್ನೆಲ್ಲ ನೆನಪಿಟ್ಟುಕೊಳ್ಳುವುದು ಅಸಾಧ್ಯವೇ ಸರಿ.

ಈ ಎಲ್ಲಾ ವಿಷಯಗಳ ಕುರಿತಂತೆ ನಮಗೆ ಅನುಮಾನವಿದ್ದರೆ ಎಲ್ಲಾ ಕಷ್ಟಗಳು ಎದುರಾಗುತ್ತವೆ. ಆದ್ದರಿಂದ ನಮಗೆ ಅವುಗಳ ಅಗತ್ಯವೇ ಇರುವುದಿಲ್ಲ. ನಾವು ಯಾವಾಗ ನಮ್ಮ ಅಂತಃರ್ಜ್ಞಾನ ಮತ್ತು ಆಂತರಿಕ ಬುದ್ಧಿಮತ್ತೆಯ ಮೇಲೆ ಭರವಸೆಯಿಟ್ಟುಕೊಂಡಿರುತ್ತೇವೋ, ಆವಾಗ ನಮ್ಮ

ಬಯಕೆಯ ವಿಷಯಗಳು ಪ್ರಕಟವಾಗಲು ತೊಡಗುತ್ತವೆ, ಅಂತೆಯೇ ನಾವು ಈ ಸಂದರ್ಭದಲ್ಲಿ ಏನನ್ನು ಮಾಡುವ ಅಗತ್ಯವಿದೆ ಎನ್ನುವುದು ಸ್ಪಷ್ಟವಾಗುತ್ತದೆ. ಇವನ್ನೆಲ್ಲ ಮೊದಲಿನಿಂದಲೇ ಪತ್ತೆಹಚ್ಚುವ ಅಗತ್ಯವೇನೂ ಇರುವುದಿಲ್ಲ. **ನಮ್ಮ ಮನಸ್ಸಿನಲ್ಲಿ ಏನನ್ನು ಇರಿಸಬೇಕೆಂಬುದಷ್ಟೇ ನಮ್ಮ ಪಾಲಿನ ಕೆಲಸ ಮತ್ತು ಆಮೇಲೆ ನಾವು ಶೂನ್ಯ ಯೋಚನೆಯ ಅವಸ್ಥೆಗೆ ತೆರಳಬೇಕು. ಇದರಿಂದ ನಾವು ನಮ್ಮ ಅಮಿತವಾದ ಪ್ರಜ್ಞೆಯ (ಭಗವಂತ) ವರೆಗೆ ಸಾಗಲು ಸುಗಮವಾಗಿ ಸಮರ್ಥರಾಗುತ್ತೇವೆ. ಉತ್ತರ ರೂಪದಲ್ಲಿ ನಮಗೇನು ಬೇಕೋ ಅದು ನಮಗೆ ಯಾವಾಗ ಅವಶ್ಯವೋ ಸರಿಯಾಗಿ ಆ ಸಮಯಕ್ಕೆ ಪ್ರಕಟವಾಗುತ್ತದೆ.**

ನಾವು ಮುಂದಕ್ಕೆ ಸಾಗಲು ತೊಡಗಿದರೆ ನಮ್ಮ ಮಾರ್ಗ ಅದರಷ್ಟಕ್ಕೇ ಮುಂದಕ್ಕೊಯ್ಯುತ್ತದೆ. ಆ ಹಾದಿಯನ್ನು ಬೆಳಗುವಂತಹ ಆ ಸಮಯ ಮತ್ತೆಂದೂ ಬರಲಾರದು. ಅದರಿಂದ ವಿಶ್ವಾಸದ ಅವಶ್ಯಕತೆಯೇ ಮುಗಿದುಹೋಗಿರುತ್ತದೆ, ಆದ್ದರಿಂದ ಯಾವುದೇ ವಿಷಯ ಪ್ರಕಟವಾಗುವ ಸಮಯದಲ್ಲಿ ನಂಬಿಕೆ ಮತ್ತು ವಿಶ್ವಾಸಗಳು ಅತ್ಯಂತ ಮಹತ್ವಪೂರ್ಣದ್ದಾಗಿರುತ್ತವೆ.

ನಾವು ಯಾವ ವಿಷಯವನ್ನು ಸೃಜಿಸಲು ಸಿದ್ಧರಾಗುತ್ತೇವೋ, ಅದು ಹೇಗೆ ಸಂಭವಿಸುತ್ತದೆ ಎನ್ನುವ ನಿಟ್ಟಿನಲ್ಲಿ ನಮ್ಮಲ್ಲಿ ಪೂರ್ಣ ಮತ್ತು ಅಚಲ ನಂಬಿಕೆ ಇರಬೇಕಾಗುತ್ತದೆ. ನಮಗೆ ಇಷ್ಟವಾದ ವಸ್ತುವಿಷಯವನ್ನು ನಮ್ಮ ಬದುಕಿನಲ್ಲಿ ಯಾವಾಗಲೂ ಪಡೆಯಲು ಸಾಧ್ಯವಿದೆ. ನಾವು ಅದು ಯಾವಾಗ ಪ್ರಕಟವಾಗಬೇಕೋ ಎಂಬ ಸಮಯದ ಮಿತಿಯಲ್ಲಿ ಇರದಿದ್ದಾಗಲೂ ಅದು ಸಂಭವಿಸುತ್ತದೆ.

ನಮ್ಮ ಅಂತಃರ್ಜ್ಞಾನ ಮತ್ತು ಆಂತರಿಕ ಬುದ್ಧಿಮತ್ತೆ (ಭಗವಂತ) ನಿಜಕ್ಕೂ ಸದಾ ಕಾಲ ನಮ್ಮೊಡನೆ ಮಾತಾಡುತ್ತಲೇ ಇರುತ್ತದೆ. ನೀವೇನು ಮಾಡಬೇಕೆಂದು ನಿಮ್ಮೊಳಗಿನ ಸಣ್ಣ ದನಿಯೊಂದು ಕೇಳುತ್ತಲೇ ಇರುತ್ತದೆ? ಅದು ನೀವು ನಿಮ್ಮ ಹುದ್ದೆಯನ್ನು ತ್ಯಜಿಸುವುದಾಗಲೀ, ನಿಮಗೆ ನೋವು ತಂದಿರುವಂತಹ ವ್ಯಕ್ತಿಯನ್ನು ಕ್ಷಮಿಸುವ ವಿಷಯವಾಗಿರಬಹುದು ಅಥವಾ ಯಾರೊಂದಿಗಾದರೂ ಮತ್ತೆ ಸಂಬಂಧವನ್ನು ಕುದುರಿಸುವುದಾಗಿರಬಹುದು. ಅದೇ ಆಂತರಿಕ ಭಾವನೆ ನಿಮಗೆ ಸಿಗುತ್ತಲೇ ಇರುತ್ತದೆ, ಅಲ್ಲೇ ನೀವು ಏನು ಮಾಡಬೇಕೆಂಬ ಸೂಚನೆ ಬಂದಿರುತ್ತದೆ. ನಿಮ್ಮ ಆಂತರ್ಯದಲ್ಲಿ ಬಂದಿರುವಂತಹ ಸೂಚನೆಯನ್ನು ನಿರ್ಲಕ್ಷಿಸಿ ಅದನ್ನು ಮಾಡದೆ ಪಶ್ಚಾತ್ತಾಪ ಪಟ್ಟಿರುವಂತಹ ಪ್ರಸಂಗವನ್ನು ನೀವು ಎದುರಿಸಿದ್ದಿರಬೇಕಲ್ಲ?

ನೀವು ಅದೇನೋ ಕೆಲಸವನ್ನು ನಿರ್ವಹಿಸುವಂತೆ ನಿಮಗೆ ಆಂತರಿಕ ಭಾವನೆ ಬಂದಿತ್ತೇ, ಹಾಗೆ ಬಂದಿದ್ದರೆ, ಅದಕ್ಕೆ ಯಾವುದೇ ತಾರ್ಕಿಕ ತಳಹದಿಯೇ ಇಲ್ಲವಾದರೂ ನೀವು ನಿರ್ವಹಿಸಿ, ಆಮೇಲೆ ಅಲ್ಲಿ ನೀವು ಆಶ್ಚರ್ಯಪಡುವಂತಹ ವಿಷಯ ಘಟಿಸಿದ ಸಂದರ್ಭಗಳಿದ್ದುವೇ? **ಅದನ್ನೇ ನಿಮ್ಮ ಅಂತಃರ್ಜ್ಞಾನ ಎನ್ನುವುದು.**

ನಮ್ಮ ಅಂತಃರ್ಜ್ಞಾನ ವಿಚಾರಗಳ ರೂಪದಲ್ಲಿ ನಮ್ಮತ್ತ ಬರುತ್ತವೆ, ಆದರೆ ನೆನಪಿರಲಿ ವಿಚಾರಗಳಿಗೂ ಯೋಚನೆಗಳಿಗೂ ಬಹಳಷ್ಟು ಅಂತರವಿದೆ. ಇದನ್ನು ಆಗಲೇ ಹೇಳಿದ್ದಾಗಿದೆ. ವಿಚಾರಗಳ ಪ್ರಕೃತಿ ದಿವ್ಯವಾಗಿರುತ್ತವೆ ಮತ್ತು ಅವು ಶೂನ್ಯದಿಂದ ಹೊರಟು ನಮ್ಮ ಮನಸ್ಸಿನಲ್ಲಿ ಅಂಟಿಕೊಳ್ಳುವಂತೆ ತೋರುತ್ತವೆ. ಅದೇ ವೇಳೆ ಯೋಚನೆಯೊಂದು ಆತಂಕಪೂರ್ಣ ಪ್ರಯಾಸವಾಗಿರುತ್ತದೆ, ಅದನ್ನು ನಾವು ಸ್ವತಃ ಹುಟ್ಟುಹಾಕುತ್ತೇವೆ. ಯೋಚನೆಗಳು ಬಹಳಷ್ಟು ಭಾರವಾಗಿದ್ದು ಅಲ್ಲಿ ನಕಾರಾತ್ಮಕ ಭಾವನೆಗಳೇ ಉತ್ಪತ್ತಿಯಾಗುತ್ತವೆ. ನಿಮ್ಮಲ್ಲಿ ಯಾವಾಗ ಅಮಿತವಾದ ಪ್ರಜ್ಞೆಯಿಂದ ದೈವೀ ವಿಚಾರಗಳು ಬರುತ್ತವೆಯೋ, ಆಗ ಒಂದು ವಿಚಾರ ಹೊಳೆಯುತ್ತದೆ. ಅದರಲ್ಲಿ ಸತ್ಯ ಬೆಸೆದುಕೊಂಡಿರುತ್ತದೆ ಮತ್ತು ಅದು ಸತ್ಯವೆಂದು ನಿಮಗೆ ಗಹನವಾಗಿ ವೇದ್ಯವಾಗಿರುತ್ತದೆ. ನಿಮ್ಮ ಅಂತಃರ್ಜ್ಞಾನ ಯಾವತ್ತೂ ತಾರ್ಕಿಕವಾಗಿರುವುದಿಲ್ಲ, ಅದು ಸರಿಯಾಗಿ ಉತ್ಪನ್ನವಾಗುತ್ತದೆ ಮತ್ತು ಅದರ ಭವಿಷ್ಯವಾಣಿಯನ್ನು ಹೇಳಲು ಸಾಧ್ಯವಾಗದು. ಒಂದು ವೇಳೆ ನೀವು ಅದರ ಭವಿಷ್ಯವಾಣಿಯನ್ನು ಹೇಳಿದರೆ ಅದು ಪವಾಡವಾಗುವುದಿಲ್ಲ. ಹಾಗೆಯೇ ಅದರಲ್ಲಿ ಸೃಷ್ಟಿಯ ಅಮಿತವಾದ ಸಾಧ್ಯತೆಗಳು ಸೇರಿರುವುದಕ್ಕೆ ಸಾಧ್ಯವಿರುವುದಿಲ್ಲ. ಅದು ಕೇವಲ ಪ್ರಾಕೃತಿಕವಾಗಿ ಸ್ವಂತ ಇಚ್ಛೆಯಿಂದಷ್ಟೇ ಪ್ರಕಟವಾಗಬೇಕು.

ನಿಮ್ಮ ಅಂತಃರ್ಜ್ಞಾನ ಯಾವಾಗಲೂ ನಿಮ್ಮ ತಾರ್ಕಿಕ ಮನಸ್ಸಿನ ವಿರುದ್ಧವಾಗಿಯೇ ಇರುತ್ತದೆ, ಆದ್ದರಿಂದ ಅದಕ್ಕೋಸ್ಕರ ನೀವು ತಯಾರಿರಬೇಕಾಗುತ್ತದೆ. ಅದು ನಿಮಗೆ ಪಿಸುಗುಟ್ಟುತ್ತ ನೀವು ಕಾಫಿ ಶಾಪ್‌ನಲ್ಲಿ ಅಪರಿಚಿತನೊಂದಿಗೆ ಮಾತನಾಡಬೇಕೆಂದು ಹೇಳಬಹುದು, ಅದೊಂದು ಸುಂದರ ಮಿತ್ರತ್ವದ ಕಡೆಗೆ ನಿಮ್ಮನ್ನು ಒಯ್ಯಬಹುದು ಅಥವಾ ನಿಮ್ಮನ್ನು ಅಚಾನಕ್ಕಾಗಿ ಮಿತ್ರನೊಬ್ಬನಿಗೆ ಫೋನ್ ಮಾಡುವಂತೆ ಹೇಳಬಹುದು, ಆತನ ಕಷ್ಟದ ಸಮಯದಲ್ಲಿ ಏನಾದರೂ ಸಹಾಯ ಮಾಡಿದಂತಾಗುತ್ತದೆ. ನೀವು ನಿಮ್ಮ ದೈವಿಕ ಪ್ರಾಪ್ತಿಯೊಂದಿಗೆ ಹೆಜ್ಜೆಯಿಡುತ್ತ ಜೀವಿಸಿ ಎಂದು ಅದು ಹೇಳಬಹುದು. ನಿಮಗೇನು ಸತ್ಯ ತಿಳಿದಿದೆಯೋ ಅದನ್ನು ಅದಕ್ಕೆ

ತಿಳಿಸಲು ನಿಮ್ಮನ್ನು ನಿಜವಾದ ಸ್ಥಿತಿಗೆ ಒಯ್ಯಬಹುದು. ಅದನ್ನು ನೀವು ನಿಧಾನವಾಗಿ ಹಿಂಬಾಲಿಸುವಂತೆ ಸನ್ನೆ ಮಾಡಬಹುದು, ಅದನ್ನು ನೀವು ನಿಜಕ್ಕೂ ಬದುಕಿನಲ್ಲಿ ಬಯಸುತ್ತಿದ್ದಿರಿ, ಆದರೆ ಅದು ನಿಮಗೆ ಆ ಕಡೆಗೆ ಒಯ್ಯಲಾರದು, ಇದು ಪ್ರತಿಯೊಬ್ಬ ವ್ಯಕ್ತಿಯಲ್ಲೂ ನಿಜವಾಗಬಹುದು. ಅಸಂಖ್ಯ ವಿಧಾನಗಳಲ್ಲಿ ಕೆಲವು ಉದಾಹರಣೆಗಳು, ಅವರು ನಿಮ್ಮೊಡನೆ ಸಂವಾದ ನಡೆಸಬಹುದು ಮತ್ತು ನೀವು ಅವರನ್ನು ಅನುಸರಿಸಬಹುದು, ಅದೇ ವೇಳೆ ಅದು ಯಾವಾಗಲೂ ನಿಮ್ಮ ಕಲ್ಪನೆಯಿಂದಲೂ ಪವಾಡ ಮತ್ತು ಸಮೃದ್ಧಿಯನ್ನು ಉತ್ಪನ್ನ ಮಾಡಬಹುದು.

ಅಂತಃರ್ಜ್ಞಾನಕ್ಕೆ ಯಾವಾಗಲೂ ಏನು ಮಾಡಬೇಕೆಂದು ತಿಳಿದಿರುತ್ತದೆ ಮತ್ತು ಅದನ್ನು ಅನುಸರಿಸಿದರೆ ಸಮೃದ್ಧಿಯಾಗುತ್ತದೆ ಎಂದರೆ ಬಹುತೇಕ ಮಂದಿ ಯಾಕಾಗಿ ಅಂತಃರ್ಜ್ಞಾನದ ಮಾತನ್ನು ಕೇಳುವುದಿಲ್ಲ? ಭಯ.

ನಮ್ಮ ಅಂತಃರ್ಜ್ಞಾನದ ಮಾತನ್ನು ಕೇಳುವುದೆಂದರೆ ಭಯ ಅಥವಾ ಬಹಳಷ್ಟು ಕಷ್ಟಕ್ಕೆ ಗುರಿಯಾಗುತ್ತೇವೆ. ಹೀಗೇಕೆ ಅಂದರೆ ನಮ್ಮ ಅಂತಃರ್ಜ್ಞಾನ ಅಜ್ಞಾನದ ಕ್ಷೇತ್ರದಲ್ಲಿರುತ್ತದೆ. ಬೇರೆ ಮಾತುಗಳಲ್ಲಿ ಹೇಳುವುದಾದರೆ, ನಮ್ಮ ಅಂತಃರ್ಜ್ಞಾನ ಆಧ್ಯಾತ್ಮಿಕವಾಗಿರುತ್ತದೆ ಮತ್ತು ಅಸೀಮಿತ ಸಾಧ್ಯತೆಗಳ ಕ್ಷೇತ್ರದಲ್ಲಿ ಕೆಲಸ ಮಾಡುತ್ತದೆ, ಅದು ಪ್ರಕೃತಿಯ ಅಜ್ಞಾನ ಕ್ಷೇತ್ರವಾಗಿರುತ್ತದೆ. ನಾವು ಮಾನವರು ಸದಾ ಅಜ್ಞಾನಕ್ಕೆ ಹೆದರುತ್ತೇವೆ, ಯಾಕೆಂದರೆ ಅಲ್ಲೇನು ನಡೆಯಬಹುದೆಂದು ನಮಗೆ ಊಹಿಸಲು ಸಾಧ್ಯವಾಗುವುದಿಲ್ಲ. ನಾವು ಅಜ್ಞಾನದಲ್ಲಿ ಹೆಜ್ಜೆಯಿಟ್ಟಾಗ, ಆಗಷ್ಟೇ ನಾವು ಆ ಅಸೀಮಿತ ಸಾಧ್ಯತೆಗಳನ್ನು ಅನುಭವಿಸಲು ಸಾಧ್ಯವಾಗುತ್ತದೆ. ಅದೇ ಬದುಕು ನಮಗೆ ನೀಡಲು ಬಯಸುತ್ತಿರುತ್ತದೆ. ಹಾಗಾಗಿ ನಮ್ಮ ಅಂತಃರ್ಜ್ಞಾನದ ಮೇಲೆ ಭರವಸೆ ಇಟ್ಟಾಗ ಮಾತ್ರವೇ ನಮ್ಮಲ್ಲಿ ಮಾಯಾಜಾಲ ಅಥವಾ ಪವಾಡಗಳು ಸಂಭವಿಸಲು ಸಾಧ್ಯ. ನಾವು ಶುದ್ಧ ಸಾಧ್ಯತೆಗಳ ಕ್ಷೇತ್ರದಲ್ಲಿ ಹೆಜ್ಜೆಯನ್ನಿರಿಸುತ್ತೇವೆ. ಅದೇ ಕಾರಣದಿಂದ ನಾವು ಏನು ಪ್ರಕಟವಾಗುತ್ತದೆ ಎಂದು ಕೇಳುತ್ತೇವೆಯೇ ವಿನಾ ಅದು ಹೇಗೆ ಸಂಭವಿಸುತ್ತದೆ ಎಂದು ಕೇಳುವುದಿಲ್ಲ.

ಶೂನ್ಯ ಯೋಚನೆಯಿಂದಷ್ಟೇ ನಾವು ಪವಾಡಗಳ ಪ್ರದೇಶವನ್ನು ಪ್ರವೇಶಿಸಲು ಸಾಧ್ಯ. ನಾವು ಯೋಚಿಸಲು ತೊಡಗಿದಾಗ ತಕ್ಷಣ ನಮ್ಮನ್ನು ಅಲ್ಲಿಂದ ಹೊರಕ್ಕೆ ಎಸೆಯಲಾಗುತ್ತದೆ. ತನ್ಮೂಲಕ ನಾವು ಆತಂಕ, ಚಿಂತೆ ಮತ್ತು ಕಷ್ಟದ ಅವಸ್ಥೆಯನ್ನು ಹೊಂದುತ್ತೇವೆ. ಭವಿಷ್ಯದಲ್ಲಿ ಏನಾಗಬಹುದೆಂದು ಈ ಆಧಾರದ ಮೇಲೆ ನಮ್ಮ ಯೋಚನೆಗಳು ಕೆಲಸ ಮಾಡುತ್ತವೆ. ಹಾಗಾಗಿ

ಬಹುತೇಕ ಮಂದಿಗೆ ಯಾವಾಗಲೂ ಏನು ಸಿಗುತ್ತದೋ ಅದೇ ಸಿಗುತ್ತದೆ. ಅವರು ತಮ್ಮ ಸೀಮಿತ ವ್ಯಕ್ತಿಗತ ಮಿದುಳಿನ ಉಪಯೋಗ ಮಾಡುತ್ತ ಹಿಂದೆ ಎಂದಿಗೂ ಅನುಭವಿಸಿರದ ಯಾವುದೇ ವಸ್ತುವಿಷಯವನ್ನು ಪಡೆಯಲು ಬಯಸುತ್ತಾರೆ. ಅವರು ಶೂನ್ಯ ಯೋಚನೆಯ ಅವಸ್ಥೆಯಲ್ಲಿ ಹೆಜ್ಜೆಯಿಟ್ಟು, ತಮ್ಮ ಅಂತಃರ್ಜ್ಞಾನದ ಮಾತನ್ನು ಆಲಿಸಿ, ಅಜ್ಞಾತದಲ್ಲಿ ಹೆಜ್ಜೆಯಿಡಬೇಕೆಂದು ಅವರಿಗೆ ಎಂದಿಗೂ ತಿಳಿಯುವುದಿಲ್ಲ. ನಾವು ಹಿಂದೆಂದೂ ಅನುಭವಿಸಿರದ ವಿಷಯದ ನಿರ್ಮಾಣವನ್ನು ಕೇವಲ ಅಸೀಮಿತ ಸಾಧ್ಯತೆಗಳ ಕ್ಷೇತ್ರವನ್ನು ತಲುಪಿದರಷ್ಟೇ ಪಡೆಯಲು ಸಾಧ್ಯ. ಅದನ್ನು ಪಡೆಯಲು ಏಕಮಾತ್ರ ವಿಧಾನವೆಂದರೆ ಆ ಅಜ್ಞಾತ ಜಾಗವನ್ನು ತಲುಪುವುದು.

ಸಾರಾಂಶದಲ್ಲಿ ಹೇಳುವುದಾದರೆ, ವರ್ತಮಾನದ ಕ್ಷಣದಲ್ಲಿ ನೀವೇನು ಮಾಡಬೇಕೆಂದು ನಿಮ್ಮ ಅಂತಃರ್ಜ್ಞಾನಕ್ಕೆ ತಿಳಿದಿರುತ್ತದೆ, ಆದರೆ ಅಲ್ಲಿಗೆ ತಲುಪುವುದಕ್ಕಿರುವ ಏಕಮಾತ್ರ ವಿಧಾನವೆಂದರೆ, ಶೂನ್ಯ ಯೋಚನೆಯ ಅವಸ್ಥೆಯನ್ನು ಹೊಂದುವುದು. ನೀವು ಅಸೀಮಿತ ಸಾಧ್ಯತೆಗಳ (ಅಜ್ಞಾತ) ಕ್ಷೇತ್ರದಲ್ಲಿ ಪದಾರ್ಪಣೆ ಮಾಡುತ್ತಿರುವುದರಿಂದ ನಿಮ್ಮ ಮನಸ್ಸು ಗಾಬರಿಗೊಳ್ಳಬಹುದು, ಆದರೆ ನೆನಪಿಡಿ, ಕೇವಲ ಯೋಚಿಸುವುದರಿಂದಷ್ಟೇ ನಿಮ್ಮಲ್ಲಿ ಗಾಬರಿ ಉತ್ಪತ್ತಿಯಾಗುತ್ತದೆ, ಅಂದಾಗ ಭಯ ದೂರವಾಗುತ್ತದೆ, ಯೋಚನೆ ನಿಲ್ಲುತ್ತದೆ ಮತ್ತು ನೀವು ಯಾವ ಅಂತಃರ್ಜ್ಞಾನದ ಬಗೆಗೆ ಕೆಲಸ ಮಾಡಲು ಸಾಹಸ ಮಾಡುವಿರೋ ಅದು ಸ್ವಾಭಾವಿಕವಾಗಿ ಎದುರಿಗೆ ಪ್ರಕಟವಾಗುತ್ತದೆ. ಈ ಕ್ಷಣದಲ್ಲಿ ನಿಮ್ಮ ಆಂತರಿಕ ಬುದ್ಧಿಮತ್ತೆ (ಭಗವಂತ)ಯ ಮೇಲೆ ವಿಶ್ವಾಸವನ್ನು ಹೊಂದಿರಬೇಕಾಗುತ್ತದೆ. ಅದರಿಂದ ನೀವು ಬದುಕಿನಲ್ಲಿ ಮುಂದೇನು ಆಗುತ್ತದೆ ಎಂಬ ಅಗೋಚರವಾದ ದಿಕ್ಕಿನಲ್ಲಿ ಸಾಗುವಂತೆ ಅದು ಮಾರ್ಗದರ್ಶನ ಮಾಡುತ್ತದೆ – ತನ್ಮೂಲಕ ನಿಮಗೆ ರೋಮಾಂಚನ ಮತ್ತು ಆನಂದ ಲಭಿಸುತ್ತವೆ. ನಿಮ್ಮಲ್ಲಿ ಈ ಮೊದಲು ಇಲ್ಲದ ನಿಮಗೆ ಇಷ್ಟವಾದ ವಿಷಯವನ್ನು ಅಜ್ಞಾತ ಪ್ರಕಟಿಸುತ್ತದೆ. ನೀವು ಅಂತಃರ್ಜ್ಞಾನದ ಜೊತೆಗೆ ಕೆಲಸ ಮಾಡುವಾಗ ಎಲ್ಲಾ ಸಮಯ ಭಯವುಂಟಾಗುತ್ತದೆ ಎಂದೇನೂ ಇರುವುದಿಲ್ಲ. ಭಯ ಯಾವಾಗ ಪ್ರಕಟವಾಗುತ್ತದೆ ಎಂದರೆ ನಿಮ್ಮ ಯೋಚನೆ ಅದರ ನಾಲ್ಕೂ ದಿಸೆಗಳಲ್ಲಿ ಓಡಾಡುವಾಗಷ್ಟೇ. ಒಂದೊಮ್ಮೆ ನೀವು ಭಯಕ್ಕೆ ಮಾನ್ಯತೆ ನೀಡುತ್ತೀರಿ ಮತ್ತು ಯೋಚನೆಗಳಿಂದಾಗಿಯೇ ಭಾವನೆಗಳು ಉತ್ಪನ್ನವಾಗುತ್ತವೆ ಅಂತಂದರೆ, ಆಗ ಭ್ರಮೆ ಚದುರಿಹೋಗುತ್ತವೆ ಮತ್ತು ನೀವು ಶಾಂತಿ, ಆನಂದ ಮತ್ತು ಶುದ್ಧ ಪ್ರೇಮದಲ್ಲಿ ತೇಲಾಡುವಿರಿ. ಇದೇ

ಜಾಗದಲ್ಲಿ ನೀವು ಸದಾ ವಿಹರಿಸಲು ಇಷ್ಟಪಡುತ್ತೀರಿ. ಇದರಿಂದ ನಿಮ್ಮೊಳಗೆ ಸಕಾರಾತ್ಮಕ ಭಾವನೆಗಳ ಉತ್ಪತ್ತಿಗೆ ಅನುಮತಿ ಸಿಗುತ್ತದೆ, ಅದೇ ನಿಮ್ಮಲ್ಲಿ ಸರ್ವಸ್ವವನ್ನು ಪ್ರಕಟವಾಗುವುದಕ್ಕಿರುವ ಪೂರ್ವ ನಿಶ್ಚಿತ ಶರ್ತವಾಗಿರುತ್ತದೆ. ಅದನ್ನು ನೀವು ಸ್ವತಃ ಕಲ್ಪನೆ ಮಾಡಿಕೊಳ್ಳಲು ಸಾಧ್ಯವಾಗುತ್ತದೆ.

15

ಪವಾಡಗಳಿಗೆ ಜಾಗ ಕಲ್ಪಿಸಿಕೊಡುವುದು

“

ಇಂದು ನಾನು ಪವಾಡಗಳಿಗೆ ಜಾಗ ಮಾಡಿಕೊಡುತ್ತೇನೆ.
ಪವಾಡ ಎಷ್ಟು ದೊಡ್ಡದು ಎನ್ನುವುದು ಮಹತ್ವದ್ದಲ್ಲ,
ಮಹತ್ವ ಏನೆಂದರೆ ನಾನು ಅದಕ್ಕೆ ಎಷ್ಟು ಜಾಗವನ್ನು
ಕಲ್ಪಿಸಿಕೊಡುತ್ತೇನೆ ಎಂಬುದು.

”

ಕಾಯಿಲ್ ಗ್ರೇ

ಝೆನ್ ಗುರು ಮತ್ತು ವಿದ್ವಾನ್‌ನ ಕಥೆ- ನಿಮ್ಮ ಕಪ್‌ನ್ನು ಖಾಲಿಯಾಗಿಸಿ

ಒಂದಾನೊಂದು ಕಾಲದಲ್ಲಿ ಒಬ್ಬ ಬುದ್ಧಿವಂತ ಝೆನ್ ಗುರುವಿದ್ದರು. ಅವರ ಸಹಾಯವನ್ನು ಯಾಚಿಸುತ್ತ ದೂರದೂರುಗಳಿಂದ ಜನರು ಬರುತ್ತಿದ್ದರು. ಅವರಿಗೆ ಆತ ಕಲಿಸುತ್ತ ಪ್ರಬುದ್ಧತೆಯ ಮಾರ್ಗವನ್ನು ತೋರಿಸುತ್ತಿದ್ದರು. ಒಮ್ಮೆ ಒಬ್ಬ ವಿದ್ವಾನ್ ಸಲಹೆ ಕೇಳುವುದಕ್ಕೆ ಗುರುಗಳ ಬಳಿಗೆ ಬಂದ. ಆತ ಹೇಳಿದ, "ನೀವು ನನಗೆ ಝೆನ್ ಕುರಿತಾಗಿ ಹೇಳಬೇಕೆಂದು ನಾನು ಬಯಸುತ್ತೇನೆ," ಎಂದನಾತ.

ವಿದ್ವಾನ್‌ನ ಮನಸ್ಸಿನಲ್ಲಿ ಬಹಳಷ್ಟು ಸ್ವಂತ ಬುದ್ಧಿ ತುಂಬಿಕೊಂಡಿರುವುದು ಗುರುಗಳಿಗೆ ಸ್ಪಷ್ಟವಾಗಿ ಹೋಯಿತು. ಆತ ಪದೇ ಪದೇ ತನ್ನ ಕಥೆಗಳನ್ನು ಹೇಳುತ್ತ ಗುರುಗಳ ಮಾತನ್ನು ತಡೆದುಬಿಡುತ್ತಿದ್ದ. ಹಾಗೆಯೇ ಗುರುಗಳು ಹೇಳುವುದನ್ನು ಆತ ಕೇಳುತ್ತಲೂ ಇರಲಿಲ್ಲ. ಗುರುಗಳು ಶಾಂತವಾಗಿ ಸದ್ಯ ತಾವು ಚಹಾ ಕುಡಿಯಬೇಕೆಂದು ಬಯಸಿದರು.

ಗುರುಗಳು ತಮ್ಮ ಅತಿಥಿಗೆ ಒಂದು ಕಪ್‌ಗೆ ಚಹಾವನ್ನು ತುಂಬಿಸಿದರು. ಕಪ್ ತುಂಬಿದ ಬಳಿಕವೂ ಗುರುಗಳು ಚಹಾವನ್ನು ಹಾಕುತ್ತಲೇ ಹೋದರು. ಕಪ್‌ನಿಂದ ಚಹಾ ಹೊರಗೆ ಚೆಲ್ಲಿ ಟೇಬಲ್ ಮೇಲೆಲ್ಲಾ ಹರಿಯತೊಡಗಿತು. ಕೊನೆಗೆ ವಿದ್ವಾನ್‌ನ ಬಟ್ಟೆಯ ಕೆಳಗಿನ ಅಂಚಿಗೂ ತಲುಪಿತು. ವಿದ್ವಾನ್ ಉದ್ರಿಕ್ತನಾಗಿ ಬೊಬ್ಬಿಟ್ಟು ಕೂಗಿದ, "ನಿಲ್ಲಿಸಿ! ಕಪ್ ಅದಾಗಲೇ ತುಂಬಿಹೋಗಿದೆ. ನಿಮಗೇನು ಕಣ್ಣು ಕಾಣಿಸುವುದಿಲ್ಲವೇ?" ಝೆನ್ ಗುರುಗಳು ಮಂದಹಾಸ ಬೀರುತ್ತ ಹೇಳಿದರು, "ಖಂಡಿತವಾಗಿಯೂ ಕಪ್ ತುಂಬಿದೆ. ನೀವು ಈ ಕಪ್‌ನ ತರಹವೇ – ನಿಮ್ಮೊಳಗೆ ಎಷ್ಟೊಂದು ವಿಚಾರಗಳು ತುಂಬಿಕೊಂಡಿವೆ ಅಂದರೆ ಇನ್ನಷ್ಟು ಜ್ಞಾನ ತುಂಬುವುದಕ್ಕೆ ಜಾಗವೇ ಇಲ್ಲವಾಗಿದೆ. ಮುಂದಿನ ಸಲ ಬರುವಾಗ ನೀವು ನಿಮ್ಮ ಖಾಲಿಯಾದ ಕಪ್‌ನ ಜೊತೆಗೆ ಬರಬೇಕು."

ಶೂನ್ಯದ ಕುರಿತು ನಾನೆಷ್ಟು ಬರೆದಿದ್ದೇನೋ ಅದಕ್ಕೊಂದು ವಿಡಂಬನೆಯಿದು. ಅಲ್ಲೇ ಒಂದು ಜಾಗವಿರುವುದು: ಅದು ಶೂನ್ಯ ಅಥವಾ ಏನೂ

ಇಲ್ಲದಿರುವುದು. ನಾವು ಸೃಷ್ಟಿ ಅಥವಾ ಕ್ವಾಂಟಮ್ ಫಿಸಿಕ್ಸ್‌ನ ಕುರಿತು ಅಧ್ಯಯನ ಮಾಡುವಾಗ, ಪ್ರತಿಯೊಂದು ವಸ್ತುವೂ ಶೂನ್ಯದಿಂದ ಬರುತ್ತದೆ ಎಂದು ವೇದ್ಯವಾಗುತ್ತದೆ. ಆದ್ದರಿಂದಲೇ ಮಹಾನ್ ಆಧ್ಯಾತ್ಮಿಕ ಗುರುಗಳು ಇದನ್ನು ಮಹಾಶೂನ್ಯವೆಂದು ಕರೆದರು. ಸೃಜಿಸುವ ವೇಳೆ ಅದಕ್ಕೆ ಸ್ಪೇಸ್ ಅಥವಾ ಜಾಗವಿರಬೇಕಾಗುತ್ತದೆ. ಅದನ್ನೇ ನಮ್ಮ ಮನಸ್ಸಿನ ಬಗ್ಗೆಯೂ ಅನ್ನಬಹುದು. ನಾವು ಯಾವುದೇ ಹೊಸ ವಸ್ತುವನ್ನು ನಿರ್ಮಾಣ ಮಾಡಲು ಬಯಸಿದರೆ, ಹೊಸ ವಿಚಾರದಂತಹ ವಿಷಯಗಳು, ಅದಕ್ಕೂ ಮೊದಲು ಅದಕ್ಕೆ ಜಾಗ ಹೊಂದಿಸಬೇಕಾಗುತ್ತದೆ. ಅದರಿಂದ ನಿಮಗೆ ಹೊಸ ವಿಚಾರವನ್ನು ಗ್ರಹಿಸುವುದಕ್ಕೆ ಸಾಧ್ಯವಾಗುತ್ತದೆ, ಅದರಿಂದ ನಿಮ್ಮ ಬದುಕು ಬದಲಾಗಿಬಿಡುತ್ತದೆ. ಚಹಾದ ಕಪ್‌ನ ಹಾಗೆ, ನಿಮ್ಮ ಮನಸ್ಸು ಹಳೆಯ ಯೋಚನೆಗಳಿಂದ ತುಂಬಿಕೊಂಡಿದ್ದರೆ, ನೀವು ಬಯಸುವ ಪರಿವರ್ತನೆ ಹೊಂದಿ ಹೊಸ ವಿಚಾರಗಳನ್ನು ಅದರಲ್ಲಿ ಮೂಡಿಸುವುದು ಕಷ್ಟಸಾಧ್ಯ.

ನೀವು ಶೂನ್ಯ ಯೋಚನೆಯ ಮೂಲಕ ಅದಕ್ಕೆ ಸೂಕ್ತ ಜಾಗವನ್ನು ಹೊಂದಿಸಬಹುದು. ನಾವು ಹಳೆಯ ಯೋಚನೆಗಳ ಆತಂಕ ಪೂರ್ಣ ಪ್ರಯತ್ನಗಳನ್ನು ನಿಲ್ಲಿಸಿದಾಗ, ಅಲ್ಲಿ ತಕ್ಷಣ ಸ್ಥಳಾವಕಾಶ ಉತ್ಪನ್ನವಾಗಿ ಹೊಸ ವಿಚಾರಗಳು ದಾಖಲಾಗುತ್ತವೆ. ಆ ಪ್ರಶ್ನೆಗಳು ನಮ್ಮ ಯೋಚನೆಯ ಪ್ರಸ್ತುತ ವಿಧಾನಗಳಿಗೆ ಸವಾಲೊಡ್ಡುತ್ತವೆ, ಅವು ನಮ್ಮ ಮನಸ್ಸಿನಲ್ಲಿ ಜಾಗವನ್ನು ಉತ್ಪನ್ನ ಮಾಡುವ ವಿಶೇಷ ವಿಧಾನವೆನ್ನಬಹುದು.

ಎಲ್ಲಾ ಪವಾಡಗಳು ಶೂನ್ಯದ ಕ್ಷೇತ್ರದಲ್ಲೇ ಸಂಭವಿಸುತ್ತವೆ. ಉದಾಹರಣೆಗೆ, ಮಹಾನ್ ಕ್ರೀಡಾಪಟುಗಳು ತರಬೇತಿಯ ಗಹನವಾದ ಪರಿಕ್ರಮದಲ್ಲಿ ಹಾದುಹೋಗುತ್ತಾರೆ, ತದನಂತರ ಅವರು ವಿಶ್ರಾಂತಿಯನ್ನು ಅದೇ ರೀತಿಯ ಗಹನವಾದ ಅವಧಿಯಲ್ಲಿ ಕಳೆದು ತಮ್ಮ ಉತ್ಕೃಷ್ಟ ಪ್ರದರ್ಶನವನ್ನು ನೀಡಬೇಕಾಗುತ್ತದೆ. ಅದೇ ವಿಶ್ರಾಂತಿಯ ಅವಧಿಯಲ್ಲಿ ಅವರು ಪೂರ್ವಸ್ಥಿತಿಗೆ ಬರುತ್ತಾರೆ, ಅವರ ಮಾಂಸಪೇಶಿಗಳು ಸುಧಾರಿಸುತ್ತವೆ ಮತ್ತು ಅದರಿಂದ ಅವರು ಮತ್ತಷ್ಟು ಶಕ್ತಿಶಾಲಿಯಾಗುತ್ತಾರೆ. ವಿಶ್ರಾಂತಿಯ ಸಮಯದಲ್ಲಿ ತಾವು ಸ್ವತಃ ಅದೇನು ಸ್ಥಿತಿಯನ್ನು ಹೊಂದುತ್ತಾರೆ, ಅಲ್ಲಿಯೇ ಅವರಿಗೆ ವ್ಯಾಯಾಮದಿಂದ ಸಿಗಬಹುದಾದ ಎಲ್ಲಾ ಸವಲತ್ತುಗಳು ಸಿಗುತ್ತವೆ.

ಥಾಮಸ್ ಎಡಿಸನ್‌ರ ಮುಂದೆ ಯಾವುದೇ ಕಠಿಣ ಸವಾಲು ಎದುರಾದಾಗ, ಅವರು ತಮ್ಮ ಎರಡೂ ಕೈಗಳಲ್ಲಿ ಒಂದೊಂದು ಸ್ಟೀಲ್‌ನ ಚೆಂಡುಗಳನ್ನು ಹಿಡಿದು ಕುಳಿತ ಕುರ್ಚಿಯಲ್ಲೇ ನಿದ್ದೆ ಹೋಗುತ್ತಿದ್ದರು. ಕಟ್ಟಕಡೆಗೆ ಸಾಕಷ್ಟು ಆಳವಾದ ನಿದ್ದೆಯಲ್ಲಿ ಮುಳುಗಿರುವಾಗ ಅವರ ಕೈಗಳಲ್ಲಿನ

ಚೆಂಡುಗಳು ಬಿದ್ದುಹೋಗುತ್ತಿದ್ದವು, ಹಾಗೆಯೇ ಅವರು ಎದ್ದುಬಿಡುತ್ತಿದ್ದರು ಮತ್ತು ಅವರ ಮನಸ್ಸಿನಲ್ಲಿ ಕಾಡುತ್ತಿದ್ದ ಸಮಸ್ಯೆಗೆ ಸಮಾಧಾನದ ಉತ್ತರ ಲಭಿಸುತ್ತಿತ್ತು. ಪ್ರತಿಯೊಂದು ವಿಷಯವೂ ಶೂನ್ಯದಿಂದ ಬರುತ್ತಿದ್ದವು ಮತ್ತು ಅಂತಹ ಹೊಸ ಕಲ್ಪನೆಗಳಿಗೆ ಮಿದುಳಿನಲ್ಲಿ ಜಾಗ ಮಾಡಿಕೊಡಬೇಕೆಂದು ಎಡಿಸನ್‌ರಿಗೆ ಗೊತ್ತಿತ್ತು. ಅದಿಲ್ಲದೆ ತಮಗೆ ಹಳೆಯ ಪಂಥದ ಯೋಚನೆಗಳ ತರಹ ಸಮಸ್ಯೆಗಳನ್ನು ಪರಿಹರಿಸಲು ಆಗುತ್ತಿರಲಿಲ್ಲ. ಹಳೆಯ ಯೋಚನೆಗಳ ತಮ್ಮ ಸವಾಲುಗಳಿಗೆ ಸಮಾಧಾನದ ಪರಿಹಾರವನ್ನು ನೀಡಲು ಅಸಮರ್ಥವೆಂದು ಅವರಿಗೆ ತಿಳಿದಿತ್ತು.

"ನಾವು ಸಮಸ್ಯೆಗಳನ್ನು ಚೈತನದ ಯಾವ ಸ್ಥಿತಿಯಲ್ಲಿ ಉತ್ಪತ್ತಿ ಮಾಡಿದ್ದವೋ ಅದೇ ಸ್ಥಿತಿಯಲ್ಲಿ ಪರಿಹರಿಸಲು ಆಗುವುದಿಲ್ಲ."

–ಅಲ್ಬರ್ಟ್ ಐನ್‌ಸ್ಟೀನ್

ಎಡಿಸನ್‌ರ ರೀತಿಯಲ್ಲೇ ಐನ್‌ಸ್ಟೀನ್‌ರ ವ್ಯವಹಾರವೂ ವಿಚಿತ್ರವಾಗಿರುತ್ತಿದ್ದುವು, ಆದರೆ ಜಾಗದ ನಿರ್ಮಾಣದ ವಿಷಯದಲ್ಲಿ ಅವರಿಬ್ಬರೂ ಒಂದೇ ತರಹ ವ್ಯವಹರಿಸುತ್ತಿದ್ದರು. ಐನ್‌ಸ್ಟೀನ್‌ರ ಎದುರಿಗೆ ಯಾವುದೇ ಕಠಿಣ ಸಮಸ್ಯೆ ಎದುರಾದಾಗ, ಅವರು ಆ ವಿಷಯದ ಮೇಲೆ ಕೆಲಸ ಮಾಡುವುದನ್ನು ಬಿಟ್ಟುಬಿಡುತ್ತಿದ್ದರು ಮತ್ತು ವಯಲಿನ್ ನುಡಿಸುತ್ತಿದ್ದರು. ವಯಲಿನ್ ನುಡಿಸುವಾಗ ಉತ್ತರ ಯಾವ ಬಗೆಯಲ್ಲಿ ಅವರ ಮನಸ್ಸಿನಲ್ಲಿ ಮೂಡುತ್ತಿದ್ದವೋ ಅದನ್ನೇ ಆಧಾರವಾಗಿಟ್ಟುಕೊಂಡು ಸಮಸ್ಯೆಯನ್ನು ಬಗೆಹರಿಸುತ್ತಿದ್ದರು. ಸೃಷ್ಟಿಯ ಪ್ರಕ್ರಿಯೆಯಲ್ಲಿ ದೈವಿಕ ಶಕ್ತಿಯನ್ನು ಡೌನ್‌ಲೋಡ್ ಮಾಡುವುದಕ್ಕಾಗಿಯೇ ಐನ್‌ಸ್ಟೀನ್ ಶೂನ್ಯ ಯೋಚನೆಯ ಮೂಲಕ ತಮ್ಮ ಮನಸ್ಸಿನಲ್ಲಿ ಜಾಗವನ್ನು ಉತ್ಪತ್ತಿ ಮಾಡುತ್ತಿದ್ದರು.

ನಾವು ಪ್ರತಿಯೊಂದು ವಿಷಯದಲ್ಲೂ ಶಂಕೆ ಪಡುವ ಅವಶ್ಯಕತೆಯಿರುವುದಿಲ್ಲ. ನಾವು ಯಾರನ್ನು ಜೀನಿಯಸ್ ಎಂದು ತಿಳಿದಿರುತ್ತೇವೋ, ಅವರು ಪ್ರಪಂಚಕ್ಕೆ ನೀಡಿದ ಮಹೋನ್ನತ ಆವಿಷ್ಕಾರಗಳಿಗೆ ಅಂತಹದ್ದೇನೂ ಅತಿಶಯವಾದ ಪ್ರಯತ್ನವನ್ನು ಮಾಡಿರುವುದಿಲ್ಲ. ಅವರೇನೂ ನಮಗಿಂತ ಹೆಚ್ಚು ಭಿನ್ನವಾದವರೇನೂ ಅಲ್ಲ. ನಾವೆಲ್ಲ ಒಂದೇ ಸ್ರೋತದಿಂದ ಆವಿರ್ಭವಿಸಿದವರು. ಸರಿಯಾದ ಯೋಚನೆಯಿಂದ ನಾವು

ಕೂಡಾ ನಮ್ಮೆದುರಿನ ಸಮಸ್ಯೆಯನ್ನು ಪರಿಹರಿಸಲು ಸಾಧ್ಯವಿದೆ. ನಾವು ನಮ್ಮ ಬದುಕಿನ ಭಿನ್ನವಾದ ಅನುಭವದಿಂದ ಕೇವಲ ಒಂದೇ ಒಂದು ತಿಳುವಳಿಕೆ ಮತ್ತು ವಿಚಾರದಿಂದ ದೂರವಿದ್ದೇವೆ ಅಷ್ಟೇ.

ಸವಾಲಿನ ಸ್ಥಿತಿಯಲ್ಲಿ ದಿವ್ಯ ಡೌನ್‌ಲೋಡ್ ಪ್ರಾಪ್ತವಾಗಲು ಈ ಕೆಳಗಿನ ಪ್ರಕ್ರಿಯೆಗಳನ್ನು ಹೇಳಲಾಗಿವೆ:

1. ಎಚ್ಚರವಾಗಿರಿ, ನಿಮ್ಮೆಲ್ಲ ನಕಾರಾತ್ಮಕ ಭಾವನೆಗಳಿಗೆ ಯೋಚಿಸುವುದೇ ಮೂಲ ಕಾರಣವಾಗಿರುತ್ತದೆ.
2. ವ್ಯಕ್ತಿಗತ ಮನಸ್ಸಿನ ಪ್ರತಿಯೊಂದು ಯೋಚನೆಯನ್ನು ಸಮರ್ಪಿಸಿ ಅಲ್ಲಿ ಜಾಗವನ್ನು ನಿರ್ಮಾಣ ಮಾಡಿ. ಹಾಗೆಯೇ ನಿಮ್ಮ ಆಂತರಿಕ ಬುದ್ಧಿಮತ್ತೆ (ಭಗವಂತ/ಸೃಷ್ಟಿ/ಅಸೀಮಿತ ಪ್ರಜ್ಞೆ) ನಿಮಗೆ ಉತ್ತರವನ್ನು ನೀಡುತ್ತದೆ ಎಂಬ ಪೂರ್ಣ ವಿಶ್ವಾಸವಿರಲಿ. ಅಷ್ಟೇ ಅಲ್ಲ ಉತ್ತರ ಯಾವಾಗ ಮತ್ತು ಹೇಗೆ ಬರಬಹುದು ಎಂಬ ಇಚ್ಛೆಯನ್ನೂ ಸಮರ್ಪಿಸುವುದು ಉತ್ತಮ.
3. ನೀವು ಸಮರ್ಪಿಸಿದ ಬಳಿಕ, ಉತ್ಪನ್ನವಾಗುವ ಭಾವನೆಗಳ ಬಗೆಗೆ ಎಚ್ಚರವಾಗಿರಿ ಮತ್ತು ಪ್ರೇಮ, ಶಾಂತಿ ಹಾಗೂ ಆನಂದವನ್ನು ಹಲವು ಪಟ್ಟು ಹೆಚ್ಚಿಸಲು ಯತ್ನಿಸಿ. ನೀವು ಯಾವ ಸಮಸ್ಯೆಯನ್ನು ಎದುರಿಸುತ್ತೀರೋ ಅದನ್ನು ಎದುರಿಸಿ, ಅದನ್ನು ಪ್ರೀತಿಯಿಂದ ಸ್ವೀಕರಿಸಿ ಮತ್ತು ಉತ್ತರ ನಿಮ್ಮ ಬಳಿಗೆ ಬಂದುಬಿಡುತ್ತದೆ.

ಇದು ಬಹಳ ಸರಳವಾಗಿದೆ ಎಂದು ಅನ್ನಿಸಿದರೆ, ಒಳ್ಳೆಯದೇ. ಸತ್ಯ ಯಾವಾಗಲೂ ಸರಳವಾಗಿರುತ್ತದೆ, ಸರಳವಾಗಿಸಬಲ್ಲುದು, ಆದರೆ ಅದು ಯಾವಾಗಲೂ ಸುಲಭವಾಗಿರುವುದಿಲ್ಲ ಮತ್ತು ಅತ್ಯಂತ ಮಹಾನ್ ಆಧ್ಯಾತ್ಮಿಕ ಗುರುಗಳು ಕೂಡಾ ಅದರೊಂದಿಗೆ ಸಂಘರ್ಷವನ್ನು ಹೊಂದಿದ್ದಾರೆ. ನಾವೆಂದು ಯೋಚನೆಯಲ್ಲಿ ಮುಳುಗಿರುತ್ತೇವೆ ಎಂಬುದು ಮಹತ್ವದ್ದಲ್ಲ, ಬದಲಾಗಿ ನಾವು ಮತ್ತೊಮ್ಮೆ ಯಾವಾಗ ಯೋಚನೆಗೆ ಸಿಕ್ಕಿಬೀಳುತ್ತೇವೆ ಮತ್ತು ಆಗ ಏನು ಮಾಡುತ್ತೇವೆ ಎಂಬುದು ಮಹತ್ವಪೂರ್ಣ. ನಾವೇನು ಯೋಚಿಸುತ್ತೇವೆ ಅದನ್ನೇ ಯಾವಾಗಲೂ ನೆನಪಲ್ಲಿ ಇಟ್ಟುಕೊಳ್ಳುತ್ತೇವೆ ಮತ್ತು ಅವನ್ನಷ್ಟೇ ಅನುಭವಿಸುತ್ತೇವೆ. ನಮ್ಮೆಲ್ಲ ಕಷ್ಟಗಳಿಗೂ ಯೋಚನೆಗಳೇ ಮೂಲ ಕಾರಣವಾಗಿರುತ್ತವೆ, ಅಲ್ಲಿಯವರೆಗೆ ನಾವು ಮುಕ್ತರಾಗುವುದಿಲ್ಲ.

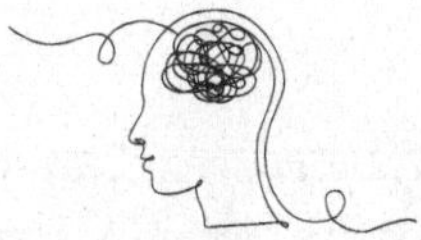

16

ನೀವು ಶೂನ್ಯ ಯೋಚನೆಯಲ್ಲಿ ಜೀವಿಸುವಾಗ ಏನಾಗುತ್ತದೆ (ಸಂಭವಿಸಬಹುದಾದ ಬಾಧೆಗಳು)

"

ಅನ್ಯರ ವ್ಯವಹಾರಗಳು ನಿಮ್ಮ ಆಂತರಿಕ
ಶಾಂತಿಯನ್ನು ಕದಡಲು ಬಿಡಬೇಡಿ.

"

ದಲೈ ಲಾಮಾ

ನೀವು ನಿಮ್ಮ ಶೂನ್ಯ ಯೋಚನೆಯ ಯಾತ್ರೆಯಲ್ಲಿ ತೊಡಗಿರುವಾಗ, ನಿಮ್ಮ ಹಾದಿಯಲ್ಲಿ ಅನೇಕ ಅಡಚಣೆಗಳು ಎದುರಾಗಬಹುದು. ಹಾಗಾಗಿ ನಾನು ನಿಮಗೆ ಎದುರಾಗಬಹುದಾದ ಅಡೆತಡೆಗಳ ಬಗ್ಗೆ ಹೇಳಲು ಬಯಸುತ್ತೇನೆ, ಅದರಿಂದ ಅಂತಹ ಎಡರುತೊಡರುಗಳನ್ನು ಎದುರಿಸುವಾಗ ನಿಮಗೆ ಸುಲಭವಾಗಬಹುದು.

ನೀವು ಶೂನ್ಯ ಯೋಚನೆಯಲ್ಲಿ ಜೀವಿಸಲು ಶುರು ಮಾಡಿದ ಬಳಿಕ ನಿಮ್ಮಲ್ಲಿ ಬಹಳ ಆನಂದ ಉತ್ಪತ್ತಿಯಾಗುತ್ತದೆ, ಯಾಕೆಂದರೆ ಅಂತಹ ಅವಸ್ಥೆಯಲ್ಲಿ ನಿಮಗೆ ಯಾವುದೇ ಆತಂಕ, ಚಿಂತೆ ಅಥವಾ ಸಮಸ್ಯೆಗಳು ತಲೆದೋರುವುದಿಲ್ಲ. ಅದರಲ್ಲಿ ಕೆಲವಂತೂ ನಿಮ್ಮ ಕಣ್ಣೆದುರೇ ಮಾಯವಾಗಿಬಿಡುತ್ತವೆ, ಯಾಕೆಂದರೆ ನೀವು ವಿಷಯಗಳನ್ನು ಸಮಸ್ಯೆಗಳ ದೃಷ್ಟಿಯಿಂದ ನೋಡದೇ ಇದ್ದಾಗ, ಅವು ನಿಮಗೆ ಸಮಸ್ಯೆಯೇ ಆಗಿರುವುದಿಲ್ಲ. ಎಷ್ಟರಮಟ್ಟಿಗೆ ಎಂದರೆ ನೀವೆಂದೂ ಅಂತಹ ಅವಸ್ಥೆಯನ್ನು ಅನುಭವಿಸುವುದಿಲ್ಲ, ಹಾಗಾಗಿ ನಿಮಗೆ ಬಹಳಷ್ಟು ಶಾಂತಿ ಮತ್ತು ನೆಮ್ಮದಿಯ ಅನುಭವವಾಗತೊಡಗುತ್ತದೆ.

ಜೀವವಿಜ್ಞಾನದ ದೃಷ್ಟಿಯಿಂದ ನಾವು ಯಾವತ್ತೂ ಅಪರಿಚಿತವಾದುದನ್ನು ಇಷ್ಟ ಪಡುವುದಿಲ್ಲ, ಯಾಕೆಂದರೆ ಅದರರ್ಥ ಅನಿಶ್ಚಿತತೆಯಾಗಿರುತ್ತದೆ. ವಿಪರ್ಯಾಸವೆಂದರೆ, ಈಗಿನ ದಿನಗಳಲ್ಲಿ ಬಹುತೇಕ ಜನರು ಯಾವುದೋ ವಿಷಯ ತಪ್ಪೆಂದು ತಿಳಿಯುತ್ತಾರೆ ಯಾಕೆಂದರೆ ಅವರು ದಿನವಿಡೀ ಖುಷಿ ಮತ್ತು ನೆಮ್ಮದಿಯನ್ನು ಹೊಂದಿರುತ್ತಾರೆ. ಇನ್ನು ಕೆಲವರು ತಾವು ಈಗ ಅಷ್ಟೇನೂ ಉತ್ಪಾದಕರಲ್ಲ, ಹಾಗಾಗಿ ತಾವು ಅಸಲಿಯಾಗಿ ಹೋಗಿದ್ದೇವೆ ಎಂದು ಭಾವಿಸುತ್ತಾರೆ. ಇದು ಸತ್ಯದಿಂದ ದೂರವಾಗಿದ್ದು ಮತ್ತು ಇದು ನಿಮ್ಮ ಮನಸ್ಸಿನ ಚಾಲಾಕಿತನವಾಗಿದ್ದು, ಅದರಿಂದ ನೀವು 'ಸುರಕ್ಷತೆ'ಯನ್ನು ಅದೇನು ಅನುಭವಿಸುತ್ತಿರೋ, ಅದು ನಿಮ್ಮ ಭ್ರಮೆಯಾಗಿದೆ, ಹಾಗಾಗಿ ನೀವು ಮತ್ತೆ ಯೋಚಿಸುವ ಹಳೆಯ ಚಾಳಿಗೆ ಬೀಳುತ್ತೀರಿ. ನಿಜವೆಂದರೆ ನಾವು ಯಾವಾಗ ಖುಷಿಯಾಗಿರುತ್ತೇವೆ, ಯಾವಾಗ ಶೂನ್ಯ ಯೋಚನೆಯ ಅವಸ್ಥೆಯಲ್ಲಿರುತ್ತೇವೆ, ನಾವು ಮನುಷ್ಯರಾಗಿ ಹೆಚ್ಚು ಉತ್ಪಾದಕರಾಗುತ್ತೇವೆ.

ನಾವು ಶುದ್ಧ ಆನಂದದ ಅವಸ್ಥೆಯಲ್ಲಿರುವಾಗ, ಸಮಯ ಬೇಗನೇ ಕಳೆದುಹೋಗುತ್ತದೆ. ಕೆಲಸಗಳು ಹೆಚ್ಚು ಸುಲಭವಾಗುತ್ತವೆ, ವಿಶೇಷ ರೀತಿಯಿಂದ ಪ್ರದರ್ಶಿತರಾಗುತ್ತೇವೆ, ಜನರು ನಮ್ಮೆಡೆಗೆ ಸೆಳೆಯಲ್ಪಡುತ್ತಾರೆ, ನಾವು ಹೆಚ್ಚು ಸಮೃದ್ಧಿಯನ್ನು ಆಕರ್ಷಿಸುತ್ತೇವೆ ಮತ್ತು ಶೂನ್ಯದಿಂದ ಪವಾಡಗಳು ಘಟಿಸಲು ಶುರುವಾಗುತ್ತದೆ. ಒಮ್ಮೆ ನೀವು ಶೂನ್ಯ ಯೋಚನೆಯ ಅವಸ್ಥೆಯಲ್ಲಿ ಬಹಳ ಸಲ ತೊಡಗಿಕೊಂಡರೆ, ನೀವು ಈ ಬಗೆಯ ಅನುಭವಗಳನ್ನು ಪಡೆಯುತ್ತೀರಿ ಮತ್ತು ಮತ್ತೆಂದೂ ಮರಳಿಹೋಗಲು ಇಷ್ಟಪಡುವುದಿಲ್ಲ.

ಆ ಸಮಯದಲ್ಲಿ ನಂಬಿಕೆ ಬಹಳಷ್ಟು ಮಹತ್ವಪೂರ್ಣವಾಗಿರುತ್ತದೆ – ಅಂತಹ ನಂಬಿಕೆ ಸ್ಥಿರವಾಗಿರುತ್ತದೆ. ಸೃಷ್ಟಿ ನಿಮ್ಮ ವಿರುದ್ಧವಲ್ಲವೆಂದು ತಿಳಿದಿರಿ, ಬದಲಾಗಿ ನಿಮಗಾಗಿ ಅದು ಕೆಲಸ ಮಾಡುತ್ತಿರುತ್ತದೆ. ಪ್ರತಿಯೊಂದು ವಿಷಯವೂ ಯಾವುದೋ ಕಾರಣದಿಂದಾಗಿಯೇ ನಡೆಯುತ್ತದೆ ಎಂದು ತಿಳಿದಿರಿ ಮತ್ತು ಬದುಕಿನಲ್ಲಿ ಯಾವುದೇ ಅಸಫಲತೆಗಳಿರುವುದಿಲ್ಲ. ಹಾಗಿದ್ದರೂ, ಅವು ಕೇವಲ ನಮಗೆ ಪಾಠ ಕಲಿಯಲು ಮತ್ತು ಅವಕಾಶ ಕಲ್ಪಿಸಲು ಬಂದಿರುತ್ತವೆ ಎಂದು ತಿಳಿದಿರಿ. ನಮ್ಮ ನಂಬಿಕೆಯನ್ನು ಅಜ್ಞಾತವಾಗಿ ಇರಿಸಿಕೊಳ್ಳಬೇಕು, ಯಾಕೆಂದರೆ ಅಲ್ಲಿ ಮಾತ್ರ ನಮ್ಮ ವರ್ತಮಾನ ಬದುಕಿನ ವಿಭಿನ್ನ ವಿಷಯಗಳು ನಿಹಿತವಾಗಿರುವ ಸಾಧ್ಯತೆಗಳಿರುತ್ತವೆ. ಅಜ್ಞಾತದಲ್ಲಿ ಎಲ್ಲಾ ಸಾಧ್ಯತೆಗಳು, ನಿಮ್ಮ ಬಯಕೆಗಳು ಮತ್ತು ಸಮಸ್ತ ವಿಷಯಗಳು ಇರುವುದು ಸಂಭವನೀಯ. ಒಮ್ಮೆ ನಿಮಲ್ಲಿ ಅಜ್ಞಾತಕ್ಕೆ ಭಯವಿಲ್ಲದೆ ಹಾರಿನೆಗೆಯುವ ಸಾಹಸ ಬಂತೆಂದರೆ, ನಿಮ್ಮ ಬದುಕು ಬದಲಾಗದಿರಲು ಸಾಧ್ಯವೇ ಇಲ್ಲ.

ನೀವು ಯಾವುದಾದರೂ ವಿಷಯ ತಪ್ಪೆಂದು ತಿಳಿದರೆ, ಯಾಕೆಂದರೆ ನೀವು ಬಹಳ ಶಾಂತ ಮತ್ತು ಸಂತುಷ್ಟಿಯನ್ನು ಅನುಭವಿಸುತ್ತಿರುವುದರಿಂದ, ಅದು ನಿಮ್ಮ ಮನಸ್ಸು ಮತ್ತು ಮಿದುಳಿನ ಕರಾಮತ್ತೆಂದು ತಿಳಿಯಿರಿ. ಅದು ನಿಮಗೆ ಮತ್ತೊಮ್ಮೆ ಯೋಚಿಸುವ ಆಸೆಗೆ ತಳ್ಳಿಬಿಡುತ್ತದೆ. ನಿಮ್ಮ ಮನಸ್ಸು ಬಹುದೊಡ್ಡ ಸೇಲ್ಸ್‌ಮನ್ ಆಗಿದ್ದು, ಏನನ್ನು ಹೇಳಬೇಕೆಂದು ಅದಕ್ಕೆ ಸರಿಯಾಗಿ ತಿಳಿದಿರುತ್ತದೆ ಹಾಗೆಯೇ ನಿಮ್ಮನ್ನು ಪುನರಪಿ ವಿನಾಶಕಾರಿ ಯೋಚನೆಯ ವಿಷಚಕ್ರದಲ್ಲಿ ಸಿಲುಕಿಕೊಳ್ಳುವಂತೆ ಮಾಡುತ್ತದೆ. ಈ ಕ್ಷಣದಲ್ಲೇ ನೀವು ಅಜ್ಞಾತದ ಮೇಲೆ ಭರವಸೆಯನ್ನು ಕುದುರಿಸುವ ಸವಾಲನ್ನು ಎದುರಿಸಬೇಕು ಮತ್ತು ಖುಷಿ, ನೆಮ್ಮದಿ ಮತ್ತು ಪ್ರೇಮದ ಭಾವನೆಗಳಲ್ಲಿ ಉಳಿಯಬಹುದು, ಇಲ್ಲವಾದರೆ ನೀವು ಮತ್ತೊಮ್ಮೆ ಗೊತ್ತುಗುರಿಯಿಲ್ಲದ

ನೋವು ಮತ್ತು ಮನೋವೈಜ್ಞಾನಿಕ ಕಷ್ಟದ ಹಳೆಯ ಪ್ಯಾಟರ್ನ್‌ಗೆ ತಲುಪುತ್ತೀರಿ. ನಾವು ಒಂದೋ ಅಜ್ಞಾತದಲ್ಲಿ ಸ್ವತಂತ್ರ ಮತ್ತು ನೆಮ್ಮದಿಯ ಆಯ್ಕೆಯನ್ನು ಮಾಡಿಕೊಳ್ಳಬಹುದು ಇಲ್ಲವೇ ಅದೇ ಗೊತ್ತಿರುವ ಸೀಮಿತ ಅವಸ್ಥೆಗೆ ಸಾಗಿ ಮತ್ತೆ ಕಷ್ಟವನ್ನು ಪಡುವ ವಿಕಲ್ಪವನ್ನು ಆಯ್ದುಕೊಳ್ಳಬಹುದು.

ನೀವು ಯೋಚನೆಗೆ ಮತ್ತೆ ಮರಳಿದರೆ, ಅದು ಪೂರ್ತಿಯಾಗಿ ಸರಿಯೇ. ಅದರಿಂದ ಸ್ವತಃ ಹೆಚ್ಚೇನೂ ಬಾಧೆಯಿಲ್ಲ. ಅದನ್ನು ನೆನೆದು ಪರಿತಪಿಸುವುದು ಬೇಡ. ಸ್ವತಃ ಶಿಕ್ಷಿಸುವ ಅಗತ್ಯವಿಲ್ಲ, ಯಾಕೆಂದರೆ ಅದರಲ್ಲಿ ನಿಮ್ಮ ಯೋಚನೆ ನಿರಂತರವಾಗಿ ಜ್ಯಾರಿಯಲ್ಲಿರುತ್ತದೆ. ತಿಳಿದಿರಿ, ಯೋಚನೆ ನಿಜಕ್ಕೂ ಮಾನವೀಯ ಗುಣವೇ. ಯೋಚನೆಗಳಿಂದಾಗಿಯೇ ನಿಮಗೆ ಕಷ್ಟಗಳನ್ನು ಅನುಭವಿಸಬೇಕಾಗುತ್ತದೆ ಎಂದು ಒಮ್ಮೆ ನೀವು ಸ್ವತಃ ಅರಿತುಕೊಂಡರೆ, ನಿಮಗೆ ಶಾಂತಿ, ಖುಷಿ ಮತ್ತು ಪ್ರೇಮದ ಅವಸ್ಥೆಗೆ ಮತ್ತೊಮ್ಮೆ ಸಾಗಲು ಸಾಧ್ಯ. ರೂಪಾಂತರದ ನೋವು ಮತ್ತು ಬವಣೆಯಿಲ್ಲದೆ ಅದು ಸಾಧ್ಯವಾಗುತ್ತದೆ.

17

ಈಗೇನು?

"

ಪ್ರತಿಯೊಂದು ವಿಷಯವೂ ಮುಗಿದುಹೋಗಿದೆ ಎನ್ನುವ ಒಂದು ಸಮಯ ಬಂದಾಗಲೇ ಅದು ಶುರುವಾಗಿರುತ್ತದೆ.

"

ಲೂಯೀ ಲಾಮೋರ್

ಇದೀಗ ನಾವು ಪುಸ್ತಕದ ಕೊನೆಯ ಹಂತಕ್ಕೆ ಬಂದಿದ್ದೇವೆ, ಆದರೆ ನೀವು ಬದುಕಿನಲ್ಲಿ ಹೊಸ ಅಧ್ಯಾಯವನ್ನು ಶುರು ಮಾಡುವವರಿದ್ದೀರಿ. ನೀವು ಶಾಂತಿ, ಪ್ರೇಮ ಮತ್ತು ಖುಷಿಯಿಂದ ಕೇವಲ ಒಂದು ವಿಚಾರದಷ್ಟು ದೂರವಿದ್ದೀರಿ– ಅದು ಶೂನ್ಯ ಯೋಚನೆಯ ಅವಸ್ಥೆಯಿಂದ ಬರುತ್ತದೆ. ಅದನ್ನು ನೆನಪಿಟ್ಟುಕೊಳ್ಳಿ, ನಿಮ್ಮ ಹೃದಯಕ್ಕೆ ಹತ್ತಿರದಲ್ಲಿರಿಸಿ, ಯಾಕೆಂದರೆ ಬದುಕು ಕಷ್ಟಗಳಲ್ಲಿ ಸಿಲುಕಿಕೊಂಡಾಗ ನಿಮಗೆ ಇದೇ ಬಯಕೆಯ ಅಗತ್ಯವಿದೆ. ನಾನು ಮೊದಲೇ ಹೇಳಿದ್ದೆ, ನೀವು ಈ ಪುಸ್ತಕವನ್ನು ಓದುವ ಮೊದಲು ಹೇಗಿದ್ದಿರಿ, ಓದಿದ ನಂತರ ಹಾಗೆಯೇ ಇರುವುದಿಲ್ಲ ಅಂತ. ನೀವು ಈ ಪುಸ್ತಕವನ್ನು ಮೊದಲಿನಿಂದ ಓದಿದ್ದರೆ, ಇಚ್ಛಾ ಮನಸ್ಸಿನಿಂದ ಓದಿದ್ದರೆ, ನೀವು ಬದುಕಿನ ಕಡೆಗಿರುವ ನಿಮ್ಮ ದೃಷ್ಟಿಕೋನವನ್ನು ಪೂರ್ತಿಯಾಗಿ ಬದಲಿಸಿರುತ್ತೀರಿ, ಹಾಗಾಗಿ ನೀವು ಮೊದಲಿನ ಮನುಷ್ಯನಾಗಿ ಉಳಿದಿರುವುದಕ್ಕೆ ಸಾಧ್ಯವಿಲ್ಲವೆನ್ನುತ್ತೇನೆ. ನೀವು ಯಾವತ್ತಾದರೂ ಒಂದು ವಸ್ತುವನ್ನು ನಿಮ್ಮ ಅಂತಃರ್ದೃಷ್ಟಿಯಿಂದ ನೋಡಿದರೆ, ಅದನ್ನು ನೀವು ಮರೆಯಲು ಸಾಧ್ಯವಾಗದು. ನಿಮ್ಮ ಚೇತನ ಒಮ್ಮೆ ವಿಕಸನಗೊಂಡಿತೆಂದರೆ ಅದು ಮತ್ತೆ ಸಂಕುಚಿತಗೊಳ್ಳುವುದು ಅಸಾಧ್ಯ. ನಾವು ಆಗಾಗ್ಯೆ ಮರೆತುಬಿಡಬಹುದು ಮತ್ತು ಪುನಃ ನಾವು ಯೋಚಿಸುವುದಕ್ಕೆ ಶುರು ಮಾಡಿದರೆ ಸ್ವತಃ ಕಷ್ಟಕ್ಕೆ ಗುರಿಯಾಗಬಹುದು. ಆದರೆ ಹಾಗೆಯೇ ನೆನಪಿಸಿಕೊಂಡರೆ ನಮ್ಮ ಬದುಕು ವಿಸ್ತೃತವಾಗುತ್ತ ಹೋಗುತ್ತದೆ ಮತ್ತು ಅದೇ ಎಚ್ಚರದಲ್ಲಿ ಪ್ರಸ್ತುತ ಸ್ಥಿತಿಯಲ್ಲಿ ಪ್ರೇಮ, ಶಾಂತಿ ಹಾಗೂ ಖುಷಿಯನ್ನು ಶೋಧಿಸಿಕೊಳ್ಳುತ್ತೇವೆ.

ಇದು ಬಹಳ ಸರಳ ಮತ್ತು ಬರೀ ಕಥೆಯಲ್ಲ ಎಂಬುದು ಮನವರಿಕೆಯಾದಾಗ, ನಿಮ್ಮ ಮನಸ್ಸು ಮತ್ತೆ ಯೋಚನೆಗೆ ಹಚ್ಚಲು ಯತ್ನಿಸಬಹುದು. ಸತ್ಯ ಸರಳ ಮತ್ತು ಯಾವಾಗಲೂ ಅದು ಹಾಗೆಯೇ ಇರುತ್ತದೆ. ಯಾವುದೇ ವಿಷಯ ನಿಮ್ಮನ್ನು ಜಟಿಲವಾಗಿಸಿದರೆ ಅದು ನಿಮ್ಮನ್ನು ಸತ್ಯದಿಂದ ದೂರಕ್ಕೆ ಒಯ್ಯಬಹುದು. ಸತ್ಯವೆಂದರೆ ನೀವು ಯೋಚಿಸುವಂಥದ್ದಲ್ಲ, ಬದಲಾಗಿ ಅದು ನಿಮ್ಮ ಆತ್ಮಕ್ಕೆ ಗೊತ್ತಿರುತ್ತದೆ ಮತ್ತು ಆಳದಲ್ಲಿ ಅದರ ಅನುಭವವಾಗುತ್ತಿರುತ್ತದೆ. ನಿಮ್ಮೊಳಗಿನ ಸ್ಥಿರ

ಆಂತರಿಕ ಬುದ್ಧಿಮತ್ತೆಯ ಧ್ವನಿ ಕೇಳಿಸಿಕೊಳ್ಳಿ, ಅದಕ್ಕೆ ಎಲ್ಲವೂ ಗೊತ್ತಿರುತ್ತದೆ. ಅದನ್ನೇ ನಿಮ್ಮ ಜೀವನದ ಮಾರ್ಗದರ್ಶಿಯಾಗಿಸಿಕೊಳ್ಳಿ. ನಾವು ನಮ್ಮ ಆತ್ಮದ ಧ್ವನಿಯನ್ನು ಕೇಳಿಸಿಕೊಂಡಾಗ ಬಹಳಷ್ಟು ಸಂತುಷ್ಟರಾಗುತ್ತೇವೆ. ನಮ್ಮಲ್ಲಿ ಸಾಕಷ್ಟು ಇಲ್ಲ, ನಾವು ಯಾವುದೋ ವಸ್ತುವನ್ನು ಮುಟ್ಟಲು ಸಾಧ್ಯವಾಗುತ್ತಿಲ್ಲ ಅಥವಾ ನಾವು ಬಯಸುವ ವಸ್ತು ನಮ್ಮಲ್ಲಿ ಇಲ್ಲವೆಂದು ಪ್ರಪಂಚ ಸದಾ ನಮ್ಮ ಎದುರಿಗೆ ವಿಜ್ಞಾಪನೆಯನ್ನು ಸಲ್ಲಿಸುತ್ತಿರುತ್ತದೆ. ಜನರು ನಿಮ್ಮ ಮೇಲೆ ನಿಮ್ಮದೇ ಅಭಿಪ್ರಾಯ, ಸಲಹೆ ಮುಂತಾದವನ್ನು ಹೇರಬಹುದು. ಪ್ರತಿಯೊಂದು ವಿಷಯ ನೀವು ಬಯಸುವಂಥದ್ದು ಮತ್ತು ನಿಮಗೆ ಅಗತ್ಯವಿರುವಂಥದ್ದು, ಅದಾಗಲೆ ನಿಮ್ಮೊಳಗೇ ಇದ್ದಿರುತ್ತದೆ. ನಿಮ್ಮಲ್ಲಿ ಮೊದಲಿಂದಲೂ ಭಾರೀ ಪ್ರೇಮ, ಖುಷಿ, ಶಾಂತಿ ಮತ್ತು ಸಂತುಷ್ಟಿಗಳು ತುಂಬಿರುತ್ತವೆ. ಈ ಸತ್ಯವನ್ನು ನಾವು ಯಾವಾಗ ಮರೆತುಬಿಡುತ್ತೇವೋ ಮತ್ತು ಯೋಚಿಸುವುದಕ್ಕೆ ತೊಡಗುತ್ತೇವೋ, ಆಗ ನಮಗೆ ಬೇರೆ ಯಾವುದೂ ಕಾಣಿಸುವುದಿಲ್ಲ.

ಶುದ್ಧ ಶಾಂತಿಯ ಈ ಅವಸ್ಥೆಯಲ್ಲಿ ಜೀವಿಸುತ್ತಿರಿ ಮತ್ತು ನಿಮ್ಮ ಮನಸ್ಸಿನಲ್ಲಿ ತುಂಬಿತುಳುಕಬಹುದಾದ ಯಾವುದೇ ರೀತಿಯ ಯೋಚನೆಯಿದ್ದರೆ ಅದು ಹೊರಟು ಹೋಗಲಿ. ನೀವು ಈ ಕ್ಷೇತ್ರದಲ್ಲಿ ಎಷ್ಟು ಸಮಯ ಉಳಿಯುತ್ತೀರೋ, ಅಷ್ಟೂ ಸಮಯ ನಿಮ್ಮ ಜೀವನದಲ್ಲಿ ಪವಾಡಗಳೇ ಜರಗುತ್ತಿರುತ್ತವೆ. ಈ ಪವಾಡಗಳನ್ನು ನಿಮ್ಮನ್ನು ಭೇಟಿಯಾಗುವ ಪ್ರತಿಯೊಬ್ಬರಿಗೂ ತಿಳಿಸಲು ಸಾಧ್ಯವಾಗುತ್ತದೆ, ಆದರೆ ಅಂತಹ ಅಗತ್ಯವೇನೂ ನಿಮಗಿರುವುದಿಲ್ಲ ಯಾಕೆಂದರೆ ಅವರೆಲ್ಲ ನಿಮ್ಮ ಬಗ್ಗೆ ಬೇರೆಯೇ ರೀತಿಯ ಅನುಭವವನ್ನು ಪ್ರಕಟಿಸಲು ಸಾಧ್ಯವಿದೆ. ನೀವು ಜೀವಂತದ, ಶುದ್ಧ ಪ್ರೇಮದ ಅಥವಾ ಆನಂದದ ಅನುಭೂತಿಯನ್ನು ಅನುಭವಿಸುವಂತೆ ಕಾಣಿಸುತ್ತೀರಿ. ಈಗ ನೀವು ಪ್ರತಿಯೊಂದು ವಿಷಯಗಳಿಂದ ಸುಸಜ್ಜಿತರಾಗಿರುತ್ತೀರಿ, ಮನೋವೈಜ್ಞಾನಿಕ ಕಷ್ಟವನ್ನು ಹೇಗೆ ನಿಲ್ಲಿಸಬೇಕೆಂದು ನಿಮಗೆ ಈಗ ತಿಳಿದಿರುತ್ತದೆ ಅಂತೆಯೇ ಶಾಂತಿ, ಪ್ರೇಮ ಮತ್ತು ಆನಂದಗಳಿಗೆ ಮೂರ್ತ ರೂಪವನ್ನು ನೀಡಲು ಸಾಧ್ಯವಾಗುತ್ತದೆ. ಅವೆಲ್ಲ ನಿಮಗೆ ಸದಾ ಕಾಲ ಉಪಲಬ್ಧವಿರುತ್ತವೆ. ನೀವು ಇವನ್ನೆಲ್ಲ ಮೊದಲೇ ಅನುಭವಿಸಿರುವ ಸಾಧ್ಯತೆಗಳಿರುತ್ತವೆ.

ನೀವು ಈ ಪುಸ್ತಕವನ್ನು ಕೊಂಡಿರಿ ಮತ್ತು ನಿಮ್ಮ ಯಾತ್ರೆಯನ್ನು ಹೊಂದಿಸಿಕೊಂಡಿರಿ ಎಂಬುದೇನೂ ಅಂತಹ ಸಂಭವವಲ್ಲ. ನಮ್ಮನ್ನು ಇಲ್ಲಿಯವರೆಗೆ ಒಯ್ದು ತಂದಿರುವ ಆ ದೈವೀ ಸಂಯೋಗಗಳ ಬಗೆಗೆ

ನಾನು ಯಾವತ್ತೂ ಹಾಗೆ ಹೈರಾಣವಾಗುವುದಿದೆ. ಇದೊಂದು ವಿನಮ್ರತಾ ಭಾವನೆಯನ್ನು ತಳೆಯುವುದಕ್ಕೆ ಕಾರಣ, ಯಾಕೆಂದರೆ ನೀವು ನನ್ನನ್ನು ಈ ಅಸೀಮಿತ ರೂಪದ ಸುಂದರ ಅನುಭವದಲ್ಲಿ ನನ್ನನ್ನು ಮಾರ್ಗದರ್ಶಕನನ್ನಾಗಿ ಮಾಡಿದ್ದಕ್ಕಾಗಿ, ಇದನ್ನೇ ಭಗವಂತನ ಜೀವನ ದರ್ಶನವೆನ್ನುತ್ತೇವೆ.

ನನ್ನನ್ನು ಸಂಪರ್ಕಿಸಲು ಯಾರಿಗಾದರೂ ಇಚ್ಛೆಯಿದ್ದಲ್ಲಿ ನನ್ನ ಇ-ಮೇಲ್ hello@josephnguyen.org ನ್ನು ಉಪಯೋಗಿಸಲು ಸಾಧ್ಯವಿದೆ. ನನಗೆ ಅನ್ಯ ಜನರ ಕಥೆಗಳನ್ನು ಕೇಳುವುದಕ್ಕೆ ಬಹಳ ಇಷ್ಟ, ಹಾಗಾಗಿಯೇ ನಾನು ನನ್ನ ಇನ್-ಬಾಕ್ಸ್‌ನ್ನು ಅಂತಹ ವ್ಯಕ್ತಿಗಳಿಗೆ ತೆರೆದಿರುತ್ತೇನೆ. ಅದರಿಂದ ನನಗೂ ಉಪಯೋಗವಾಗಬಹುದು. ನಿಮ್ಮ ಪ್ರತಿಕ್ರಿಯೆಯ ನಿರೀಕ್ಷೆಯಲ್ಲಿ ನಾನಿರುತ್ತೇನೆ.

ಪ್ರೇಮದೊಂದಿಗೆ,

ಜೋಸೆಫ್

ನೆನಪಿನೋಲೆ: ಮುಂದಿನ ಕೆಲವು ಪುಟಗಳಲ್ಲಿ ಸಾರಾಂಶ ಮತ್ತು ಮಾರ್ಗದರ್ಶನ-ಗಳಿರುತ್ತವೆ, ಅದರಿಂದ ಈ ಪುಸ್ತಕದಲ್ಲಿನ ವಿಷಯಗಳನ್ನು ಮನನ ಮಾಡಲು ನಿಮಗೆ ಅವಕಾಶ ಒದಗುತ್ತದೆ.

ಈ ಸಿದ್ಧಾಂತಗಳನ್ನು ನೀವು ನಿಮ್ಮ ಜೀವನ ಮತ್ತು ಬಿಸಿನೆಸ್‌ಗಳಲ್ಲಿ ಸಾಕಾರಗೊಳಿಸಲು ಪ್ರೇರಿತರಾದರೆ, ಮತ್ತು ನನ್ನಿಂದ ಇನ್ನಷ್ಟು ಪ್ರೇರಣೆಯನ್ನು ಪಡೆಯಲು ಇಚ್ಛಿಸುತ್ತಿದ್ದರೆ, ನನಗೆ ಬಹಳ ಇಷ್ಟವಾಗಬಹುದು. ನೀವು ನನ್ನ ವೆಬ್‌ಸೈಟ್ www.josephnguyen.org ಗೆ ಬನ್ನಿ, ಅಂತಹ ಸಾಧ್ಯತೆಗಳನ್ನು ಶೋಧಿಸಬಹುದು ಹಾಗೂ ನಾವು ಜೊತೆಯಲ್ಲೇ ಹೇಗೆ ಕೆಲಸ ಮಾಡಬಹುದೆಂದು ಪರಿಗಣಿಸಬಹುದು.

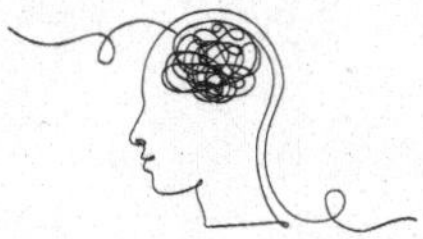

ಶೂನ್ಯ ಯೋಚನೆಯ ಸಾರ

* ಎಲ್ಲಾ ಕಷ್ಟಗಳ ಮೂಲ ಕಾರಣವೇ ಯೋಚನೆಗಳು.

* ನಾವು ನಕಾರಾತ್ಮಕ ಭಾವನೆಗಳನ್ನು ಅನುಭವಿಸುವುದೇ ನಮ್ಮ ಯೋಚನೆಗಳ ಪರಿಣಾಮದಿಂದ. ಪ್ರತಿಯೊಂದು ವಿಷಯವೂ ಯೋಚನೆಯತ್ತ ಸಾಗುತ್ತದೆ, ಆದ್ದರಿಂದಲೇ ಸಮಸ್ಯೆಯನ್ನು ಪರಿಹರಿಸಲು ಸರಳವಾಗಿದೆ. ನಮ್ಮ ಯೋಚನೆಗಳ ಕಾರಣದಿಂದಾಗಿಯೇ ನಮ್ಮ ಭಾವನೆಗಳು ಉತ್ಪನ್ನವಾಗುತ್ತವೆ ಎಂಬುದನ್ನು ನಾವು ತಿಳಿದುಕೊಂಡರೆ, ನಾವು ಯೋಚಿಸುವುದನ್ನೇ ಬಿಟ್ಟುಬಿಡಬಹುದು. ಅಷ್ಟನ್ನೇ ಮಾಡುವುದರಿಂದ ನಮಗೆ ಶಾಂತಿ, ಪ್ರೇಮ ಮತ್ತು ಆನಂದದ ನಮ್ಮ ಸ್ವಾಭಾವಿಕ ಅನುಭವಗಳ ಅವಸ್ಥೆ ಮರಳಿ ಪ್ರಾಪ್ತವಾಗುತ್ತದೆ. ನಾವು ನಮ್ಮ ಯೋಚನೆಗಳನ್ನು ಶಿಥಿಲಗೊಳಿಸಿದರೆ, ನಮ್ಮೊಳಗೆ ಎಲ್ಲಾ ಸಕಾರಾತ್ಮಕ ಭಾವನೆಗಳು ಉತ್ಪನ್ನವಾಗಿ ಅವನ್ನು ಅನುಭವಿಸುವಂತಾಗುತ್ತದೆ. ನಾವು ವಾಸ್ತವಿಕತೆಯಲ್ಲಿ ಜೀವಿಸುವುದಿಲ್ಲ, ನಾವು ವಾಸ್ತವಿಕತೆಯ ಅನುಭೂತಿಯಲ್ಲಿ ಜೀವಿಸುತ್ತೇವೆ, ಅದು ನಮ್ಮ ಸ್ವಂತ ಯೋಚನೆಯಿಂದ ಉತ್ಪನ್ನವಾಗಿರುತ್ತದೆ.

* ಯೋಚನೆಗಳು ನಮ್ಮ ಅನುಭವಗಳ ಪರಿಣಾಮವಲ್ಲ, ಬದಲಾಗಿ ಅದರ ಕಾರಣವಾಗಿರುತ್ತವೆ.

* ನಮ್ಮ ಮನಸ್ಸಿನ ವಿಚಾರಗಳು ಸತ್ಯವಾಗಿರುವುದಿಲ್ಲ.

* ನಮ್ಮ ಯೋಚನೆಗಳ ಮೇಲೆ ನಮಗೆ ನಿಯಂತ್ರಣ ಯಾವಾಗ ಬರುತ್ತದೆ ಎಂದರೆ, ಅವನ್ನು ವಿಶ್ವಾಸಕ್ಕೆ ತೆಗೆದುಕೊಂಡಾಗ ಮಾತ್ರ. ನಾವು ಕಷ್ಟದಿಂದ ಮುಕ್ತರಾಗಬೇಕಿದ್ದರೆ, ನಮ್ಮ ಯೋಚನೆಯಲ್ಲಿನ ವಿಶ್ವಾಸವನ್ನು ತ್ಯಾಗ ಮಾಡಬೇಕು.

* ನಮ್ಮ ಭಾವನೆಗಳು ಸೀದಾ ಫೀಡ್‌ಬ್ಯಾಕ್ ಮತ್ತು ಆಂತರಿಕ ಮಾರ್ಗದರ್ಶನದ ಸ್ಥಿತಿಯಲ್ಲಿರುತ್ತವೆ, ಅವುಗಳಿಂದ ನಾವು ತಿಳುವಳಿಕೆಯ ಅಭಾವವನ್ನು ಹೊಂದಿದ್ದೇವೆಯೋ ಅಥವಾ ನಮಗೆ ಸತ್ಯದ ಪೂರ್ಣ ಸ್ಪಷ್ಟತೆ ಇದೆಯೇ ಎಂಬುದು ಮನವರಿಕೆಯಾಗುತ್ತದೆ.

ಸತ್ಯದ ಅರಿವನ್ನು ಗಹನವಾಗಿಸುವುದಕ್ಕೆ ಭಾವನೆಗಳು ಆಮಂತ್ರಿಸುತ್ತವೆ. ನಾವು ಯೋಚಿಸದಿರುವ ಸಮಯ ಪ್ರವಾಹದ ಜೊತೆಯಲ್ಲಿರುತ್ತೇವೆ.

* ನಾವು ಯೋಚಿಸದಿದ್ದರೆ, ನಮ್ಮಲ್ಲಿ ಸೃಷ್ಟಿ ಅಥವಾ ಸಮಸ್ತ ಜೀವನದಲ್ಲಿ ಯಾವುದೇ ಮಾರ್ಪಾಟು ಉಂಟಾಗುವುದಿಲ್ಲ. ನಾವು ಯೋಚಿಸುವಾಗ, ನಾವು ಸ್ವತಃ ನಮ್ಮನ್ನು ಬೇರ್ಪಡಿಸುತ್ತೇವೆ ಮತ್ತು ಸಮಸ್ತ ವಿಷಯಗಳಲ್ಲಿ ವ್ಯತ್ಯಾಸವನ್ನು ಅನುಭವಿಸುತ್ತೇವೆ (ಅಹಂಕಾರದ ಉತ್ಪತ್ತಿಯಾಗುತ್ತದೆ).

* ಯೋಚನೆ ಮತ್ತು ವಿಚಾರ ಎರಡೂ ಬೇರೆ ಬೇರೆ ವಿಷಯಗಳು. ಯೋಚಿಸುವುದು ಒಂದು ಕ್ರಿಯೆಯಾಗಿದ್ದು, ಅದಕ್ಕೆ ನಮ್ಮ ಶ್ರಮ ಬೇಕಾಗುತ್ತದೆ, ಅದರಿಂದ ಕಷ್ಟ ಉತ್ಪನ್ನವಾಗುತ್ತದೆ. ವಿಚಾರವೆನ್ನುವುದು ಒಂದು ಸಂಜ್ಞೆಯಾಗಿದ್ದು, ಅದು ನಮ್ಮಲ್ಲಿ ಉತ್ಪನ್ನವಾಗುವುದಿಲ್ಲ ಮತ್ತು ಅವು ಸೃಷ್ಟಿಯ ಕಡೆಯಿಂದ ದೊರೆಯುವ ದೈವಿಕ ಡೌನ್‌ಲೋಡ್ ಆಗಿರುತ್ತದೆ.

* ನಾವು ಯೋಚಿಸಿವುದು ಜೀವವಿಜ್ಞಾನದ ಪ್ರತಿಕ್ರಿಯೆಯಾಗಿರುತ್ತದೆ. ನಮ್ಮನ್ನು ಜೀವಂತವಾಗಿಡಲು ಯತ್ನಿಸುವುದಕ್ಕಾಗಿಯೇ ನಮ್ಮ ಮನಸ್ಸು ಯೋಚಿಸುತ್ತದೆ, ಆದರೆ ಅದು ನಮ್ಮ ಪುರೋಭಿವೃದ್ಧಿಗೆ ಸಹಕರಿಸುವುದಿಲ್ಲ. ಅದು ನಮ್ಮ ಸುರಕ್ಷತೆ ಮತ್ತು ಉಳಿವಿನ ಕುರಿತಂತೆ ಮಾತ್ರವೇ ಚಿಂತಿಸುತ್ತದೆ. ಅದಕ್ಕೆ ನಮ್ಮ ಸಂತುಷ್ಟಿಯ ಬಗೆಗೆ ಕಾಳಜಿ ಇರುವುದಿಲ್ಲ. ಯೋಚನೆ ನಮ್ಮನ್ನು ನಮ್ಮ ಸರ್ವೋಚ್ಚ ಸ್ವಂತಿಕೆಯಿಂದ ದೂರವಿರಿಸುತ್ತದೆ, ಯಾಕೆಂದರೆ ಅದು ನಮ್ಮಲ್ಲಿ ನಕಾರಾತ್ಮಕ ಭಾವನೆಯನ್ನು ಉತ್ಪತ್ತಿ ಮಾಡುತ್ತದೆ. ಅದರಿಂದ ಅದು ನಾವು ನಮ್ಮ ನಿಜವಾದ ಕರೆಯತ್ತ ಸಾಗುವುದನ್ನು ತಡೆಯುತ್ತದೆ.

* ನಮ್ಮ ಮನಸ್ಸು ನಮ್ಮ ವ್ಯಕ್ತಿಗತ ಅನುಭವಗಳಿಗಷ್ಟೇ ಸೀಮಿತ. ನೀವು ನಿಮ್ಮ ಪ್ರಸ್ತುತ ಸಾಮರ್ಥ್ಯದ ಕುರಿತಂತೆ ತಿಳಿಯಬೇಕಿದ್ದರೆ, ನಿಮ್ಮ ಸೃಜನಾತ್ಮಕ ಮತ್ತು ಜ್ಞಾನ ಪ್ರಾಪ್ತಿಯ ಕುರಿತಂತೆ ತಿಳಿಯಬೇಕಿದ್ದರೆ, ನಿಮ್ಮ ಸೀಮಿತ ಮನಸ್ಸಿನ ಬದಲಿಗೆ ಅಸೀಮಿತವೆನಿಸುವ ಪ್ರಜ್ಞೆಯನ್ನು ಆಯ್ಕೆ ಮಾಡಿಕೊಳ್ಳಿ. ನಾವು ನಮ್ಮ ಅನುಮತಿಯನ್ನು ನೀಡಿದರೆ, ಆ ಸತ್ಯದ ಅಸೀಮಿತ ಸ್ರೋತ ಎಲ್ಲಾ ಸಮಯದಲ್ಲೂ ಎಲ್ಲಾ ಜನರಿಗೂ ಉಪಲಬ್ಧವಿರುತ್ತದೆ.

* ಅಸೀಮಿತ ಪ್ರಜ್ಞೆ/ ಮನಸ್ಸಿನ ಶಕ್ತಿಯಾಗಿದೆ, ಈ ಸೃಷ್ಟಿಯಲ್ಲಿ ಅದು ಪ್ರತಿಯೊಂದರಲ್ಲೂ ಪ್ರಸ್ತುತವಿರುತ್ತದೆ. ಅದೇ ಸ್ರೋತದಿಂದ

ಪ್ರತಿಯೊಂದು ವಿಷಯವೂ ಪ್ರಕಟವಾಗುತ್ತದೆ, ಅದು ಆಕಾರ ಪಡೆಯುವುದಕ್ಕೂ ಮೊದಲೇ ಬರುತ್ತದೆ ಮತ್ತು ನಾವು ಅದರಿಂದಲೇ ನಿರ್ಮಾಣಗೊಂಡವರಾಗಿರುತ್ತೇವೆ. ಈ ಶಕ್ತಿಯ ಒಂದು ಭಾವವಿರುತ್ತದೆ ಮತ್ತು ಅದೇ ಭಾವದಲ್ಲಿ ಪ್ರೇಮ, ಶಾಂತಿ, ಆನಂದ, ಬೆಸುಗೆ ಮತ್ತು ಕಲ್ಯಾಣದ ಭಾವಗಳು ಸಮ್ಮಿಳಿತವಾಗಿರುತ್ತವೆ. ನಾವು ಯೋಚಿಸುವುದನ್ನು ಬಿಟ್ಟುಬಿಟ್ಟಾಗ, ಇದೇ ಅವಸ್ಥೆಗೆ ಸಾಗುತ್ತೇವೆ ಮತ್ತು ಅದುವೇ ನಮ್ಮ ನೈಸರ್ಗಿಕ ಅವಸ್ಥೆಯಾಗಿರುತ್ತದೆ.

* ನಾವು ಅದೇ ಅಸೀಮಿತ ಪ್ರಜ್ಞೆಯೊಂದಿಗೆ ಬೆಸೆದುಕೊಂಡಿರುವುದರಿಂದ, ಒಮ್ಮೆ ನಾವು ಯೋಚಿಸುವುದನ್ನು ಬಿಟ್ಟುಬಿಟ್ಟಾಗ, ನಾವು ನವೀನ ವಿಚಾರ ಮತ್ತು ಜ್ಞಾನವನ್ನು ತಲುಪಿರುತ್ತೇವೆ, ಅದೆಷ್ಟಿರುತ್ತದೆ ಎಂದರೆ ಮೊದಲು ಎಂದಿಗೂ ನಾವು ಅದನ್ನು ಅನುಭವಿಸಿರುವುದಿಲ್ಲ. ನಾವು ನಮ್ಮ ಅಂತಃರ್ಜ್ಞಾನ ಮತ್ತು ಈ ಅಸೀಮಿತ ಪ್ರಜ್ಞೆಯ ಮೇಲೆ ಎಷ್ಟು ಭರವಸೆಯನ್ನು ಹೊಂದಿರುತ್ತೇವೆಯೋ, ಅಷ್ಟೇ ನಮ್ಮಲ್ಲಿ ಅಂತಃರ್ದೃಷ್ಟಿಯ ಸಾಕಾರವಾಗುತ್ತದೆ. ಅದು ನಮ್ಮಲ್ಲಿ ಸದಾ ಕಾಲ ಜಾಗೃತವಾಗಿರುತ್ತದೆ. ಮನುಷ್ಯರಾಗಿರುವ ನಮ್ಮಲ್ಲಿ ಶಾಂತಿ, ಪ್ರೇಮ, ಆನಂದ ಮತ್ತು ಸಮಸ್ತ ಸಕಾರಾತ್ಮಕ ಭಾವನೆಗಳು ಸ್ವಾಬಾವಿಕ ನೆಲೆಯಲ್ಲಿ ಉಪಸ್ಥಿತವಿರುತ್ತವೆ. ನಾವು ಯೋಚಿಸಲು ಶುರು ಮಾಡಿದಾಗ, ಸ್ವಾಭಾವಿಕ ಅವಸ್ಥೆಯಿಂದ ದೂರ ಸರಿಯುತ್ತೇವೆ. ನಾವು ಯೋಚಿಸುವ ಪ್ರಕ್ರಿಯೆಯನ್ನು ತ್ಯಾಗ ಮಾಡಿದಾಗ, ನಾವು ನಮ್ಮ ಅಸ್ತಿತ್ವದ ಸ್ವಾಭಾವಿಕ ಅವಸ್ಥೆಯನ್ನು ತಲುಪುತ್ತೇವೆ ಮತ್ತು ಯಾವುದೇ ಬಿಕ್ಕಟ್ಟು ಇಲ್ಲದೆ ನಾವು ನಮ್ಮ ಸ್ವಾಭಾವಿಕ ಭಾವನೆಗಳನ್ನು ಅನುಭವಿಸಲು ತೊಡಗುತ್ತೇವೆ.

* ನಾವು ನಮ್ಮ ಚೈತನ್ಯದ ವ್ಯಾಪಕತೆಯಿಂದ ಮತ್ತು ಎಲ್ಲಾ ಸಮಯ ಪ್ರೇಮದ ಆಳವಾದ ಭಾವನೆಯನ್ನು ಅನುಭವಿಸುವುದರಿಂದ ಕೇವಲ ಒಂದು ವಿಚಾರ ಅಥವಾ ಒಂದು ಜ್ಞಾನದಿಂದಷ್ಟೇ ದೂರವಿರುತ್ತೇವೆ, ಅದು ಶೂನ್ಯ ಯೋಚನೆಯ ಅವಸ್ಥೆಯಲ್ಲಿ ಉತ್ಪನ್ನವಾಗುತ್ತದೆ.

* ಸ್ಪಷ್ಟತೆ ನಮ್ಮ ಮನಸ್ಸಿನ ಪ್ರಾಕೃತಿಕ ಗುಣ ಮತ್ತು ಅದು ನಮ್ಮ ನೈಸರ್ಗಿಕ ವರದಾನವೂ ಹೌದು. ನಾವು ನಮ್ಮ ಯೋಚನೆಯಿಂದ ದಬ್ಬಲ್ಪಟ್ಟಾಗ ನಮಗೆ ವಿಷಯಗಳು ಸ್ಪಷ್ಟವಾಗದೇ ಹೋಗುತ್ತವೆ. ನಾವು ಯೋಚನೆಯನ್ನು ಬಿಟ್ಟಾಗ, ನಾವು ನಮ್ಮ 'ಫ್ಯಾಕ್ಟರಿ ಸೆಟ್ಟಿಂಗ್'ಗೆ

ಮರಳುತ್ತೇವೆ, ಅದುವೇ ನಮ್ಮಲ್ಲಿನ ಶಾಂತಿ, ಪ್ರೇಮ, ಆನಂದ ಮತ್ತು ಪ್ರಶಾಂತ ಮನಸ್ಸಾಗಿರುತ್ತದೆ.

* ಸೃಷ್ಟಿಯಲ್ಲಿ ಯಾವುದೇ ವ್ಯಕ್ತಿ ಅಥವಾ ಯಾವುದೇ ವಿಷಯದಲ್ಲಿ ಅವ್ಯವಸ್ಥತೆ ಇರುವುದಿಲ್ಲ, ಅದು ಕೇವಲ ನಮ್ಮ ಯೋಚಿಸುವ ದೃಷ್ಟಿಯಿಂದ ಉಂಟಾಗಿರುತ್ತದೆ. ನಿಮ್ಮನ್ನು ಜೋಡಿಸುವ ಅಗತ್ಯವಿಲ್ಲ ಯಾಕೆಂದರೆ ನೀವೆಂದೂ ಒಡೆದುಹೋಗಿಲ್ಲವಲ್ಲ. ನೀವು ಕೇವಲ ಇಷ್ಟನ್ನು ಮಾತ್ರವೇ ನೆನಪಿಟ್ಟುಕೊಂಡರೆ ಸಾಕು, ಯೋಚಿಸುವುದೇ ನಮ್ಮ ಕಷ್ಟಗಳಿಗೆಲ್ಲ ಇರುವ ಮೂಲ ಕಾರಣ. ನೀವು ನಿಮ್ಮ ಯೋಚನೆಯ ಕುರಿತಂತೆ ಏನನ್ನೂ ಮಾಡಬೇಕಾದ ಅಗತ್ಯವಿಲ್ಲ. ನೀವು ನಿಮ್ಮ ಯೋಚನೆಯ ಕುರಿತು ತುಸು ತಿಳಿದುಕೊಂಡು ಅದನ್ನು ಬದಲಿಸಿದರಷ್ಟೇ ಸಾಕು. ನೀವು ಯಾರು, ನಿಮ್ಮ ಯೋಚನೆ, ನಿಮ್ಮ ಶರೀರ ಮತ್ತು ನಿಮ್ಮ ಬಗೆಗಿನ ಅರಿವು ಮೂಡಿ ನೀವು ಅವೆಲ್ಲಕ್ಕೂ ಬೇರೆಯೇ ಎಂಬ ಸತ್ಯದ ದರ್ಶನ ನಿಮಗಾಗಬೇಕಷ್ಟೇ. ನೀವು ಯಾವಾಗ ಯೋಚಿಸುವುದನ್ನು ಬಿಟ್ಟುಬಿಡುತ್ತೀರೋ, ಆಗಲೇ ನೀವು ನಿಮ್ಮ ಅಸೀಮಿತ ಪ್ರಜ್ಞೆಯೊಂದಿಗೆ ಒಂದಾಗಿಬಿಡುತ್ತೀರಿ. ಅದರಿಂದ ನೀವು ಪ್ರೇಮ, ಶಾಂತಿ ಮತ್ತು ಆನಂದದ ಅಸೀಮಿತ ಯಾವತ್ತೂ ಮುಗಿಯದ ಸಮೃದ್ಧಿಯ ಅನುಭವವನ್ನು ಹೊಂದಲು ತೊಡಗುತ್ತೀರಿ, ಅದು ನಿಮಗೆ ಯಾವತ್ತೂ ಉಪಲಬ್ಧವಿರುತ್ತದೆ, ಯಾಕೆಂದರೆ ಅದೇ ನಿಮ್ಮ ನಿಜವಾದ ಸ್ವಭಾವವಾಗಿರುತ್ತದೆ.

* ನೀವು ಯಾವಾಗ ನಿಮ್ಮ ಅಸೀಮಿತ ಪ್ರಜ್ಞೆಗೆ ಸ್ಥಳಾವಕಾಶವನ್ನು ಒದಗಿಸುತ್ತೀರೋ, ಆಗ ನಿಮಗೆ ಅದು ಸ್ಥಾನವೊದಗಿಸುತ್ತದೆ. ನೀವು ಅದರ ಮೇಲೆ ಎಷ್ಟು ವಿಶ್ವಾಸವಿಟ್ಟಿರುತ್ತೀರೋ ಅಷ್ಟೇ ವಿಶ್ವಾಸವನ್ನು ಅದೂ ಇಟ್ಟಿರುತ್ತದೆ. ನೀವು ಅದಕ್ಕೆ ಎಷ್ಟು ಜಾಗವನ್ನು ಕಾದಿರಿಸುತ್ತೀರೋ, ಅದಕ್ಕೆ ಯಾವುದೇ ಸೀಮೆಯೇ ಇರುವುದಿಲ್ಲ. ನೀವು ಅಸೀಮಿತ ಪ್ರಜ್ಞೆಯ ಆಗಮನಕ್ಕಾಗಿ ನಿಮ್ಮ ಜೀವನದಲ್ಲಿ ಮತ್ತು ಮನಸ್ಸಿನಲ್ಲಿ ಜಾಗ ಒದಗಿಸುವುದಕ್ಕೆ ಪ್ರಾಶಸ್ತ್ಯವನ್ನು ನೀಡಲು ಉಪಕ್ರಮಿಸಿದಾಗ ನಿಮ್ಮ ಬದುಕೇ ಬದಲಾಗಿಬಿಡುತ್ತದೆ.

ಯೋಚನೆಯನ್ನು ನಿಲ್ಲಿಸುವುದಕ್ಕೆ ಮಾರ್ಗದರ್ಶನ

* ನಿಮ್ಮನ್ನು ಯೋಚಿಸುವುದಕ್ಕೆ ಪ್ರಚೋದಿಸುವಂತಹ ವಿಷಯಗಳನ್ನು ತಳ್ಳಿಬಿಡಿ ಅಥವಾ ಕನಿಷ್ಠ ಪ್ರಮಾಣಕ್ಕೆ ಇಳಿಸಿ (ನೀವು ಕದನಕ್ಕಿಳಿಯುವ ಅಥವಾ ಓಡಿಹೋಗುವ ಮಾನಸಿಕತೆ ಬರುವ ಸಮಯ).
* ಬದುಕಿನಲ್ಲಿ ನಿಮ್ಮನ್ನು ಪ್ರೇರಿತಗೊಳಿಸದ ಅಥವಾ ರೋಮಾಂಚಿತಗೊಳಿಸದಿರುವ ಹೆಚ್ಚಿನ ಕೆಲಸಗಳನ್ನು ಮೊಟಕುಗೊಳಿಸಿ ಅಥವಾ ಕಿತ್ತುಹಾಕಿ.
* ನಿಮ್ಮನ್ನು ಶೂನ್ಯ ಯೋಚನೆಯ ಸ್ಥಿತಿಗೆ ಒಯ್ಯುವುದಕ್ಕೆ ಸಹಾಯಕವೆನಿಸುವ ಪರಿಸರವನ್ನು ಕಂಡುಕೊಳ್ಳಿ.
* ಬೆಳಗ್ಗೆ ಎದ್ದೊಡನೆಯೇ ಉತ್ತೇಜಿಸುವ ಆಚರಣೆಯಲ್ಲಿ ತೊಡಗಿಕೊಳ್ಳಿ ಅದರಿಂದ ನೀವು ದಿನಪೂರ್ತಿ ಶಾಂತ, ಶೂನ್ಯ ಯೋಚನೆಯ ಅವಸ್ಥೆಯನ್ನು ಅನುಭವಿಸಲು ಸಾಧ್ಯವಾಗುತ್ತದೆ. ಆ ಜಾಗವನ್ನು ಅಸೀಮಿತ ಪ್ರಜ್ಞೆಯನ್ನು ಪಡೆಯುವುದಕ್ಕೆ ಉಪಯೋಗಿಸಿ, ಅದೇ ನಿಮಗೆ ಬದುಕಿನಲ್ಲಿ ಮಾರ್ಗದರ್ಶಕವೆನಿಸಬಹುದು.
* ಒತ್ತಡವನ್ನು ನೀಗಿಸುವ, ಆತಂಕರಹಿತರಾಗುವುದಕ್ಕೆ ಮತ್ತು ಶೂನ್ಯ ಯೋಚನೆಯ ಅವಸ್ಥೆಗೆ ಮರಳುವುದಕ್ಕೆ ನಿಮ್ಮ ದಿನಚರ್ಯೆಯಲ್ಲಿ ಅವಕಾಶವನ್ನು ಕಲ್ಪಿಸಿ. ನಿಮಗೆ ಅದನ್ನು ಪಡೆಯುವುದಕ್ಕೆ ದೈನಂದಿನ ಕಲಾಪದಲ್ಲಿ ಯಾವುದು ಸಹಾಯಕವೆನಿಸುತ್ತದೆ ಎಂಬುದನ್ನು ಕಂಡುಕೊಳ್ಳಿ. ಅದು ದಿನಚರಿ ಬರೆಯುವುದಿರಬಹುದು, ನಡೆದಾಡುವುದು ಇರಬಹುದು, ಧ್ಯಾನದಲ್ಲಿ ತೊಡಗಿರುವುದು ಇರಬಹುದು, ನಿಮ್ಮ ಸಾಕುಪ್ರಾಣಿಗಳ ಜೊತೆಗೆ ಆಟವಾಡುವುದಿರಬಹುದು, ಯೋಗಾಭ್ಯಾಸವಿರಬಹುದು ಅಥವಾ ಇನ್ನಾವುದೇ ಆತಂಕರಹಿತ ಕಾರ್ಯಚಟುವಟಿಕೆ ಇರಬಹುದು.

ಯೋಚಿಸುವುದನ್ನು ಹೇಗೆ ನಿಲ್ಲಿಸುವುದು, ಅದಕ್ಕೊಂದು ರೂಪರೇಷೆ

1. **ಸಮಸ್ತ ಕಷ್ಟಗಳಿಗೆ ಮೂಲ ಕಾರಣವೇ ಯೋಚಿಸುವುದು (ಯೋಚನೆಯ ನಿಜವಾದ ಪ್ರಕೃತಿಯನ್ನು ಅರಿತುಕೊಳ್ಳಿ)**
    * ನೀವು ಕಷ್ಟವನ್ನು ಅನುಭವಿಸುತ್ತಿದ್ದೀರೆಂದರೆ ಯೋಚಿಸುತ್ತಿದ್ದೀರಿ ಎಂದರ್ಥ.

* ಯೋಚನೆ ಮತ್ತು ವಿಚಾರದ ನಡುವಿನ ಅಂತರವನ್ನು ತಿಳಿಯಿರಿ.
* ಮೂಲ ಕಾರಣವನ್ನು ಪತ್ತೆ ಹಚ್ಚುವ ಯತ್ನಬೇಡ. ಯೋಚಿಸುವುದೇ ಮೂಲ ಕಾರಣ.

2. ನಿರಂತರ ನಕಾರಾತ್ಮಕ ಯೋಚನೆಗೆ ಸ್ಥಳಾವಕಾಶ ಮಾಡಿ.

* ಅವನ್ನು ಅಲ್ಲಿ ಹಾಗೆಯೇ ಬಿಟ್ಟಿರಿ, ಅವು ಅದೇ ರೂಪದಲ್ಲಿ ಅಲ್ಲಿ ಬಿದ್ದುಕೊಂಡಿರಲಿ.
* ನೀವು ಪವಿತ್ರ ಸ್ಥಾನದಲ್ಲಿದ್ದೀರಿ ಎಂದು ತಿಳಿಯಿರಿ, ಅದರಲ್ಲಿ ಭಾವನೆಗಳಿರುತ್ತವೆಯೇ ಹೊರತು, ನೀವು ಆ ಭಾವನೆಗಳಿಂದಾಗಿ ಇರುವುದಲ್ಲ.
* ನಿಮ್ಮ ಯೋಚನೆಗಳ ಸಂಗಡ ಒಂಟಿಯಾಗಿರಲು ಭಯಪಡಬೇಡಿ ಮತ್ತು ಅವನ್ನು ನಿಮ್ಮ ಚೈತನ್ಯದೊಳಗೆ ಇರಲು ಅನುಮತಿ ನೀಡುವ ಸಾಹಸ ಮಾಡಿ. ಅದನ್ನು ಸ್ವಾಗತಿಸಿ ಮತ್ತು ನೋಡಿ, ಯೋಚನೆಗಳು ಕೇವಲ ಮಾನ್ಯತೆ ಪಡೆಯುವುದಕ್ಕಾಗಿ ಇರುತ್ತವೆ.
* ನೀವು ನಾಕಾರಾತ್ಮಕ ಯೋಚನೆಗಳ ಮೇಲೆ ವಿಶ್ವಾಸವನ್ನಿಟ್ಟಾಗ ಮಾತ್ರವೇ ಅವು ಶಕ್ತಿಯುತವಾಗಿರುತ್ತವೆ ಎಂಬುದನ್ನು ಮನಗಾಣಿರಿ.
* ನಿಮ್ಮ ಭಾವನೆಗಳನ್ನು ನಿಮ್ಮ ಚೈತನ್ಯದಲ್ಲಿರಲು ಅನುಮತಿ ನೀಡಿದ್ದೀರೆಂದರೆ ಮತ್ತು ಅವುಗಳ ಪ್ರತಿರೋಧ ಮಾಡದೇ ಇದ್ದರೆ, ನೀವು ಆ ಭಾವನೆಗಳ ಹೊರತಾಗಿ ಅದರ ಹಿಂದಿನ ಸತ್ಯವನ್ನು ತಿಳಿಯಲು ಸಾಧ್ಯವಾಗುತ್ತದೆ.
* ಪ್ರತಿಯೊಂದು ಭಾವನೆಯಲ್ಲಿ ಸತ್ಯದ ಒಂದು ಬೀಜ ಉಪಸ್ಥಿತವಿರುತ್ತದೆ, ಅದು ಎಚ್ಚರಿಕೆಯನ್ನು ಆಳವಾಗಿಸುತ್ತದೆ ಮತ್ತು ಬದುಕನ್ನು ಹೆಚ್ಚು ಪೂರ್ಣತೆಯತ್ತ ಸಾಗುವಂತೆ ಸಹಾಯ ಮಾಡುತ್ತದೆ.

3. ಒಮ್ಮೆ ನೀವು ಯೋಚನೆಗೆ ಮಾನ್ಯತೆಯನ್ನು ನೀಡಿದಿರೆಂದಾದರೆ, ಅವೆಲ್ಲ ಕಳೆದು ಹೋಗುವುದಕ್ಕೆ ಮತ್ತು ಸ್ವತಃ ಎಲ್ಲಾ ವಿಷಯಗಳಿಂದ ಬೇರೆ ಇರುವುದಕ್ಕೆ ಅನುಮತಿ ನೀಡಿ. ಅದರಿಂದ ಸ್ವಾಭಾವಿಕ ಸ್ತರದಲ್ಲಿ ಸಕಾರಾತ್ಮಕ ಭಾವನೆಗಳು ಉತ್ಪನ್ನವಾಗುತ್ತವೆ, ತನ್ಮೂಲಕ ಶಾಂತಿ, ಪ್ರೇಮ ಮತ್ತು ಆನಂದ ಲಭ್ಯವಾಗುತ್ತವೆ. ಸ್ವತಃ ಈ ಭಾವನೆಗಳಿಂದ

ಆನಂದವನ್ನು ಪಡೆಯುವುದಕ್ಕೆ ಅನುಮತಿ ನೀಡಿ, ಅದು ನಿಮ್ಮ ಮೇಲೆ ಹರಿಯುತ್ತದೆ. ಈಗಲೂ ನಕಾರಾತ್ಮಕ ಭಾವನೆಗಳು ಚಾಲ್ತಿಯಲ್ಲಿದ್ದರೆ, ಮೊದಲ ಹೆಜ್ಜೆಗೆ ಹಿಂದಿರುಗಿ ಮತ್ತು ನಿಮಗೆ ಸ್ವಲ್ಪವಾದರೂ ಶಾಂತಿ ಸಿಗುವವರೆಗೆ ಪುನರಾವರ್ತಿಸಿ.

ಸಂಭಾವ್ಯ ಬಾಧೆಗಳು

1. ಯೋಚನೆಯನ್ನು ಬಿಟ್ಟುಬಿಡದಿರುವ ಇಚ್ಛೆ, ಯಾಕೆಂದರೆ ನೀವು ಯೋಚಿಸುತ್ತೀರಿ ಅದರಿಂದ ತಾನೇ ನೀವೀಗಿರುವ ಸ್ಥಿತಿಯ ತನಕ ತಲುಪಿದ್ದು.

   * ನಿಜಕ್ಕೂ ಅದು ಸತ್ಯವೇ, ಆದರೆ ನಿಮ್ಮನ್ನು ಇಲ್ಲಿಯವರೆಗೆ ಎಳೆದು ತಂದಿದ್ದರೂ, ಅಲ್ಲಿಯ ತನಕ ಒಯ್ಯಲು ಶಕ್ತವಲ್ಲ ಎನ್ನುವುದನ್ನು ಮನದಟ್ಟು ಮಾಡಿಕೊಳ್ಳಿ. ನೀವು ಕಷ್ಟಗಳ ಸರಮಾಲೆ ಮತ್ತು ಆತ್ಮಘಾತುಕ ಪ್ರವೃತ್ತಿಗಳು ಪುನರಾವರ್ತಿಸದಂತೆ ತಡೆಯಲು ಉಪಕ್ರಮಿಸಿದರೆ, ನೀವು ಬೇರೆಯದಾಗಿಯೇ ತೊಡಗಿಕೊಳ್ಳಬೇಕು. ಮತ್ತೆ ಅದನ್ನೇ ಪುನರಾವರ್ತಿಸುವುದೆಂದರೆ ಹುಚ್ಚುತನ, ಭಿನ್ನ ಪರಿಣಾಮದತ್ತ ನಿಮ್ಮನ್ನು ಹಮ್ಮಿಕೊಳ್ಳಿ. ನಿಜವಾದ ಪ್ರಶ್ನೆಯೆಂದರೆ ನೀವು ಖುಷಿಯಾಗಿರಲು ಬಯಸುತ್ತೀರೋ ಇಲ್ಲವೋ? ಯೋಚನೆಯೇ ನಿಮ್ಮೆಲ್ಲ ಕಷ್ಟಗಳಿಗೆ ಮೂಲ ಕಾರಣವೆಂದು ನೀವು ತಿಳಿದಿದ್ದರೆ ಮತ್ತು ಇನ್ನೆಂದೂ ನೀವು ದುಃಖದಲ್ಲಿರಲು ಬಯಸದಿದ್ದರೆ, ನೀವು ಶೂನ್ಯ ಯೋಚನೆಯ ಅವಸ್ಥೆಗೆ ಹಾರಲು ಸಿದ್ಧವಾಗಿರಿ.

2. **ಸಾಕಷ್ಟು ನಂಬಿಕೆ ಇಲ್ಲದಿರುವುದು**

   * ಪ್ರತಿನಿತ್ಯ ಆನಂದ, ಶಾಂತಿ ಮತ್ತು ಪ್ರೇಮದಿಂದ ತುಂಬಿರುವ ಬದುಕನ್ನು ಜೀವಿಸಲು ಸಾಧ್ಯ, ಎಂಬುದಕ್ಕಾದರೂ ನೀವು ವಿಶ್ವಾಸವನ್ನು ಹೊಂದಲೇ ಬೇಕಾಗುತ್ತದೆ. ಮನುಷ್ಯ ಯಾವುದೋ ಒಂದು ಮಹತ್ವದ ವಿಷಯದ ಭಾಗವಾಗಿದ್ದಾನೆ ಮತ್ತು ಆ ಜೀವಚೈತನ್ಯ (ಭಗವಂತ/ ಸೃಷ್ಟಿ) ಸದಾ ಅವನ ರಕ್ಷಣೆಯಲ್ಲಿರುತ್ತದೆ ಎಂಬುದರಲ್ಲಿ ವಿಶ್ವಾಸವಿಡಬೇಕು. ನಮ್ಮ ಸೀಮಿತ ಮನಸ್ಸಿನಲ್ಲಿ ಪೂರ್ಣವಾಗಿ ಅರಿತುಕೊಳ್ಳುವ ಸಾಮರ್ಥ್ಯವಿಲ್ಲದೇ ಇರುವ ಕಾರಣ ಅದಾವುದೋ ಮಹತ್ವದ

ಶಕ್ತಿಯಲ್ಲಿ ವಿಶ್ವಾಸವಿರಿಸಿಕೊಳ್ಳುವುದೇ ಏಕಮಾತ್ರ ವಿಧಾನವೆಂದು ತಿಳಿಯಿರಿ. ನಿಮ್ಮ ಬದುಕಿನಲ್ಲಿನ ಪ್ರತಿಯೊಂದು ವಿಷಯದ ಬಗೆಗೆ ಚಿಂತಿಸುವ ಬದಲು ಪೂರ್ಣ ಶಾಂತಿಯ ಅನುಭವವನ್ನು ಹೊಂದಲು ಸಾಧ್ಯವಾಗುತ್ತದೆ.

3. ಭಯ

* ಸೃಷ್ಟಿಯಲ್ಲಿ ವಿಶ್ವಾಸವನ್ನಿಡಬೇಕೆಂಬ ಮಾತು ಬಂದಾಗ ಭಯ ಸ್ವಾಭಾವಿಕವಾದ ಭಾವವಾಗಿ ಹೊರಹೊಮ್ಮುತ್ತದೆ. ನಮಗೆ ಬಹಳ ಮಹತ್ವದ್ದೆಂದು ತೋರುವ ವಿಷಯದ ಸಂಕೇತವೇ ಭಯ, ಹಾಗಾಗಿ ಅದೊಂದು ಬೇರೆಯೇ ಸಂಕೇತ-ವೆನ್ನಬಹುದು. ನಾವು ಬಯಸುವ ಪ್ರತಿಯೊಂದು ವಿಷಯವೂ ಭಯದ ಇನ್ನೊಂದಾವರ್ತಿಯಾಗಿರುತ್ತದೆ ಮತ್ತು ಆಳವಾಗಿ ಚಿಂತಿಸಿದರೆ ನಿಮಗೆ ಅದು ಸತ್ಯವೆಂದು ತೋರುತ್ತದೆ. ನಾವು ಏನನ್ನು ಸಾಧಿಸಲು ಬಯಸುತ್ತೇವೆ, ಹಾಗೆ ಸಾಧಿಸಲು ಬೇಕಾದ ಪರೀಕ್ಷೆಯಲ್ಲಿ ಉತ್ತೀರ್ಣರಾಗಬೇಕಾಗುತ್ತದೆ, ಅದೇ ಭಯದ ಪರೀಕ್ಷೆಯಾಗಿರುತ್ತದೆ. ಹೊರಗೆ ಹೋಗುವ ದಾರಿ ನಮ್ಮ ಒಳಗಿನ ಆಳದಲ್ಲಿ ಹುದುಗಿದೆ ಮತ್ತು ಏನೇ ಆಗಲಿ ಬಂದದ್ದೆಲ್ಲ ಬರಲಿ ಎನ್ನುವಂತಿದ್ದರೆ ನೀವು ಸರಿಯಾಗಿಯೇ ಇರುತ್ತೀರಿ. ಈ ಭಯ ನಿಮ್ಮ ಪ್ರಾಣವನ್ನೇ ತೆಗೆಯಬಹುದು, ಹಾಗೆ ತೆಗೆಯದಿದ್ದರೂ, ನೀವು ಅದನ್ನು ಎದುರಿಸದಿದ್ದರೆ, ನಿಮ್ಮೆಲ್ಲ ಕನಸುಗಳನ್ನು ಅದು ನಿರ್ಮೂಲನ ಮಾಡಬಹುದು. ಯೋಚನೆಯೇ ಭಯದ ಮೂಲ ಕಾರಣ. ನೀವು ಯೋಚಿಸದೇ ಹೋದರೆ ನಿಮಗೆ ಭಯವೇ ಇರುವುದಿಲ್ಲ. ಭಯದಿಂದ ಮೇಲೆ ಬರಲು ಯೋಚನೆಯನ್ನು ಹೇಗೆ ಬಿಡಬೇಕು ಎನ್ನುವುದರ ರೂಪರೇಷೆಯನ್ನು ಮಾಡಿ, ಅದನ್ನು ಅನುಭವಿಸಿ, ಹಾಗೆ ಸೀಮೆಗಳಿಲ್ಲದ ಬದುಕು ಹೇಗಿರಲು ಸಾಧ್ಯವೆಂದು ಗ್ರಹಿಸಿ.

ನೀವು ಶೂನ್ಯ ಯೋಚನೆಯ ಅವಸ್ಥೆಯಲ್ಲಿದ್ದೀರಿ ಎಂಬುದು ನಿಮಗೆ ಹೇಗೆ ಗೊತ್ತಾಗಬೇಕು?

ನೀವು ಯೋಚಿಸದೇ ಇರುವಾಗ, ನಿಮಗೆ ಪೂರ್ತಿ ಶಾಂತಿ, ಪ್ರೇಮ, ಆನಂದ, ಖುಷಿ, ರೋಮಾಂಚನ, ಪ್ರೇರಣೆ, ಪರಮಾನಂದ ಮತ್ತು ಯಾವುದೇ ಸಕಾರಾತ್ಮಕ ಭಾವನೆಯ ಅನುಭವವಾಗುತ್ತದೆ, ಆ ಕುರಿತಂತೆ ನಿಮ್ಮ ಚೇತನ ಕೂಡಾ ಎಚ್ಚರದಿಂದಿರುತ್ತದೆ. ನಿಮ್ಮ ಮನಸ್ಸಿನಲ್ಲಿ ವಿಚಾರಗಳೇನೋ ಬರಬಹುದು, ಆದರೆ ನೀವು ಅದರೊಂದಿಗೆ ಬೆರೆತಿರುವುದಿಲ್ಲ ಮತ್ತು ಅವನ್ನು ನಿಮ್ಮೊಳಗೆ ಪ್ರವಹಿಸಲು ಅನುಮತಿಯನ್ನೂ ನೀಡಿರುತ್ತೀರಿ ಆದರೆ ಯಾವುದೇ ಸಂಘರ್ಷ ಅಥವಾ ವೇದನೆಯಿಲ್ಲದ ಅನುಭವವನ್ನು ಹೊಂದಿರುತ್ತೀರಿ, ಅದು ಯೋಚಿಸುವುದರಿಂದಷ್ಟೇ ಬರುತ್ತದೆ. ನೀವು ಯಾವುದೇ ರೀತಿಯ ಮನೋವೈಜ್ಞಾನಿಕ ಅಥವಾ ಭಾವನಾತ್ಮಕ ಕಷ್ಟವನ್ನು ಅನುಭವಿಸುವುದಿಲ್ಲ. ನೀವು ಕಳೆದುಹೋದ ಅಥವಾ ಭವಿಷ್ಯದ ಬಗ್ಗೆ ಯೋಚಿಸುವುದಿಲ್ಲ. ಅವುಗಳ ಮಾನ್ಯತೆ ಇರುವುದಿಲ್ಲ ಅಥವಾ ಅವು ನಿಮ್ಮ ಮಟ್ಟಿಗೆ ಅಸ್ತಿತ್ವದಲ್ಲಿರುವುದಿಲ್ಲ- ಯಾಕೆಂದರೆ ನೀವು ಪೂರ್ತಿಯಾಗಿ ವರ್ತಮಾನದ ಕ್ಷಣದಲ್ಲೇ ವಿಹರಿಸುತ್ತಿದ್ದೀರಿ. ನೀವು ಪ್ರವಾಹದಲ್ಲಿರುವಂತೆ ಅನುಭವ ಹೊಂದುತ್ತೀರಿ. ನೀವು ಸಮಯ, ಸ್ಥಳ, ಎಲ್ಲಿಯವರೆಗೆ ಎಂದರೆ ನಿಮ್ಮ ಸ್ವಯಂ ಅಸ್ತಿತ್ವವನ್ನೇ ಕಳೆದು-ಕೊಂಡಿರುತ್ತೀರಿ. ನೀವು ಬದುಕಿನೊಂದಿಗೆ ಒಂದಾಗಿ ಹೋಗಿರುತ್ತೀರಿ. ಹಾಗಾಗಿ ನೀವು ಯೋಚಿಸುತ್ತಿಲ್ಲವೆಂದು ಅದರಿಂದ ವೇದ್ಯವಾಗುತ್ತದೆ.

ಮನನ ಸಂಕೇತ

1ರಿಂದ 10ರ ವರೆಗೆ ನೀವು ಎಷ್ಟು ಹೆಚ್ಚು ಯೋಚಿಸಿದ್ದೀರಿ? (1 ಎಂದರೆ ಕಡಿಮೆ, 10 ಎಂದರೆ ಹೆಚ್ಚು)

ನಿಮ್ಮ ದಿನದ ಎಷ್ಟು ಪ್ರತಿಶತ ಭಾಗ ಹೋರಾಡು ಅಥವಾ ಓಡಿಹೋಗು ಎನ್ನುವ ಮಾನಸಿಕತೆಯಲ್ಲಿ ಕಳೆದಿದೆ? ಎಷ್ಟು ಪ್ರತಿಶತ ಆತಂಕರಹಿತ, ಶಾಂತಿಯ ಅವಸ್ಥೆಯಲ್ಲಿ ಕಳೆದಿದೆ?

ಶೂನ್ಯ ಯೋಚನೆಯನ್ನು ಪದ್ಧತಿಯನ್ನಾಗಿ ಮಾಡಿಕೊಳ್ಳಲು ಮಾರ್ಗದರ್ಶನ

ನಿಮ್ಮ ಪರಿಸ್ಥಿತಿಗಳು ಒಂದೋ ಶೂನ್ಯ ಯೋಚನೆಯ ಅವಸ್ಥೆಯ ಸಮರ್ಥನೆಯನ್ನು ಮಾಡಬಹುದು ಮತ್ತು ಅದಕ್ಕೆ ಪ್ರೇರಣೆ ನೀಡಬಹುದು ಇಲ್ಲವೇ ನಿಮಗೆ ಯೋಚನೆಗೆ ಪ್ರೇರಣೆ ನೀಡಬಹುದು.

ನಿಜವೆಂದರೆ ನಾವು ನಮ್ಮ ವಾಸ್ತವಿಕತೆಯನ್ನು ನಮ್ಮ ಒಳಗಿನಿಂದ ಹೊರಗಡೆ ಮಾಡುತ್ತೇವೆ, ಆದರೆ ಅದರ ಹೊರತಾಗಿಯೂ ಅನೇಕ ಸಲ ನಾವು ನಮ್ಮ ಪರಿಸ್ಥಿತಿಯಿಂದ ಪ್ರಭಾವಿತರಾಗುತ್ತೇವೆ. ಯಾಕೆಂದರೆ ನಾವು ಆಧ್ಯಾತ್ಮಿಕ ಪ್ರಾಣಿಗಳಿದ್ದೇವೆ, ಒಂದು ಭೌತಿಕ ಪ್ರಪಂಚದಲ್ಲಿ ಜೀವಿಸುತ್ತಿದ್ದೇವೆ ಹಾಗಾಗಿ ನಾವೆಂದೂ ಈ ಉನ್ನತ ಪ್ರಪಂಚದಿಂದ ವಿರಕ್ತರಾಗುವುದಕ್ಕೆ ಆಗುವುದಿಲ್ಲ. ಆದ್ದರಿಂದ ಶೂನ್ಯ ಯೋಚನೆಯ ಪರಿವರ್ತನೆಗೆ ಯೋಜಿಸುವುದು ಮಹತ್ವಪೂರ್ಣವಾಗುತ್ತದೆ. ಉತ್ಪಾದನೆಯನ್ನು ಹೆಚ್ಚು ಮಾಡಲು ಉತ್ತಮ ವಿಧಾನವೆಂದರೆ ಅದನ್ನು ಹೆಚ್ಚು ಮಾಡುವ ಬದಲು ಅದಕ್ಕಿರುವ ವ್ಯವಧಾನವನ್ನು ಇಲ್ಲದಂತೆ ಮಾಡುವುದಾಗಿರುತ್ತದೆ.

ಅದೇ ರೀತಿಯಲ್ಲಿ ನಾವು ಅನೇಕ ವಿಷಯಗಳನ್ನು ನೀಗಿಸುತ್ತೇವೆ, ಅವುಗಳ ಬಗ್ಗೆ ನಮಗೆ ಗೊತ್ತು ಅವು ಮತ್ತೆ ನಮ್ಮನ್ನು ಯೋಚನೆಯ ಕಡೆಗೆ ತಲುಪುವಂತೆ ಮಾಡುತ್ತವೆ ಅಂತ, ಹಾಗಿದ್ದಾಗ ನಾವು ಶೂನ್ಯ ಯೋಚನೆಯ ಶಾಂತಿಪೂರ್ಣ ಅವಸ್ಥೆಯಲ್ಲಿ ಹೆಚ್ಚು ಸುಲಭವಾಗಿ ಇರಲು ಸಾಧ್ಯವಾಗುತ್ತದೆ. ನಿಮ್ಮ ಪರಿಸ್ಥಿತಿಯನ್ನು ಬದಲಿಸಿ ಮತ್ತು ನೀವು ಸ್ವತಃ ಬದಲಾಗದೇ ಇದ್ದರೆ, ಅದು ಹೆಚ್ಚು ಕಾಲ ಸಾಗದು ಎನ್ನುವುದು ನೆನಪಿರಲಿ. ನಿಮಗೆ ಅವೆರಡರ ನಾಜೂಕು ಮಿಶ್ರಣ ಬೇಕಾಗುತ್ತದೆ, ತನ್ಮೂಲಕ ನೀವು ನಿಮ್ಮ ಸುಂದರ ಬದುಕನ್ನು ಜೀವಿಸಲು ಸಾಧ್ಯವಾಗುತ್ತದೆ, ಅದನ್ನೇ ಜೀವಿಸಲು ನೀವು ಸದಾ ಪ್ರೀತಿಸುತ್ತೀರಿ.

ಯೋಚನೆಯ ಪ್ರೇರಣೆ ನೀಗಿಸಲು ಬೇಕಾದ ರೂಪರೇಷೆ

1. ಇದನ್ನು ನೋಡುವುದಕ್ಕೆ ಒಂದು ಲೆಕ್ಕಾಚಾರ ಹಾಕಿ, ನಿಮಗೆ ಯಾವ ವಿಷಯಗಳು ಯೋಚಿಸಲು ಪ್ರೇರಣೆ ನೀಡುತ್ತವೆ ಅಂತ, ಅದರ ಒಂದು ಪಟ್ಟಿ ತಯಾರಿಸಿ.

   ಅ. ಮನಸ್ಸಿಗೆ ಏನು ಹೊಳೆಯಿತೋ ಅದನ್ನು ಬರೆದುಬಿಡಿ. ನಿಮ್ಮ ಅಂತಃರ್ಜ್ಞಾನವನ್ನು ಪುನರಾವರ್ತಿಸಲು ಮತ್ತು ನಿಮ್ಮ ಶರೀರದಲ್ಲಿ ಶಕ್ತಿ ಸಂಚಯನದ ಅನುಭವಪಡುವುದರಿಂದ ಸಹಾಯವಾಗುತ್ತದೆ. ಹಾಗೆ ನಿಮ್ಮ ಪರಿಸ್ಥಿತಿಯಲ್ಲಿ ಈ ವಿಶೇಷ ವಿಷಯ ಸಹಾಯಕವಾಗಬಹುದು ಇಲ್ಲವೇ ನಿಮಗೆ ನೋವನ್ನೂ ತರಬಹುದು. ನೀವು ಶಾಂತ, ಆತಂಕರಹಿತ ಅವಸ್ಥೆಯಲ್ಲಿದ್ದರೆ ಉತ್ತರ ಸ್ಪಷ್ಟವಾಗುತ್ತದೆ.

   ಆ. ನಿಮ್ಮ ವಿಷಯಗಳನ್ನು ಯೋಚಿಸಲು ದುಸ್ತರವೆನಿಸಿದರೆ, ಯಾವ ವಿಷಯಗಳು ನಿಮ್ಮನ್ನು ಕಾದಾಡು ಇಲ್ಲವೇ ಓಡಿಹೋಗು ಎನ್ನುವ ಪ್ರವೃತ್ತಿ ಬರುವಂತೆ ಮಾಡುತ್ತವೆ ಎಂಬುದನ್ನು ಜ್ಞಾಪಿಸಿಕೊಳ್ಳಿ, ಅಂದಾಗ ನಿಮಗೆ ಆತಂಕ ಮತ್ತು ಹೆಚ್ಚು ಯೋಚಿಸುವುದಕ್ಕೆ ಅನುವಾಗುವ ಪ್ರವೃತ್ತಿಯಿದೆ ಎಂದರ್ಥ. ಯಾವುದೇ ಆದರೂ ನಿಮ್ಮನ್ನು ಉಳಿಸಲು ಯತ್ನಿಸುವ ಪರಿಸ್ಥಿತಿಯನ್ನು ಒದಗಿಸುತ್ತದೋ ಅದು ನಿಮಗೆ ಶೂನ್ಯ ಯೋಚನೆಯ ಅವಸ್ಥೆಯನ್ನು ಖಾಯಂಗೊಳಿಸಲು ಸಹಾಯಕವಾಗಲಾರದು.

   ಇ. ಈಗಲೂ ನಿಮಗೆ ವಿಷಯಗಳನ್ನು ಯೋಚಿಸಲು ಕಷ್ಟವಾದರೆ, ನೀವು ಪೂರ್ತಿ ವಾರ ಒಂದು ದಿನಚರಿಯನ್ನು ಬರೆದಿಡಿ. ಯಾವ ವಿಷಯಗಳು ನಿಮ್ಮನ್ನು ಕಾದಾಡು ಇಲ್ಲವೇ ಓಡಿಹೋಗು ಎನ್ನುವ ಮಾನಸಿಕತೆಗೆ ಉತ್ತೇಜಿಸುತ್ತದೋ, ಅವನ್ನು ಬರೆದಿಡಿ. ವಾರದೊಳಗೆ ನಿಮ್ಮಲ್ಲಿ ಒಂದು ಉತ್ತಮ ಪಟ್ಟಿ ತಯಾರಾಗಿರುತ್ತದೆ.

2. ನೀವೇನು ಬರೆದಿದ್ದೀರೋ ಅವನ್ನು ಒಂದು ಶ್ರೇಣಿಯ ಕ್ರಮದಲ್ಲಿ ವ್ಯವಸ್ಥೆ ಮಾಡಿ.

   ಅ. ಇಲ್ಲಿ ಶ್ರೇಣಿಗಳ ಉದಾಹರಣೆಗಳಿವೆ

      I. ಶಾರೀರಿಕ ಸ್ವಾಸ್ಥ್ಯ

         ಅ. ನಿಮ್ಮ ಶರೀರವನ್ನು ಪ್ರವೇಶಿಸುವ ಯಾವೆಲ್ಲ ವಸ್ತುಗಳು

ಕಾದಾಡು ಅಥವಾ ಓಡಿಹೋಗು ಪ್ರತಿಕ್ರಿಯೆಯ ಅನುಭವ ಉಂಟಾಗಲು ಹೆಚ್ಚು ಪ್ರಚೋದಿಸುತ್ತವೆ (ಚಿಂತೆ, ಆತಂಕ, ಹೆಚ್ಚು ಯೋಚಿಸುವುದು)? ಆಹಾರ, ಉದ್ದೀಪಕ, ಪೇಯ ಇತ್ಯಾದಿ.

II. ಭೌತಿಕ ಪರಿಸರ

ಆ. ನಿಮ್ಮ ಭೌತಿಕ ಪರಿಸರದಲ್ಲಿ ಯಾವ್ಯಾವ ವಸ್ತುಗಳು ಕಾದಾಡು ಅಥವಾ ಓಡಿಹೋಗು ಪ್ರತಿಕ್ರಿಯೆಯ ಅನುಭವ ಉಂಟಾಗಲು ಹೆಚ್ಚು ಪ್ರಚೋದಿಸುತ್ತವೆ (ಚಿಂತೆ, ಆತಂಕ, ಹೆಚ್ಚು ಯೋಚಿಸುವುದು)?

ಇ. ಡಿಜಿಟಲ್ ಪರಿಸರ

ನಿಮ್ಮ ಫೋನ್, ಕಂಪ್ಯೂಟರ್ ಅಥವಾ ಟಿವಿಯಲ್ಲಿ ಯಾವ್ಯಾವ ವಿಷಯಗಳು ನಿಮಗೆ ಕಾದಾಡು ಅಥವಾ ಓಡಿಹೋಗು ಪ್ರತಿಕ್ರಿಯೆಯ ಅನುಭವ ಉಂಟಾಗಲು ಹೆಚ್ಚು ಪ್ರಚೋದಿಸುತ್ತವೆ (ಚಿಂತೆ, ಆತಂಕ, ಹೆಚ್ಚು ಯೋಚನೆ)?

IV. ಡಿಜಿಟಲ್ ಭೋಗ್ಯ ವಸ್ತುಗಳು

ಈ. ಯಾವ ಮೀಡಿಯಾ/ ಸಾಮಗ್ರಿ ಅದನ್ನು ನೋಡುವ ಅಥವಾ ಕೇಳುವುದರಿಂದ ನಿಮಗೆ ಕಾದಾಡು ಅಥವಾ ಓಡಿಹೋಗು ಪ್ರತಿಕ್ರಿಯೆಯ ಅನುಭವ ಉಂಟಾಗಲು ಹೆಚ್ಚು ಪ್ರಚೋದಿಸುತ್ತವೆ (ಚಿಂತೆ, ಆತಂಕ, ಹೆಚ್ಚು ಯೋಚನೆ)?

3. ನೀವು ವಿಷಯಗಳನ್ನು ಶ್ರೇಣಿಯಲ್ಲಿ ಹಂಚಿ, ನಿಮ್ಮ ಸೂಚಿಯನ್ನು ಮತ್ತೊಮ್ಮೆ ವ್ಯವಸ್ಥಿತವಾಗಿಸಿ ಮತ್ತು ಆ ವಿಷಯಗಳ ರ್‍ಯಾಂಕಿಂಗ್ ಮಾಡಿ–ಎಲ್ಲಕ್ಕೂ ಮೇಲೆ ಯಾವುದು ಹೆಚ್ಚು ಪ್ರಭಾವಿತವಾಗಿರುತ್ತದೆಯೋ ಅದನ್ನು ಬರೆಯಿರಿ ಮತ್ತು ಅದೇ ರೀತಿಯಲ್ಲಿ ಘಟನಾ ಕ್ರಮದಲ್ಲಿ ಬರೆಯುತ್ತ ಹೋಗಿ.

4. ಪ್ರತಿಯೊಂದು ಶ್ರೇಷ್ಠ ಅಂಶವನ್ನು ಆಯ್ದುಕೊಳ್ಳಿ ಮತ್ತು ಒಂದು ಕಾರ್ಯವನ್ನು ಬರೆದು ನಿಮ್ಮ ಪರಿಸ್ಥಿತಿಯನ್ನು ನೀಗಿಸಲು ಯಾವ ಯೋಜನೆಯನ್ನು ಹಾಕಿಕೊಳ್ಳ ಬೇಕೆಂದು ನಿರ್ಣಯಿಸಿ. ಯಾವುದನ್ನು ನೀವು ಬಹಳ ಪ್ರಯಾಸವಿಲ್ಲದೆ ನಿಭಾಯಿಸಲು ಸಾಧ್ಯವೋ ಅದನ್ನಷ್ಟೇ ಆಯ್ದುಕೊಳ್ಳಿ. (ಹಾಗಿಲ್ಲವಾದರೆ ಈ ಅಭ್ಯಾಸದ

ಉದ್ದೇಶವೇ ವಿಫಲವಾಗಬಹುದು). ಸಣ್ಣಗೆ ಶುರು ಮಾಡಿ. ನೀವು ಪರಿಸ್ಥಿತಿಗಳೊಂದಿಗೆ ಪರಿಚಿತರಾದಾಗ ಪರಿಣಾಮವನ್ನು ನೋಡಿ, ಆಗ ನೀವು ಬೇರೆ ವಿಷಯಗಳನ್ನು ನೀಗಿಸಲು ಶುರು ಮಾಡಬಹುದು.

ಶೂನ್ಯ ಯೋಚನೆಯ ಪರಿಸ್ಥಿತಿಯನ್ನು ಹೊಂದಲು ರೂಪರೇಷೆ

ನಿಮ್ಮನ್ನು ಶಾಂತ, ಆತಂಕರಹಿತ, ಶೂನ್ಯ ಯೋಚನೆಯ ಅವಸ್ಥೆಗೆ ಒಯ್ಯುವಂತಹ ಎಲ್ಲಾ ವಿಷಯಗಳನ್ನು ಬರೆದುಬಿಡಿ. ಅದು ವ್ಯಾಯಾಮ, ಧ್ಯಾನ, ಖಾಸಗಿ ವಿಷಯದ ಸಂಗೀತ, ಜಾಗ ಮುಂತಾದವು ಆಗಬಹುದು.

ನಿಮ್ಮ ಸೂಚಿಯ ವಿಷಯಗಳನ್ನು ಶ್ರೇಣಿಗಳಲ್ಲಿ ವ್ಯವಸ್ಥೆಗೊಳಿಸಿ.

1. ಶ್ರೇಣಿಗಳ ಉದಾಹರಣೆ
   - I. ಶಾರೀರಿಕ ಸ್ವಾಸ್ಥ್ಯ
     - ಅ. ಯಾವ ವಸ್ತುಗಳು ನಿಮ್ಮ ಶರೀರವನ್ನು ಪ್ರವೇಶಿಸಿದ ಮೇಲೆ ನಿಮಗೆ ಸ್ವಸ್ಥ, ಶಕ್ತಿಯುತ ಮತ್ತು ಶಾಂತವಾಗಿರುವ ಅನುಭವ ನೀಡುತ್ತವೆ?
   - II. ಭೌತಿಕ ಪರಿಸ್ಥಿತಿ
     - ಆ. ನಿಮ್ಮ ಭೌತಿಕ ಪರಿಸ್ಥಿತಿಯಲ್ಲಿ ನಿಮ್ಮ ಯಾವ ವಿಷಯಗಳು ನಿಮಗೆ ದಿವ್ಯ ಸ್ವಾನುಭೂತಿಯ ಸಾಮರಸ್ಯವನ್ನು ಅನುಭವಿಸುವಂತೆ ಮಾಡುತ್ತವೆ?
   - III. ಡಿಜಿಟಲ್ ಪರಿಸ್ಥಿತಿ
     - ಇ. ನಿಮ್ಮ ಫೋನ್, ಕಂಪ್ಯೂಟರ್ ಅಥವಾ ಟಿವಿಯಲ್ಲಿ ಯಾವ ವಿಷಯಗಳು ನಿಮಗೆ ದಿವ್ಯ ಸ್ವಾನುಭೂತಿಯ ಸಾಮರಸ್ಯವನ್ನು ಅನುಭವಿಸುವಂತೆ ಮಾಡುತ್ತವೆ?
   - IV. ಡಿಜಿಟಲ್ ಭೋಗ್ಯ ವಸ್ತುಗಳು
     - ಈ. ಮೀಡಿಯಾ ಅಥವಾ ಇತರ ಸಾಮಗ್ರಿಗಳಲ್ಲಿ ಯಾವುವು ನಿಮಗೆ ದಿವ್ಯ ಸ್ವಾನುಭೂತಿಯ ಸರ್ವೋಚ್ಚ ಸಾಮರಸ್ಯವನ್ನು ಅನುಭವಿಸುವಂತೆ ಮಾಡುತ್ತವೆ?
2. ಪ್ರತಿಯೊಂದು ಶ್ರೇಣಿಯಲ್ಲೂ ರ್‍ಯಾಂಕಿಂಗ್ ಮಾಡಿ (ಬಹಳಷ್ಟು ಪ್ರಭಾವ ಬೀರುವ ವಿಷಯ ಅತೀ ಮೇಲ್ಗಡೆ ಇರಲಿ), ಅವು ನಿಮ್ಮನ್ನು ಶೂನ್ಯ ಯೋಚನೆಯ ಅವಸ್ಥೆಗೆ ಒಯ್ಯಲು ಮತ್ತು ಅಲ್ಲೇ ಉಳಿಯಲು ಸಹಾಯ ಮಾಡುತ್ತವೆ.
3. ಪ್ರತಿ ಸೂಚಿಯ ಅತ್ಯಂತ ಮೇಲಿರುವ ವಿಷಯವನ್ನು ಆಯ್ದು ಅದನ್ನು ನಿಮ್ಮ ಬದುಕಿನಲ್ಲಿ ಹೇಗೆ ಅಳವಡಿಸಬಹುದೆಂದು

ಬರೆಯಿರಿ. ಒಮ್ಮೆಲೆ ಬಹಳಷ್ಟು ಮಾಡಲು ಯತ್ನಿಸುವುದು ಬೇಡ, ಅದರಿಂದ ನೀವು ತಬ್ಬಿಬ್ಬಾಗುವ ಸಾಧ್ಯತೆ ಇದ್ದಿರುತ್ತದೆ. ನಿಮಗೆ ಯಾವುದನ್ನು ನಿಭಾಯಿಸಲು ಸಾಧ್ಯವೋ ಅದನ್ನಷ್ಟೇ ಆಯ್ಕೆ ಮಾಡಿ. ಹೀಗೆ ಆ ಪ್ರಕ್ರಿಯೆಯಲ್ಲಿ ನುರಿತ ಬಳಿಕ ನೀವು ಮತ್ತಷ್ಟು ಹೆಚ್ಚು ವಿಷಯಗಳನ್ನು ಒಳಗೊಳ್ಳುವಂತೆ ಮಾಡಲು ಸಾಧ್ಯ.

4. ಬೆಳಗ್ಗಿನ ದಿನಚರ್ಯೆಯನ್ನು ತಯಾರಿಸಿ, ಅದು ನಿಮ್ಮನ್ನು ಶೂನ್ಯ ಯೋಚನೆಗೆ ಒಯ್ಯಲು ಸಹಾಯಕವಾಗುವಂತಿರಲಿ ಮತ್ತು ನಿಮ್ಮನ್ನು ತನ್ನ ಸರ್ವೋಚ್ಚ ಸ್ವಂತದ ದಿಕ್ಕಿಗೆ ಒಯ್ಯಲು ಸಾಧ್ಯವಾಗಲಿ. ನೀವು ಬೆಳಗ್ಗಿನ ಈಗಲೇ ನಿರ್ವಹಿಸಬಹುದೆನ್ನುವಂತೆ ದಿನಚರಿಯ ಯೋಜನೆಗಳನ್ನು ಹಾಕಿಕೊಳ್ಳಿ. ಚಿಕ್ಕದಾಗಿ ನಿರ್ವಹಿಸಿ ಮತ್ತು ಅದರಲ್ಲಿ ಪರಾಜಿತರಾಗುವುದು ಬೇಡ. ನಿಮ್ಮ ಸ್ಥಾನವನ್ನು ಪಡೆದುಕೊಳ್ಳುವುದಕ್ಕೆ ಸಮಯವಿದೆ ಎಂಬುದನ್ನು ಖಾತ್ರಿಪಡಿಸಿಕೊಳ್ಳಿ. (ಧ್ಯಾನ, ಯೋಗ ಅಥವಾ ಅಂತಹ ರೀತಿಯ ಇತರ ಆಧ್ಯಾತ್ಮಿಕ ಚಟುವಟಿಕೆ, ಅದರಿಂದ ನಿಮಗೆ ಅಸೀಮಿತ ಪ್ರಜ್ಞೆಯೊಂದಿಗೆ ನಿಮ್ಮನ್ನು ಸಂಪರ್ಕ ಕಲ್ಪಿಸುವುದರಲ್ಲಿ ಸಹಾಯವಾಗಲಿ).

5. ನೀವು ನಿಮ್ಮ ದಿನವನ್ನು ಹೇಗೆ ಶುರು ಮಾಡುತ್ತೀರೋ, ಅದಕ್ಕನುಗುಣವಾಗಿ ನಿಮ್ಮ ಪೂರ್ತಿ ದಿನ ಕಳೆಯುತ್ತದೆ. ನೀವು ಫೋನ್, ಇ–ಮೇಲ್ ಮತ್ತು ಕಾರ್ಯಸೂಚಿಯನ್ನು ನೋಡಿಕೊಂಡು ಶುರು ಮಾಡಿದರೆ, ನಿಮ್ಮ ದಿನ ಆತಂಕಪೂರ್ಣ, ಕಾದಾಡಿ ಅಥವಾ ಓಡಿಹೋಗಿ ಯೋಚನೆಯ ಮಾನಸಿಕತೆಯಿಂದ ಶುರು ಮಾಡುತ್ತಿದ್ದೀರಾ, ಅದೇ ದಿನದ ಮಿಕ್ಕುಳಿದ ಸಮಯ ಮುಂದುವರಿಯುತ್ತದೆ.

6. ನೀವು ನಿಮ್ಮ ದಿನವನ್ನು ಶಾಂತಿಪೂರ್ಣವಾದ ಅವಸ್ಥೆಯಲ್ಲಿ ಶುರು ಮಾಡಿದರೆ ಮತ್ತು ಶೂನ್ಯ ಯೋಚನೆಯ ಅವಸ್ಥೆಗೆ ಸಾಗಲು ಒಂದು ದಿನಚರಿಯನ್ನು ತಯಾರಿಸಿದರೆ, ಅದೇ ರೀತಿಯಲ್ಲಿ ನೀವು ದಿನವಿಡೀ ಮುಂದುವರಿಯುತ್ತೀರಿ. ಆಗ ಬಾಹ್ಯ ವಿಷಯಗಳೊಂದಿಗೆ ವ್ಯವಹರಿಸುವುದು ನಿಮಗೆ ತ್ರಾಸದಾಯಕವೆನಿಸುತ್ತದೆ, ಅದರಿಂದ ನಿಮ್ಮನ್ನು ಮತ್ತೆ

ಯೋಚನೆಯ ಮತ್ತು ಆತಂಕಕ್ಕೆ ಸೆಳೆದಂತಾಗಬಹುದು. ಹಾಗಾಗಿಯೇ ಎಲ್ಲಾ ಮಹಾನ್ ಆಧ್ಯಾತ್ಮಿಕ ಗುರುಗಳಲ್ಲಿ ಬೆಳಗ್ಗಿನ ದಿನಚರಿ ಅಥವಾ ಯಾವುದೇ ದಿನಚರಿ ಇದ್ದೇ ಇರುತ್ತದೆ.

ಶೂನ್ಯ ಯೋಚನೆಯಲ್ಲಿ ಕೆಲಸ ಮಾಡಲು ಹಿಡಿದಿಡುವ ರೂಪರೇಷೆ

1. ನೀವು ನಿಮ್ಮ ಕೆಲಸದಲ್ಲಿ ಅಳವಡಿಸುವಂತಹ ಸೂಚಿಯನ್ನು ತಯಾರಿಸಿ, ಯಾವುದರಿಂದ ನಿಮ್ಮ ಶಕ್ತಿ ಹೀರಲ್ಪಡುತ್ತದೆ- ನಿಮಗೆ ಇಚ್ಛೆಯಿಲ್ಲದ ಕೆಲಸಗಳನ್ನು ಅಥವಾ ನಿಮಗೆ ಭಾರೀ ಎನಿಸುವ ಕೆಲಸಗಳು.
2. ನೀವು ನಿಮ್ಮ ಕೆಲಸದಲ್ಲಿ ಅಳವಡಿಸುವಂತಹ ಸೂಚಿಯನ್ನು ತಯಾರಿಸಿ, ಯಾವುದರಿಂದ ನಿಮ್ಮ ಶಕ್ತಿ ವೃದ್ಧಿಸುತ್ತದೆ- ಅಂತಹ ಕೆಲಸಗಳು ನಿಮಗೆ ಪ್ರೇರಣೆ, ಶಕ್ತಿಯುತ, ಸಜೀವ ಮತ್ತು ಹಗುರವಾಗಿರುವಂತಹ ಅನುಭವವನ್ನು ನೀಡುತ್ತವೆ.
3. ನಿಮ್ಮ ಪೂರ್ತಿ ಸೂಚಿಯನ್ನು ಅವಲೋಕಿಸಿ ಅದರಲ್ಲಿ 1ರಿಂದ 10ರವರೆಗೆ ಸ್ಕೇಲ್‌ನಲ್ಲಿ ರೇಟಿಂಗ್ ನೀಡಿ, ಅದರಲ್ಲಿ 1 ಬಹಳ ಶಕ್ತಿಯನ್ನು ಹೀರುವುದು ಮತ್ತು 10 ಅತ್ಯಂತ ಸಜೀವವಾಗಿಸುವ ಮತ್ತು ಪ್ರೇರಣೆ ನೀಡುವಂತಹುದಿರಲಿ.
4. ಪ್ರತಿ ವಾರದಲ್ಲಿ ನಿಮ್ಮ ಶಕ್ತಿಯನ್ನು ಹೀರುವಂತಹ 1–3ರವೆರೆಗಿನ ವಿಷಯಗಳನ್ನು ನೀಗಿಸಿ ಮತ್ತು 9–10ರವರೆಗಿನ ಕಾರ್ಯಕಲಾಪಗಳನ್ನು ಹೆಚ್ಚಿಸಿಕೊಳ್ಳಿ.
5. ನಿಮ್ಮ ಗುರಿ ಹೇಗಿರಬೇಕೆಂದರೆ, ನೀವು ನಿಮ್ಮ ಕಾರ್ಯಕಲಾಪಗಳಲ್ಲಿ 80 ಪ್ರತಿಶತ ಸಮಯವನ್ನು ನಿಮ್ಮ ಸೂಚಿಯ 9ರಿಂದ 10ರ ನಡುವಿನದ್ದಕ್ಕೆ ಮೀಸಲಿಡಬೇಕು.

ವಿನಾಶಕಾರಿ ಅಭ್ಯಾಸಗಳು/ ವ್ಯವಹಾರಗಳಿಂದ ಹೊರಬರಲು ಮಾರ್ಗದರ್ಶನ

ನೀವು ಹೆಚ್ಚು ಜಾಗ ಮಾಡಿಕೊಳ್ಳುತ್ತ, ಹೆಚ್ಚು ಯೋಚಿಸದೇ ಇದ್ದರೆ, ನಿಮ್ಮ ಕಷ್ಟಗಳಿಗೆ ಕಾರಣವಾಗುವ ಬಹಳಷ್ಟು ನಕಾರಾತ್ಮಕ ಮತ್ತು ವಿನಾಶಕಾರೀ ಅಭ್ಯಾಸಗಳ ಬಗೆಗೆ ನೀವು ಎಚ್ಚರದಿಂದ ಇರುವಂತಾಗುತ್ತದೆ. ಅದು ನಿಜಕ್ಕೂ ಆಶಾದಾಯಕ. ನೀವು ನಿಮ್ಮಷ್ಟಕ್ಕೇ ಬಡಿದುಕೊಳ್ಳಬೇಡಿ ಯಾಕೆಂದರೆ ಅದರಿಂದ ವಿಷಯಗಳು ಮತ್ತಷ್ಟು ಕೆಡುತ್ತಲೇ ಹೋಗುತ್ತವೆ. ನಿಮ್ಮನ್ನು ಹಿಂದಕ್ಕೆಳೆಯುವ ಕೆಲವು ಅಭ್ಯಾಸಗಳಿಂದ ದೂರವಿರುವುದಕ್ಕೆ ಈ ಕೆಳಗಿನ ಮಾರ್ಗದರ್ಶನವನ್ನು ಗಮನಿಸಿ:

1. ನೀವು ಯಾವ ವ್ಯವಹಾರವನ್ನು ಬದಲಾಯಿಸಬೇಕೆಂಬುದರ ಬಗ್ಗೆ ನಿಮಗೆ ತಿಳಿದಿರಲಿ ಮತ್ತು ಅದನ್ನೇ ಬದಲಾಯಿಸಬೇಕೆಂಬುದನ್ನು ದೃಢಪಡಿಸಿಕೊಳ್ಳಿ. ನೀವು ನಿಮ್ಮ ಬವಣೆಯ ವಿಷವರ್ತುಲವನ್ನು ಬದಲಾಯಿಸಬೇಕೆಂದರೆ, ಆ ಬವಣೆಗಳಿಗಿರುವ ನಿಮ್ಮ ನಂಬಿಕೆಗಳನ್ನು ಬದಲಾಯಿಸಿ ಅವನ್ನು ತ್ಯಜಿಸಬೇಕಾಗಿ ಬರುತ್ತದೆ. ನೀವು ಅವನ್ನು ಬದಲಾಯಿಸಲು ಬಯಸದೇ ಇದ್ದರೆ, ಇದನ್ನು ಮುಂದುವರಿಸುವ ಅಗತ್ಯವಿರುವುದಿಲ್ಲ, ಆದರೆ ಒಂದು ವೇಳೆ ಬದಲಾವಣೆಗೆ ಸಿದ್ಧವೆಂದಾದರೆ ಬಿಟ್ಟುಬಿಡಲೂ ಸಿದ್ಧರಿರಬೇಕು.
2. ನಿಮ್ಮ ವ್ಯವಹಾರದಲ್ಲಿ ಏನಾಗುತ್ತದೆ ಎಂಬ ವಿವರಗಳನ್ನು ಸ್ಪಷ್ಟವಾಗಿ ಬರೆಯಿರಿ (ಎಷ್ಟು ಸಲ ಮತ್ತು ಯಾವಾಗ ಅದು ಸಂಭವಿಸುತ್ತದೆ ಇತ್ಯಾದಿ ವಿವರಗಳಿರಲಿ). ಯಾವುದೇ ವಿವರವನ್ನು ಕಡೆಗಣಿಸುವುದು ಬೇಡ.
3. ನಿಮ್ಮ ವ್ಯವಹಾರವನ್ನು ತೊಡಗುವ ಮೊದಲಿನ ನಿಮ್ಮ ಭಾವನೆ ಹೇಗಿದೆ? ವ್ಯವಹಾರವನ್ನು ಬಾಧಿಸುವ ಭಾವನೆಗಳೇನು? ನಿಮ್ಮಲ್ಲೇ ಪ್ರಾಮಾಣಿಕತೆಯಿರಲಿ.
4. ಯಾವ ಬಗೆಯ ಯೋಚನೆಯ ರೀತಿಗಳು ನಡೆಯುತ್ತಿರುತ್ತವೆ? **ಹಾಗೆ ನಡೆಯುವಾಗ ನೀವು ನಿಮ್ಮಷ್ಟಕ್ಕೇ ಈ ಕ್ಷಣದಲ್ಲಿ ಏನನ್ನು ಹೇಳಿಕೊಳ್ಳುತ್ತಿದ್ದೀರಿ?** ಅವನ್ನು ನಿಖರವಾಗಿ ವರ್ಣಿಸಿ.
5. ಅಂತಹ ವ್ಯವಹಾರ/ಕ್ರಿಯೆಯ ಸುತ್ತ ಯಾವ ಬಗೆಯ ನಂಬಿಕೆಯಿದೆ? ಆ ವ್ಯವಹಾರಗಳನ್ನು ಎಸಗುವ ಸಮಯ ಯಾವ ಬಗೆಯ ನಿರ್ಣಯಗಳನ್ನು ನೀವು ಕೈಗೊಳ್ಳಬೇಕೆಂಬ ಬಲವಂತಿಕೆ ಇರುತ್ತವೆ?

6. ಆ ಯೋಚನೆಯನ್ನು ನಂಬುವ ಸಮಯ ನಿಮ್ಮಲ್ಲಿನ ಭಾವನೆಗಳೇನು?
7. ವ್ಯವಹಾರವನ್ನು ನಿರ್ವಹಿಸದೇ ಹೋದರೆ ನಿಮ್ಮ ನಂಬಿಕೆಗಳಿಗೆ ಏನಾಗಬಹುದು? ಇನ್ನೊಂದು ದೃಷ್ಟಿಯಿಂದ, ಅದನ್ನು ನಿರ್ವಹಿಸದಿದ್ದರೆ ನಿಮ್ಮ ನಂಬಿಕೆಯಿಂದ ಯಾವ ಬಗೆಯ ಪರಿಣಾಮಗಳನ್ನು ನೀವು ಎದುರಿಸಬೇಕಾಗುತ್ತದೆ?
8. ನೀವು ವ್ಯವಹಾರವನ್ನು ನಡೆಸದಿದ್ದರೆ ಅದು 100 ಪ್ರತಿಶತ ಸತ್ಯವಾಗಿ ನಡೆಯುತ್ತದೆ ಎನ್ನುತ್ತೀರಾ?
9. ಯೋಚನೆಗಳು ಎಷ್ಟು ವಿನಾಶಕಾರಿ ಮತ್ತು ಅವು ಎಷ್ಟು ನಿಮ್ಮನ್ನು ಸತಾಯಿಸುತ್ತವೆ ಎಂದು ಬಲ್ಲಿರಾ?
10. ನೀವು ಅಂತಹ ಯೋಚನೆಗಳನ್ನು ಮತ್ತು ವ್ಯವಹಾರವನ್ನು ಈ ಕ್ಷಣವೇ ನಿಮ್ಮಿಂದ ತೊಲಗಿಹೋಗಲಿ ಎಂದು ಬಯಸುತ್ತೀರಾ?
11. ನಿಮ್ಮ ಆಂತರಿಕ ಬುದ್ಧಿಮತ್ತೆ ಮತ್ತು ಶ್ರೇಷ್ಠ ಮಟ್ಟದ ಜಾಣ್ಮೆಯನ್ನು ಸಂಪರ್ಕಿಸಿ. ಅದು ನಿಮಗೇನನ್ನು ಹೇಳಲು ಬಯಸುತ್ತದೆ? ನೀವು ಏನನ್ನು ಕಲಿಯಲು ಅವು ನಿಮಗೆ ಸಹಾಯ ಮಾಡುತ್ತವೆ? ನಿಮ್ಮ ಬದುಕಿನಲ್ಲಿ ಸಮತೋಲನವನ್ನು ಕಾಯ್ದುಕೊಳ್ಳುವಂತೆ ಏನನ್ನು ಹೇಳುತ್ತವೆ? ನೀವು ಈಗಲೇ ಬೆಳೆಯುವಂತೆ ಅವು ಏನನ್ನು ಹೇಳುತ್ತವೆ? ಅದಕ್ಕೋಸ್ಕರ ಜಾಗವನ್ನು ಕಾದಿರಿಸಿ ಮತ್ತು ಅನಂತ ಜ್ಞಾನದಿಂದ ಬರುವ ಅರಿವಿನಿಂದ ನೀವು ನಿಜಕ್ಕೂ ಯಾಕಾಗಿ ಬದಲಾಯಿಸಬೇಕೆಂದು ಅವು ನಿಮಗೆ ಹೇಳುತ್ತವೆ.
12. ನಿಮಗೆ ಆತ್ಮಜ್ಞಾನ ಲಭಿಸಿದಾಗ, ನೀವು ಪೂರ್ತಿಯಾಗಿ ಸ್ವತಂತ್ರವಾಗಿ, ಶಾಂತಿ ಮತ್ತು ಆನಂದವನ್ನು ಅನುಭವಿಸುವಂತೆ ತೆರೆದುಕೊಳ್ಳಿ. ನಿಮ್ಮ ಭುಜಗಳಲ್ಲಿನ ಭಾರ ಇಳಿದಿರುವುದನ್ನು ಅನುಭವಿಸಿ. ನೀವು ಭೌತಿಕವಾಗಿ ಹಗುರವಾದಂತೆ ಅನುಭವಿಸುತ್ತೀರಿ ಮತ್ತು ಆ ವ್ಯವಹಾರಗಳು ಮತ್ತು ಕ್ರಿಯೆಗಳು ಮೊದಲಿನಂತೆ ನಿಮಗೆ ಕಂಡುಬರುವುದಿಲ್ಲ. ಪೂರ್ತಿಯಾಗಿ ನೀವು ಅಂತಹ ಕೃತಜ್ಞೆಯಲ್ಲಿ ಮಿಂದು ಅನುಭವಿಸಿ.
13. ನಿಮಗೇನಾದರೂ ಅರಿವಿನ ಅನುಭವವಾದರೆ ಅವನ್ನು ಬರೆದಿಡಿ ಹಾಗೆ ಬರೆದಿಡುವುದರಿಂದ ನಿಮಗೆ ಅನುಭವವಾದ ಪವಾಡವನ್ನು ನೀವು ದಾಖಲಿಸಿದಂತಾಗುತ್ತದೆ.

ಭಾವನೆಗಳು ಹಿಂದಕ್ಕೆ ತಿರುಗಿ ಬಂದರೆ ಏನು ಮಾಡಬೇಕು

ಇದೇ ಮಾರ್ಗದರ್ಶನದಲ್ಲಿ ಮುಂದುವರಿಯಿರಿ, ಅದು ನಿಮ್ಮಲ್ಲಿ ಅರಿವು ಮೂಡುವವರೆಗೆ ಸಾಗಲಿ ಅಥವಾ ನಿಮ್ಮ ಬದುಕನ್ನು ನೋಡುವ ಪರಿ ಪೂರ್ಣವಾಗಿ ಬದಲಾಗುವವರೆಗೆ ಮುಂದುವರಿಸಿ.

ಅನುವಾದಕರ ಪರಿಚಯ

ಡಾ। ಶಿವಾನಂದ ಬೇಕಲ್, ಒಬ್ಬ ಹೆಸರಾಂತ ಕವಿ, ಕಾದಂಬರಿಕಾರ, ಕಲಾವಿದ, ವ್ಯಂಗ್ಯಚಿತ್ರಕಾರ, ಸಂಶೋಧಕ, ಅನುವಾದಕ ಮತ್ತು ಎಲ್ಲಕ್ಕೂ ಮಿಗಿಲಾಗಿ ಭಾರತೀಯ ಪ್ರಸಾರ ಸೇವೆಯ ಹಿರಿಯ ಅಧಿಕಾರಿಯಾಗಿ 33 ವರ್ಷಗಳಿಗೂ ಹೆಚ್ಚು ಕಾಲ ಸೇವೆ ಸಲ್ಲಿಸಿದ ಅನುಭವವಿದೆ.

ಡಾ। ಬೇಕಲ್ ಅವರಿಗೆ ಸಾಹಿತ್ಯ ಮತ್ತು ಪ್ರಸಾರ ಮಾಧ್ಯಮದ ಕ್ಷೇತ್ರಗಳಲ್ಲಿ ಅನೇಕ ಪ್ರಶಸ್ತಿಗಳು ಸಂದಿವೆ: 'ಇನ್ನಾದರೂ ಅರ್ಥವಾಗೋಣ' ಕವನ ಸಂಕಲನಕ್ಕೆ ಪ್ರತಿಷ್ಠಿತ ಕಡೆಂಗೋಡ್ಲು ಕಾವ್ಯ ಪ್ರಶಸ್ತಿ, 'ಮಳೆ ನಿಂತ ಮೇಲಿನ ಮರ' ಕಾದಂಬರಿಗೆ ಕರ್ನಾಟಕ ರಾಜ್ಯೋತ್ಸವ ಪ್ರಶಸ್ತಿ, 'ವಿಜ್ಞಾನೇಶ್ವರ ಆಫ್ ಮಿತಾಕ್ಷರ' ಇಂಗ್ಲಿಷ್ ಡಾಕ್ಯುಮೆಂಟರಿ ಫಿಲಂಗೆ ದೆಹಲಿ ದೂರದರ್ಶನದ ಪ್ರಥಮ ಪುರಸ್ಕಾರ, 'ವಿಜ್ಞಾನ ವಿಶ್ವ' ಸಯನ್ಸ್ ಫೀಚರ್‌ಗೆ ಆಕಾಶವಾಣಿಯಿಂದ ಸರ್ಟಿಫಿಕೇಟ್ ಆಫ್ ಮೆರಿಟ್ ಸಂದಿವೆ.

'ಫೋರ್ಟ್ಸ್ ಆಫ್ ಕೋಸ್ಟಲ್ ಕರ್ನಾಟಕ–ಎ ಸ್ಟಡಿ' ಸಂಶೋಧನಾ ಮಹಾಪ್ರಬಂಧಕ್ಕೆ ಗುಲಬರ್ಗಾ ವಿಶ್ವವಿದ್ಯಾಲಯದಿಂದ ಡಾಕ್ಟರೇಟ್ (ಪಿಎಚ್.ಡಿ.) ಲಭಿಸಿದೆ.

ವಿಶ್ವದ ಅನೇಕ ಬೆಸ್ಟ್ ಸೆಲ್ಲರ್ ಪುಸ್ತಕಗಳನ್ನು ಅನುವಾದಿಸಿದ ಶ್ರೇಯಸ್ಸು ಡಾ। ಬೇಕಲ್ ಅವರಿಗೆ ಸಲ್ಲುತ್ತದೆ: 'ರಹಸ್ಯ', 'ಮಹೋನ್ನತ ರಹಸ್ಯ' (ರೋಂಡಾ ಬೈರ್ನ್), 'ಅಂಚೆಗೆ ಹೋಗದ ಪತ್ರ' (ಮಹಾತ್ರಯ 'ರಾ'), 'ನರೇಂದ್ರ ಮೋದಿ–ಒಂದು ರಾಜಕೀಯ ವ್ಯಕ್ತಿಚಿತ್ರ'(ಆ್ಯಂಡೀ ಮರಿನೋ), 'ದೊಡ್ಡದಾಗಿ ಯೋಚಿಸುವ ಮ್ಯಾಜಿಕ್'(ಡೇವಿಡ್ ಶ್ವಾರ್ಟ್ಸ್), 'ನಿಮ್ಮ ಸುಪ್ತಪ್ರಜ್ಞಾ ಮನಸ್ಸಿನ ಶಕ್ತಿ'(ಡಾ। ಜೋಸೆಫ್ ಮರ್ಫಿ), 'ಗುರಿ'(ಬ್ರಿಯಾನ್ ಟ್ರೇಸಿ), 'ಪ್ರಶ್ನೆಗಳೇ ಉತ್ತರವಾಗಿ'(ಅಲೆನ್ ಪೀಸ್), 'ಸಕಾರಾತ್ಮಕ ಯೋಚನೆಯ ಶಕ್ತಿ'(ನಾರ್ಮನ್ ವಿನ್ಸೆಂಟ್ ಪೀಲೆ), 'ಸ್ಟೈಲಿಂಗ್ ಅಟ್ ದಿ

ಟಾಪ್'(ಜಯಶ್ರೀ ಶೆಟ್ಟಿ), 'ರಿಚ್ ಡ್ಯಾಡ್ ಪೂರ್ ಡ್ಯಾಡ್'(ರಾಬರ್ಟ್ ಟಿ. ಕಿಯೋಸಾಕಿ), 'ಧ್ಯಾನ'(ಶ್ರೀ ಎಂ.), 'ನಾಲ್ಕು ಪರಮ ರಹಸ್ಯಗಳು' (ಪ್ರೀತಾಜಿ ಮತ್ತು ಕೃಷ್ಣಾಜಿ), 'ಯೋಚಿಸಿ ಮತ್ತು ಶ್ರೀಮಂತರಾಗಿ'(ನೆಪೋಲಿಯನ್ ಹಿಲ್), 'ಉಡುಗೊರೆ' (ಎಡಿತ್ ಎಗರ್), ಅಟಾಮಿಕ್ ಹ್ಯಾಬಿಟ್ಸ್ (ಜೇಮ್ಸ್ ಕ್ಲಿಯರ್) ಇತ್ಯಾದಿ 35 ಅನುವಾದಿತ ಪುಸ್ತಕಗಳು.